அம்புத நல்லாள்

சஹானா ஹரிஷ்

aelay
publish

அம்புத நல்லாள்
கதை
ஆசிரியர் : சஹானா ஹரிஷ் ©
முதல் பதிப்பு : ஜூலை 2022
வெளியீடு : ஏலே பதிப்பகம்
5/175, பாத்திமா நகர், கூத்தென்குழி,
திருநெல்வேலி - 627104
தொடர்புக்கு : +91 9944992571

Ambutha Nalal
Story
by Sahana Harish ©
First Edition : July 2022
Pages: 335
ISBN : 978-93-5533-429-9
Aelay Publish
Contact : +91 9944992571
Designed by : Aelay publish team

அம்புத நல்லாள் – சஹானா ஹரீஷ்

சூரியன் புலம்படாத முன் பனி காலை..உடலெங்கும் கூசும் அந்த பனி காற்று நெஞ்சிலும் படர்வதை உணர்ந்தான் அவன்.. அந்த இளங்காலை பொழுதை ரசித்து கொண்டிருந்தவனின் நாசியில் உரைத்தது பில்டர் காபியின் மணம்.. அமர்ந்திருந்த அவன் மேல் நீர்த்துளி விழுந்ததும் அதை ரசித்தவன் அது எங்கிருந்து வருகிறது என்றும் அறிந்து வைத்திருந்தான்.. நிமிர்ந்து தன் முதுகுக்கு பின்னே நிற்பவளை பார்த்தான் வெண்பஞ்சு போன்ற மென்மையான தேகம் கொண்டவள் மனமும் அது போல தான்.. தண்ணீரில் விழுந்த ஒரு குழந்தையின் சிறு பந்தை எடுக்க தன் உயிரையும் பொருட்படுத்தாமல் குதித்தவள் ஆயிற்றே.. அன்று விழுந்தவன் தான் இன்று வரை அந்த நினைவுகளின் சுழற்சியில் விழுந்து கிடக்கிறான்.. அந்த உன்னதமான உணர்வில் இருந்தவனின் காதருகில் "டேய் எருமை மாடு எழுந்து தொலைடா எவ்வளவு நேரம் தான் உன்னை எழுப்புறது? ஆபிஸ் கிளம்பனும் சீக்கிரம் எழுந்துரு" என்று ஓங்கி மிதித்தான் மைத்ரேயன்.

அவன் மிதித்ததில் தூக்கம் கலைந்து எழுந்தவன் தன் சிகையை ஒருமுறை அழுத்த கோதியவனாய் தன் நண்பனின் முகம் பார்த்தான் அசடு வழிய..

“என்ன இன்னைக்கும் அதே கனவா?”

ஆம் என்று தலையாட்டியவனை உன்னை என்ன செய்தால் தகும் என்பது போல் பார்த்து வைத்தான் மைத்ரேயன்.

“ஏன்டா அந்த பொண்ணு யார்ன்னு தெரியாது, எந்த ஊருன்னு தெரியாது ஆனா மூனு மாசமா கனவு மட்டும் கண்டுக்கிட்டு இருக்க.. நீயும் அங்க இருந்து தேடிட்டு தான் இருந்த ஆனா பலன் என்ன? அதுக்கு அப்பறம் அந்த பொண்ணு ஜாடையில யாரையாவது பார்த்தா பின்னாடியே ஓடுற.. நீ இங்க வந்த வேலையை விட்டுட்டு அந்த பொண்ண தேடுறதையே வேலையா வச்சி இருக்க.. ஆனா கண்டுபிடிக்க முடிஞ்சதா? அந்த பொண்ணு உன் வாழ்கையில வரனும்னு இருந்தா கண்டிப்பா

வருவா.. இதையெல்லாம் கொஞ்ச நாள் ஒதுக்கி வச்சிட்டு உன் வேலையும், உன்னோட கனவையும் பாரு.. தேவையில்லாத கனவ விடு" என சொல்லி விட்டு செல்பவனை பார்த்தவன் ‘அவன் சொல்வதும் சரி தானே? அவளைக் கண்ட நாள் முதல் இங்கு வந்த வேலையை மறந்து விட்டு சாலை எங்கும் நேற்று வரை அவளை தேடி அலைந்தேன் தானே? அவன் சொல்வதில் நியாயம் இருக்க தானே செய்கிறது! அலுவலக வேலையை கிடப்பில் போட்டது என்னுடைய கனவு உலகமான டாக்குமென்டரி பணியை கிடப்பில் போட்டது என அனைத்தையும் செவ்வனே செய்து கொண்டு இருப்போம் அவன் சொல்வது போல் அந்த வெள்ளை மேக பெண் எனக்கானவள் என்றால் என்னை வந்து சேர்வாள்’என்று ஒரு முடிவெடுத்தவனாய் எழுந்துத் தன் அலுவலகம் நோக்கி புறப்பட்டான் பிரதியுமன் நம் நாயகன்..

பிரதியுமன், 28 வயது ஆணழகன் என்றே சொல்லலாம்.. அவனைச் சுற்றி பெண்கள் கூட்டம் எப்பொழுதும் இருக்கும் மாயகண்ணன்.. சிரிப்பில் மற்றவர்களை கவரும் கள்ள சிரிப்பழகன்.. பிரபல மென் பொருள் நிறுவனத்தில் சாப்ட்வேர் என்ஜீனியராக பணிபுரிந்து வருகிறான்.. சிறு வயதில் இருந்தே டாக்குமென்டரி எடுப்பதில் ஆர்வம் அதிகம் ஆதலால் பணி இல்லாத நாட்களில் பிடித்த ஊருக்கு அதன் சிறப்புகளைப் பற்றி அறிய தன் மடிக்கணினி சகிதம் கிளம்பி விடுவான்.. அப்படி இம்முறை சென்ற இடத்தில் தான் அவளை பார்த்தான்.. சரி இவனை பற்றிய இன்னும் சில விவரங்கள் சொந்த ஊர் சென்னை கந்தசாமி- தெய்வானையின் ஒரே புதல்வன் அதனால் ஏகபோக செல்லம்..அதே சமயம் கண்டிப்பும் உண்டு.. படிப்பு, விளையாட்டு, சுட்டி தனம் அனைத்திலும் முதலிடம்..

குருசாமி - விஜி கந்தசாமியின் தங்கை குடும்பம் அவர்களுக்கு இரு செல்வங்கள் மைத்ரேயன், அனன்யா.. மைத்ரேயனும் பிரதியுமனும் சிறு வயதில் இருந்தே ஒன்றாக படித்து, வளர்ந்து, இப்பொழுது வேலை நிமித்தமாக தனி தனியாக பணியாற்றி வருகின்றனர்.. ஆனால் வசிப்பது பெங்களூரில் ஒரே வீட்டில்..அனன்யா, கல்லூரி முதலாம் ஆண்டு படிக்கிறாள் அவள் பெற்றோருடன் சென்னையில் வசிக்கிறாள்..

அவசர அவசரமாக கிளம்பியவர்கள் தங்களது காரை எடுத்து கொண்டு வந்தவர்களின் வழியில் மறித்திருந்தனர் காவல் துறையினர்.. தூரத்தில். அதைக் கண்டு பயந்து நடுங்கினான் பிரதியுமன்..

“டேய் மைத்து போலீஸ்டா வேற பக்கமா போகலாம்.. காரைத் திருப்புடா”

“ஷட் அப் பிரதி மற்றத்துக்கு எல்லாம் தைரியமா இருக்க..போலீஸ் பார்த்தா மட்டும் ஏன் இப்படி பயந்து நடுங்குற?" என்றான் கோபமாய்.

"அது ஏன்னு உனக்கு தெரியாதா மைத்து?.. பத்து பேர் அடிக்க வந்தா கூட சமாளிக்கிற எனக்கு இவங்கள பார்த்தா மட்டும் நடுங்குது" என்றான் பாவமாய்.

அவனை முறைத்தவன்" சர் அது சின்ன வயசு.. இப்ப உங்களுக்கு என்ன வயசாகுதுன்னு நியாபகம் இருக்கா?"

“அதெல்லாம் நல்லா நியாபகம் இருக்கு, நீ என்னை முறைக்காம காரை திருப்பு டைம் ஆச்சு"

“சரி போய் தொலைக்கிறேன்"என்று சலித்தவாறு வேறு திசையில் திருப்பினான் மைத்ரேயன்.

அடுத்த இருபது நிமிடங்களில் பிரதியுமனை அவன் அலுவலகத்தில் இறக்கி விட்டு விட்டு தான் வேலை செய்யும் தொலைக்காட்சி அலுவலகத்தை அடைந்திருந்தான் மைத்ரேயன்.

அவன் சென்ற நேரம் அவனது அலுவலகம் வழக்கத்தை விட பரபரப்பாக இயங்கி கொண்டு இருந்தது..அதற்கான காரணத்தை அறிய எண்ணியவன் நேராக அவனது மேலதிகாரி அறைக்கு அனுமதி வாங்கிக் கொண்டு உள்ளே நுழைந்தான்.

விக்ரமன், சீப் எடிட்டர் ஐம்பது வயது ஆனாலும் கம்பீரம் குறையாமல் இன்றும் வெற்றிகரமாக தன்னுடைய செய்தி சேனலை நடத்தி கொண்டு வருகிறார்.. உண்மை நிலவரத்தை தருவதால் பல எதிர்ப்புகள் வந்தாலும் அதனை திறமையாக சமாளித்து வருகிறார்.. எதிலும் நிதானமாக செயல்படும் அவர் இன்றும் சிறு வயது பையனாக உற்சாகமாக ஓடியாடி வேலை பற்றி விவரித்து கொண்டிருந்தார்.அதனை அதிசயமாக பார்த்து கொண்டிருந்தவனின் கண்கள் அனிச்சையாய் கணினியில் அவளை கண்டது.. கண்களில் கூர்மை, உதடுகளில் ஏளனம், அவள் உடுத்தி இருப்பதால் அந்த உடைக்கு கம்பீரம் வந்ததோ என்று எண்ணும் அளவிற்கு இருந்தது.. அவன் எண்ண ஓட்டத்தை புரிந்து கொண்டாரோ என்னவோ "மைத்து வாட் ஹபன்? நான் இன்னைக்கு உனக்கு என்ன வேலை தரப்போறேன்னு கண்டுபிடிச்சிட்ட போலையே?"

"எஸ் சர், இன்னைக்கு அம்புத்ரா ஐ.பி.எஸ் இங்க வரப்போறாங்க கேரளால பதுங்கி இருந்த இரண்டு தீவிரவாதிகளை சுட்டு கொன்னதுக்காக பாராட்டு விழா அதுவும் இல்லாம இன்னைக்கு இந்த சிட்டிக்கு அசிஸ்டெண்ட் கமிஷனராக பொறுப்பேற்க போறாங்க அதை பற்றி கவர் பண்ணனும் அண்ட் ஒரு இன்டர்வியூ அதானே சர்?"

"எஸ் மை பாய், யூ ஆர் கரெக்ட் அவங்க நேர்மை என்னை வியக்க வைக்கும் பெற்ற தந்தையாக இருந்தாலும் யாராக இருந்தாலும் அவளின் பார்வை ஒன்று மட்டுமே அது நியாயம் ஒன்றே அந்த விசயம் தான் என்னை ரொம்ப வியக்க வச்சது.. அந்த பொண்ணு கிட்ட இருந்து நான் நிறைய கத்துக்கிட்டு இருக்கேன் இந்த 25 வயசுல இவ்வளவு சாதிக்க முடியுமானு நான் வியந்து இருக்கேன்.. சரி நீ நம்ம கேமராமேனை கூட்டிக்கிட்டு சீக்கிரம் கிளம்பு பன்சுவால்ட்டி ரொம்ப முக்கியம் மைத்து..10.30 க்கு புரோகிராம் ஆரம்பிக்கும் நீ கிளம்பு" என்று அவனை அனுப்பி வைத்தார்.

போலீஸ் தலைமையகம்.. நேரம் காலை 9 மணி.. பரப்பரப்பாக இயங்கி கொண்டிருந்தது.. அவளின் செயல்கள் மக்கள் மத்தியில் அவளுக்கு நற்பெயரையும் கூடவே ஆச்சரியத்தையும் விளைத்து

இருந்தது..அவளின் வருகைக்காக மக்கள் காத்திருந்தனர்.. இந்த காட்சி சிலருக்கு சந்தோஷத்தை அளித்தாலும் சிலருக்கு கோபத்தை தூண்டும் என்பதை நான் சொல்லி தெரிய வேண்டியதில்லை.. சிறு வயதில் பெயரும் புகழும் அடைந்திருக்கும் அந்த இளம் மங்கையினை எதிர்பார்த்து பெரிய பெரிய அதிகாரிகள் கூட காத்திருப்பதை கண்டு கோபம் வர தானே செய்யும்? விழா நிகழ்ச்சிகள் ஆரம்பம் ஆனது ஆனாலும் நம் விழா நாயகி வருகை தரவில்லை கூடியிருந்தவர்கள் மத்தியில் சலசலப்பு ஏற்பட்டது. அவளுக்கு ஏதேனும் பிரச்னை வந்து இருக்குமோ? அல்லது அந்த தீவிரவாத கும்பலால் ஏதாவது ஆபத்து வந்து இருக்குமோ? என்று எண்ணமே மேலோங்கியது.. ஆனால் அவளைப் பற்றி அறிந்தவர்கள் அவளைப் பற்றிக் கவலை கொள்ளவில்லை மாறாக அவளின் கையில் ஒருவேளை யாராவது சிக்கி இருந்தால் அவர்களின் நிலை கவலைக்கிடமே என்பது தான் நிதர்சனமான உண்மை என்பதையும் அறிந்து வைத்திருந்தார்கள்..

இங்கே இப்படி இருக்க மைத்ரேயன் அலைபேசி அழைத்தது யார் என்று எடுத்து பார்க்கையில் பிரதியுமன் தொடுதிரையில் அழகாக சிரித்து கொண்டு இருந்தான்..வேலை நேரத்தில் தேவையில்லாமல் தொந்தரவு செய்ய மாட்டான் என்பது அவனுக்கு தெரியும் ஆதலால் என்னவென்று கேட்க அழைப்பை ஏற்றவன் எதிர்முனையில் கேட்ட சத்தத்தில் என்ன செய்வது என்று புரியாமல் ஸ்தம்பித்து நின்றான்..

"மைத்து லைன்ல இருக்கியா?"

"ஆ.. ஆங் இருக்கேன்.. என்னடா பண்ணி வச்ச ஏன் இப்படி மாட்டி இருக்க?"

"ஏய் நான் மாட்டல ஆனா என்னால நம்ம அஸ்வின்(உடன் பணிபுரிபவன்) மாட்டி இருக்கான்டா"

அதைக் கேட்டதும் சற்றே நிதானித்தவனாய் "அவனுக்கு வாய் கொழுப்பு இரண்டு அடி வாங்கினா சரி ஆயிடும் நீ போய் வேலைய பாரு" என்று கடுகடுத்தான்.

“மைத்து என் செல்லம்ல அவன் என்னால தான் அவங்க கிட்ட போய் மாட்டி இருக்கான் நீ வாடா உன்னால தான் அவன காப்பாற்ற முடியும்"

அதில் எரிச்சலுற்றவன்" பிரதி ஐ காட் டூ இட்.. நீயே ஏதாவது பண்ணிக்கோ"என்று அவன் பேச வருவதை கூட பொருட்படுத்தாமல் அழைப்பை துண்டித்தான்.

அங்கே.. "என்ன இவன் இப்படி பண்ணிட்டான்? காலையில இருந்து இவன் ரொம்ப பண்றான்.. அவன.. வீட்டுக்கு வரட்டும் ஒருகை பார்க்குறேன் என்று தனக்குள் பேசிக் கொண்டவன் தன் மற்றொரு நண்பனை காக்கும் வழியறியாது நின்றிருந்தான்."

ஒரு நொடி அவன் நண்பனை திரும்பி பார்த்தவனின் மனது கணக்க தொடங்கியது 'என்ன அடி அடிக்கிறா அந்த பொண்ணு? ஏன் அத்தனை பேர அடிக்கிறான்னு நான் தான் கேட்டேன் பொண்ணுனு சொன்னதும் நான் போய் கேட்கிறேன்னு வீராப்பா போனான் இப்ப அடி வாங்கிட்டு இருக்கான்.. ஆனா எவ்வளவு முயற்சி செய்தும் அவள் முகத்தை காண முடியவில்லை.. போலீஸ் வேற அங்க இருக்காங்க இல்லன்னா நானே போய் அவன காப்பற்றி இருப்பேன்.. பாவம் அஸ்வின் இந்த மைத்து வேற நேரம் பார்த்து சதிப் பண்றான் "என்றுக் கறுவி கொண்டு இருந்தவனின் அருகில் ஒரு குரல் யார் என்று பார்த்தவனின் கால்கள் அனிச்சையாய் ஒர் அடி பின்னே நகர்ந்தது, பேச நா எழாமல் சதி செய்தது.. எதிரில் இருப்பவரின் கண்களோ அவனையே பார்த்துக் கொண்டு இருந்தது அதில் ஒரு நொடி யோசித்தாலும் தன் நண்பனின் நிலையை எண்ணியவன் எதிரிலிருந்த நபரை நோக்கி தன் பார்வையை வீசியவாறு முன்னேறி சென்றான்..அவனின் அந்த செயல் அந்த பார்வை எதிரில் இருந்த அந்த நபரை என்ன செய்ததோ தெரியவில்லை ஆனால் அவரின் நிலையை அறிந்த

பிரதியுமனோ தன் நண்பனை காக்கும் வழி கிடைத்து விட்டதை எண்ணி மகிழ்ச்சி அடைந்தான்..

யார் அந்த நபர்? அவரை கண்டு இவன் சந்தோஷம் கொள்ள காரணம் என்ன? நண்பனின் நிலை என்னவாகும்?

அம்புத நல்லாள் - 2

தன் நண்பனை காப்பது எவ்வாறு என்று யோசித்து கொண்டு இருந்தவனின் பின்னே ஒர் உருவம் வந்த தொடவும் முதலில் பயந்தவன் பின்னே அந்த உருவத்தை நோக்கி மகிழ்ச்சியுடன் நடக்கலானான் பிரதியுமன்.

“ஏய் பிரதி வாட் ஆர் யூ டுயிங் ஹியர்? அதுவும் ஆபீஸ் டைம்மிங்ல?" என்றார் அந்த உருவத்துக்கு சொந்தகாரர்.

“ஹாய் விக்ரமன் சர், ஹாவ் ஆர் யூ?"

“நான் நல்லா இருக்கேன் பிரதி.. நீ இங்க என்ன பண்ற? அதுவும் இந்த நேரத்துல?"

“அது வந்து.. நான்.. நாங்க ஜஸ்ட் கேம் டு ஹேவ் ஏ காப்பி இன் கேண்டீன்.. ஆனா அதுக்குள்ள.. அது வந்து சர் ஐ நீட் ஏ ஹெல்ப்.. உங்க கிட்ட இருந்து" என்று வார்த்தைகளை மென்று முழுங்கினான்.

“ஹேய் பீல் ப்ரீ மேன்.. நான் என்ன செய்யணும்?"

“சர் என்னோட பிரண்ட் அஸ்வின் அதோ அங்க பாருங்க அந்த தெரியுற பொண்ணு கிட்ட மாட்டிக்கிட்டு இருக்கான் அவன் எந்த தப்பும் செய்யல சர்.. அங்க போலீஸ் இருக்காங்க சோ என்னால அங்க போக முடியல நீங்க தான் அவனை காப்பாற்றனும்"

அதைக் கேட்டு பலமாக சிரித்தவர் “இன்னுமா நீ போலீஸ் இருக்க பக்கம் போக மாட்டேன்ற..பீ பேரேவ் மேன்"

அதற்கு அசட்டு சிரிப்பு ஒன்றை சிந்தியவன் “சர்.. இதுக்கு இப்ப தான் நேரமா?"

“சரி சரி வெயிட் பண்ணு அங்க என்ன நிலைமைனு பார்த்துட்டு அவனை கூட்டிட்டு வரேன்"என்று கூட்டத்தின் நடுவே சென்று மறைந்தார் விக்ரமன்.

'போனவர ஆளையே காணோம்? அவரும் அங்க மாட்டிக்கிட்டாரா? ச்சே ச்சே அவர் பெரிய சேனல் ஹெட் ஆச்சே அவர் ஏன் மாட்ட போறாரு? கூட்டிக்கிட்டு வருவாரு.. நீ ஏன் பிரதி கவலைப்படுற' என்று அங்கே எட்டிப் பார்த்து கொண்டே யோசித்து கொண்டு இருந்தான்.

அங்கே சென்றவரின் நிலையை பார்ப்போமா?

கூட்டத்தின் இடையே சென்றவர் அங்கே இருந்த பெண்ணை பார்த்து மகிழ்ச்சியடைந்தார்.. யார் விழாவிற்கு சிறப்பு விருந்தினராக அழைக்கப்பட்டு இருந்தாரோ அவளே தன் எதிரில் ஆனால் ருத்ர காளியாய் நின்றிருந்தாள். ஆம் அங்கே அவர்களை அடித்து துவைத்து கொண்டு இருந்தது நம் நாயகி அம்புத்ரா.

அனைவரையும் காவல்துறை வாகனத்தில் ஏற்ற முற்பட்ட பொழுது சுதாரித்த விக்ரமன் அவள் முன் சென்று நின்றார்.. அவரைப் பார்த்து மரியாதை நிமித்தமாக குறுநகை பூத்தவள் "நீங்க எங்க இங்க? பங்கஷனுக்கு போகலையா?"

அவள் கேட்ட விதத்தில் சிரித்தவர் "விழா நாயகியே இங்க இருக்கும் போது நான் அங்க போய் என்ன பண்றது அசிஸ்டெண்ட் கமிஷனர் மேடம்?"

"நான் சீக்கரம் வந்து இருப்பேன் ஆனா அதுக்குள்ள இதோ இருக்கானுங்களே இவனுங்க பார்க்க தான் சின்ன பசங்க மாதிரி இருக்காங்க ஆனா செய்த வேலை என்ன தெரியுமா?" என்றாள் ரௌத்திரம் பொங்க.

அதில் கலக்கமடைந்தவர்" என்ன ஆச்சு மேடம்? ஏனி ப்ராப்ளம்?"

“ ஆமாம்.. இங்க இருந்த ஒரு ஸ்கூல் படிக்கிற பொண்ண லவ் பண்ண சொல்லி பின்னாடியே போய் டார்ச்சர் பண்ணி இருக்காங்க.. இது அந்த பொண்ணு வீட்டுக்கு தெரிஞ்சு இவங்கள கண்டிச்சி இருக்காங்க ஆனா அது பொறுக்காத இவனுங்க அந்த பொண்ணு மேல ஆசிட் வீச நினைச்சி இருக்காங்க இதைப் பார்த்து சுதாரித்த அந்த பொண்ணு கையை வச்சி தட்டி விட்டு இருக்கா அப்படி பண்ணதுனால வீச வந்தவன் மேலையே கொட்டி அவன ஹாஸ்பிடல் கூட்டிக்கிட்டு போயாச்சி"என்று பேசி கொண்டு இருந்தவளை இடைமறித்தார் விக்ரமன்.

“ஆனா இதெல்லாம் நடக்கும் போது நீங்க எங்க இருந்தீங்க?" என்றவரை வெற்று பார்வை வீசியவள் “இந்த பசங்க அந்த பொண்ண பார்க்கும் பார்வை சரியில்லைன்னு வண்டில இருந்து பார்க்கும் போதே தெரிஞ்சிது நான் பார்த்த நேரம் சிக்னல் விழுந்து இருந்தது சோ பிடிச்சிட்டேன்"என்றாள் தோளை குலுக்கியவாறு.

சரி என்று நகர போனவருக்கு அப்பொழுது தான் தன்னை எதற்காக இங்கே அனுப்பி வைத்தான் என்பதே நினைவுக்கு வந்தது.. அதை செயல்படுத்த எண்ணியவர் காரில் ஏற போனவளை தடுத்து நிறுத்தினர்.. அவரை என்னவென்று அவள் நோக்க “மேடம் அதோ அங்க இருக்கானே அவன் இவங்க கூட சேர்ந்தவனா?"

அவரை ஒருமுறை உற்று நோக்கியவள் "ஏன் அவனை உங்களுக்கு தெரியுமா?"

அந்த கேள்வியில் தன்னை கண்டுகொண்டாளோ என்பது போல் நெளிந்தார்” ஆமா தெரியும்.. இவன் எனக்கு தெரிஞ்சவன் தான்.. இவன எதுக்காக அடிச்சி இருக்கீங்கனு தெரிஞ்சிக்கலாமா என நெளிந்தார்
“ இவனா.. இவன் இவங்க கூட சேர்ந்த ஆள் இல்லன்னு எனக்கு எப்பவோ தெரியும்"

“தெரியுமா? அப்பறம் ஏன் அவனையும் இவங்க கூட உட்கார வச்சி இருக்கீங்க?" என்றார் சந்தேகமாய்.

“அங்க இருந்து வேடிக்கை பார்க்க வந்தவன் என்னை இம்ப்ரஸ் செய்ய நினைச்சு ஓவரா வழிஞ்சான் அதனால கொஞ்சம் பயம்காட்ட இரண்டு அடி அடிச்சி உட்கார வச்சி இருக்கேன்.. நான் யூனிபார்ம் போடாம இருக்கவே நான் யாருன்னு தெரியாம என்கிட்டயே இவனுடைய ப்ளேபாய் வேலையே காண்பிச்சா சும்மா விட முடியுமா?" என்றாள் சிரித்தவாறு.

"நோ நோ அவன் அப்படிப்பட்டவன் இல்லை மேடம் அவன் பிரண்ட் கேட்டான்னு இங்க என்ன நடக்குதுன்னு பார்க்க வந்தான் அவ்வளவு தான்.. இந்த ஒரு தடவை அவனை மன்னிச்சு விட்டுடுங்க.."

"ஓ பிரண்ட்காக வந்தாரா? ஏன் அந்த சர் இங்க வந்து பார்க்க மாட்டாரோ? அவ்வளவு திமிரா?"

“நோ நாட் லைக் டட் மேடம் அவனுக்கு போலீஸ்ன்னா கொஞ்சம் பயம் அதனால ஜஸ்ட் கேட்டு இருக்கான் இந்த ஆர்வ கோளாறு இங்க வந்து உங்ககிட்ட மாட்டிகிட்டான்.. சோ இவன் மேல எந்த தப்பும் இல்லை.. இவனை விடலாமே?"

"விடுறேன் ஆனா இன்னொரு தடவை இந்த மாதிரி எங்கையாவது மாட்டினா அப்பறம் நான் என்ன செய்வேன்னு தெரியாது.. கூட்டிக்கிட்டு போங்க.. எனக்கு டைம் ஆச்சு நீங்களும் சீக்கரம் வாங்க "என்று மின்னலென காரில் புறப்பட்டு விட்டாள் அம்புத்ரா.

அவள் சென்றதும் அஸ்வினை அழைத்து கொண்டு பிரதியுமன் இருக்கும் அவன் அலுவலக வளாகத்தின் அருகே சென்றார் விக்ரமன்.

அவனைப் பார்த்ததும்" சாரிடா நான் வேணும்னே எதையும் செய்ய நினைக்கல.. என்னை மன்னிச்சிடு" என்றான் மனம் வருந்தியவனாய்.

அதைக் கண்ட அஸ்வினோ "மச்சான் விடுடா உன்னால ஒரு அழகான பொண்ணோட தரிசனம் கிடைச்சது ஆனா என்ன அவ அசிஸ்டெண்ட் கமிஷனராம்"

"என்னது? அதான் அந்த அடி அடிச்சாங்க போல? மச்சான் உன் கன்னம் இப்படி சிவந்து போய் இருக்கு? உன் அழகே போச்சேடா"

" என்னது.. என்னடா சொல்ற? அய்யய்யோ இப்ப நான் என்ன பண்ணுவேன்? இனி நான் எப்படி பொண்ணுங்கள சைட் அடிப்பேன்? ஐய்யகோ இது என்ன எனக்கு நேரத்த கொடுமை? இதைக் கேட்க ஆளே இல்லையா?" என்று நடித்து கொண்டு இருந்தவனை சிரித்தவாறே விலக்கி விட்டு "பிரதி எனக்கு டைம் ஆச்சு இந்த ஜோக்கர ஹாஸ்பிடல் கூட்டிக்கிட்டு போகணுமே? நான் டிராப் பண்ணவா?"

"நோ சர் தாங்க்யூ எங்க ஆபிஸ்ல இருக்க டாக்டர் கிட்ட கூட்டிகிட்டு போறேன்.. நீங்க கிளம்புங்க நான் பார்த்துக்கிறேன்.. அண்ட் சர் தாங்க்யூ வெரி மச்"

அதேநேரம் மைத்ரேயன் அவருக்கு அழைப்பு விடுக்கவும் "சீ உன் கசின் தான்.. நான் கிளம்பறேன் பிரதி டேக் கேர்"என்று கிளம்பி விட்டார்.

அங்கே,
விழா அரங்கிற்குள் கிட்டதட்ட அனைவரும் வந்தாயிற்று ஆனால் விழா நாயகி இன்னும் வரவில்லை.. நேரமோ கடந்து கொண்டு இருந்தது.. அனைவரின் தலையும் விழா அரங்கின் வாயிலை நோக்கி கொண்டு இருந்தன.. அவளை எதிர்பார்த்து காத்திருந்த அனைவரும் அவளின் வாகனம் வந்துவிடவே மனித கண்களும், கேமரா கண்களும் அதையே உற்று நோக்கினர்.. அதிலிருந்து இறங்கிய அவளின் அழகும் கம்பீரமும் சுற்றிருந்த அத்தனை கண்களையும் ஈர்க்காமல் இருந்தால் தான் அதிசயம்.. தலையில் அணிந்திருந்த தொப்பியை சரிசெய்தவாறு சுற்றிருந்த மக்களை

எடைப்போட்டாள்.. அதில் பத்திரிக்கையாளர் கூட்டத்திற்கு சற்றும் சம்மந்தம் இல்லாமல் இருந்த ஒருவரை கைகாட்டி அழைத்தவள் வேறு எதுவும் பேசாது அவனை விழா முடியும் வரை தகுந்த பாதுகாப்பில் ஒர் அறையில் இருத்தி வைக்க சொன்னாள்.. அவள் சொன்னால் ஏதேனும் காரணம் இருக்கும் என்று அறிந்த அவளுடன் பணிப்புரிபவர் மறுபேச்சின்றி அவனை அழைத்து கொண்டு சென்று விட்டார்..

அதன்பின் விழா மேடையில் அமர்ந்திருந்த உயர் அதிகாரிகள் அனைவருக்கும் மரியாதை செலுத்தி விட்டு அவளுக்கான இருக்கையில் அமரும் வரை அவளையே பின்தொடரந்து கொண்டு இருந்தது ஒரு ஜோடி கண்கள்.. அந்த கண்கள் அவளைக் கண்ட நொடியில் இருந்து அவளை மட்டுமே காண்பேன் என்று அடம்பிடித்ததோ? என்று தன்னைத்தானே கேள்வி கேட்டு கொண்டான் அவன்.

அவளின் வீர தீர சாகசங்களை பற்றி பேசியவர்கள் முடிவில் அவளுக்கு பதவியேற்பு விழா நடந்து முடிந்தது.. அதன் பின் இவளை சில வார்த்தைகள் பேசுமாறு அழைத்தனர் அதனை ஏற்றவள் "அனைவருக்கும் வணக்கம், நான் நேரடியாக விசியத்திற்கு வருகிறேன்.. என்னை பொறுத்தவரை தவறு செய்தாலும் அதனை என்னிடம் நேரடியாக ஒப்புக்கொள்பவர் சிறந்தவர் மாறாக தவறே செய்யாமல் முழிக்கும் அதாவது பயந்து அப்பாவிகள் போல் நடிக்கும் மக்களை நான் அடியோடு வெறுக்கிறேன்.. இதனால் தவறு செய்பவர்களை நான் மன்னிப்பேன் என்று அர்த்தம் கொண்டால் அதன் என் தவறென்று.. அவர்களை என்னால் முடிந்த வரை திருத்த முயற்சி செய்வேன் முடியவில்லை எனில் அவர்களின் விதியை முடிக்கும் ஆயுதம் நானவேன்.. நன்றி"என்று சிரித்த முகமாக பேசியவளை கண்டு என்ன செய்வது என புரியாமல் மயான அமைதி காத்தனர் அனைவரும்.. குழுமி இருந்த அனைவரையும் பார்த்தவள் " நான் இன்னும் ஏதாவது பேசனுமா?" என்றதும் செய்வதறியாது கரகோஷம் எழுப்பினரே பார்க்கலாம்..

ஒரு வழியாக விழா முடிந்து அனைவரும் பணிக்கு திரும்பும் நேரம் பத்திரிகையாளர்கள் அவளை சூழ்ந்திருந்தனர்..

அவர்களின் கேள்விகளை சிரித்த முகமாக தவிர்த்தவள் பின்னர் பேசுவதாக கூறிவிட்டு விறு விறு என்று நடக்க ஆரம்பித்தாள்..அவளின் நடைக்கு ஈடு கொடுக்க முடியாதவர்கள் பின்தங்கி விட ஒருவன் மட்டும் அவளின் முன் நின்றான் மைக் சகிதமாக.

அவனை உற்று நோக்கியவள் ஆறடிக்கும் குறையாமல் இருக்கும் அவனின் உயரம், துறு துறு கண்கள், வசிகர முகம், பற்கள் அனைத்தையும் காட்டி சிரிக்கும் குழந்தைதனம், ஆஜானுபாகுவான உடற்கட்டு.. மொத்ததில் பெண்கள் ரசிக்கும் அழகன் தான் அவன்.. மைக் சகிதமாக நிற்கிறான் என்றால் பத்திரிகையாளர் என்று இலகுவாக கண்டுபிடித்து விடலாம்.. ஆனால் இவளின் இந்த நடையை இவனால் எப்படி விரட்டி பிடிக்க முடிந்தது? என்பதே அவளுக்கு ஆச்சரியமாக இருந்தாலும் அதனை வெளிக்காட்டாமல் முறைத்தப்படி "யார் நீங்க எதுக்காக வழியை மறித்து நிக்குறீங்க? என்றாள் சற்றே கடுமையாக.

“ அசிஸ்டெண்ட் கமிஷனர் மேடம் நான் யார்ன்னு நீங்க இன்னும் கண்டுபிடிக்கல இதை நான் நம்பணும் சரி நம்பிட்டேன்.." என்றான் குறுநகை பூத்தவனாய்.

அதில் உண்மையாகவே கோபம் கொண்டவள்" ஹலோ மிஸ்டர் இப்ப உங்களுக்கு என்ன பிரச்சனை எனக்கு நிறைய வேலை இருக்கு.. ஐ நீட் டூ கோ"

"சாரி மேடம் நான்..... இந்த செய்தி சேனலின் சீப் ரிப்போர்ட்டர் என்னோட பாஸ் உங்களோட பேட்டி ஒண்ணு கேட்டாரு நானும் குட்டிக்கரணம் அடிச்சாவது வாங்கிட்டு வரேன்னு சொல்லிட்டேன் சோ ப்ளீஸ்.. பேட்டி தருவீங்களா?"

செய்தி சேனலின் பெயரை கேட்டதும் சரி என சொல்ல நினைத்தவள் அவனின் வார்த்தைகள் தன் வயதுக்கே உரிய விளையாட்டுதனத்தை எட்டிபார்க்க செய்தது.. அவளுடன் பணிப்புரிபவர்களை அழைத்தவன் “சர் உங்களுக்கு குட்டிக்கரணம் அடிச்சா ரொம்ப பிடிக்கும் தானே இவர் செய்ய

போறாறாம் கரெக்டா செய்தா என்னோட ஆபிஸ் ரூமுக்கு கூட்டிக்கிட்டு வாங்க இல்லன்னா எவ்வளவு நாள் ஆனாலும் விடாதீங்க" என்றவள் அவனிடம் திரும்பி அடையாள அட்டையை எடுத்து அவன் பெயரை தெரிந்து கொண்டவள்" மிஸ்டர் மைத்ரேயன் சீக்கரம் முடிச்சிட்டு வாங்க 5 மணிக்குள்ள வந்தா நீங்க கேட்ட பேட்டி தரேன் இல்லன்னா அப்படியே ஓடிடுங்க." என்றவள் தன் அலுவலக அறை நோக்கி சென்றுவிட்டாள்.

தீவிரவாதிகளுக்கே சிம்ம சொப்பனமாக இருந்தாலும் அவளின் குறும்பு செய்கை இவனை கவரவே செய்தது.. செல்லும் அவளையே பார்த்து கொண்டு இருந்தவன் அவன் பின்னே நின்றிருந்த மற்றொரு காவல் அதிகாரியின் கொடூரமான விழியை கவனிக்க தவறிவிட்டான் மைத்ரேயன்..

அம்புத நல்லாள் - 3

அவளின் குறும்புதனத்தை ரசித்துக் கொண்டு இருந்தவன் பின் நின்ற மற்றொரு கொடூர விழயை கவனிக்க தவறிவிட்டான் மைத்ரேயன்..

"ஹலோ மிஸ்டர் அங்க என்ன பார்வை?" என்றது அந்த உருவம்.

யார் என்று திரும்பி பார்த்தவனின் கண்களில் அந்த நகரத்தின் டிசிபி உதயன் இவனை கொடூரமாக முறைத்துக் கொண்டு நின்றிருப்பது தெரிந்தது.

'இவரு எதுக்கு இப்ப நம்மள முறைசிட்டு இருக்காரு? ஏற்கனவே நம்மளுக்கும் இவருக்கு ஆகாது இப்ப என்னன்னு தெரியலையே?' என்று யோசித்து கொண்டு இருந்தவனை கலைத்தது உதயனின் குரல்.

"ஹலோ உங்களை கேட்டேன் அங்க என்ன பார்வை? வந்த வேலையை பார்க்காமல் இங்க என்ன வெட்டி பேச்சு?"

"வணக்கம் டிசிபி சர் நலமா? நான் என் வேலைய தான் பார்க்குறேன் சர்.."

"ஓஓ.. அவங்க அசிஸ்டெண்ட் கமிஷனர் மிஸ்டர் மைத்ரேயன்.. நீங்க அவங்க கிட்ட பேசுற பேச்சும் பார்க்குற பார்வையும் சரியில்லை.. அதுவும் இல்லாம அவங்க ஒருமாதிரி.. அப்பறம் ஏன்டா பார்த்தோம்னு அவஸ்தைப்பட வேண்டி இருக்கும்" என்றார்.

"ஏன் சர் அனுபவம் பேசுதோ?" என்றான் கேலியாக.

அவனை முறைத்தவர்" இது உனக்கு தேவையில்லாத வேலை மிஸ்டர்.. இனி நீ அவள தேவையில்லாம பார்க்க கூடாது பேச கூடாது என்ன புரியுதா?"என்றார் கோபமாக.

"சர் நான் என் வேலை விசயமா பார்க்கலாம் பேசலாம் உங்களால என்னை தடுக்க முடியாது" என்றான் அவனும் பொறுமையாக ஆனால் அழுத்தமாக.

"உனக்கான வேலை இங்க இல்லை இது ஆபிஸ் ஏரியா மீடியா ஏரியா அங்க இருக்கு.. சோ கேட் அவுட்" என்றதும்

அம்புத்ராவுடன் பணிபுரியும் கதிர் "சர் மேடம் அவனுக்கு பனிஷ்மெண்ட் கொடுத்து இருக்காங்க" என்றவரை" நான் சொல்றேன்ல அவன் இங்க இருந்து போகட்டும்" என்றார் கோபமாக.

சரி என்று கிளம்ப எத்தனித்தவனை சிறிது சென்று மறித்தவர்" இங்க பாரு பர்சனலா உன்னை எச்சரிக்கிறேன் அவ எனக்கு தான்.. இனி அவ பின்னாடி உன்னை இந்த மாதிரி இளிச்சிக்கிட்டு திரியறத பார்த்தேன் உன்னை என்ன பண்ணுவேன்னு எனக்கே தெரியாது"(என்னது? எத்தனை பேர தான் சமாளிக்க போறாளோ?) என்று எச்சரித்தவரை கண்டு ஏளன புன்னகை வீசியவன் வேறு எதுவும் பேசாமல் அமைதியாக கேமராமேனையும் அழைத்து கொண்டு தான் வந்த வேலையை முடிக்காமல் சென்று விட்டான்.

தன் அலுவலகம் சென்றவன் தனக்கு இட்ட பணியை செய்ய முடியாமல் போனதை வருத்ததுடன் சொன்னவனை" நோ ப்ராப்ளம் மைத்து.. பீல் ப்ரீ இங்க தானே இருக்க போறாங்க பின்னர் பார்த்துக்கலாம்" என்று அவனை அனுப்பி வைத்தார்.

அதன்பின் தன் மற்ற வேலைகளை கவனித்தவன் மாலை அவன் பணி நேரம் முடியவும் அனைவரிடமும் சொல்லி கொண்டு கிளம்ப நினைக்கையில் பிரதியுமன் அழைப்பு விடுத்தான்.. அதைப் பார்த்தும் தான் காலையில் நடந்த நிகழ்வுகளும் அவன் தன்னுடைய காரை சர்வீஸ் விட்டு இருப்பதும் நியாபகம் வந்தது..அவன் அழைப்பை ஏற்றவன் "என்னடா வேலை முடிஞ்சதா?"

"அதெல்லாம் ஆச்சு.. சீக்கரம் வா.. நான் ரொம்ப நேரமா வெயிட் பண்ணிட்டு இருக்கேன் இந்த அஸ்வின வேற பார்த்துட்டு போகணும்" என்றதும்

"அஸ்வினுக்கு என்ன ஆச்சு?" என்றான் பதட்டமாய்.

"அவன் தான் பிரச்சனைல மாட்டிக்கிட்டான் வாடா ன்னு சொன்னேன்ல நீதான் வரவே இல்லையே அப்பறம் என்ன கேள்வி.. இப்ப நீ வரீயா இல்ல நான் கேப் பிடிச்சிட்டு போகவா?" என்றான் கோபமாய்.

"சரி சரி வரேன்"என்று அவசரமாய் அவன் அலுவலக வாளக வாசலில் நின்றான்.

முகத்தைக் கோபமாய் வைத்து கொண்டு அவன் கோபத்தை காரின் கதவை சாத்துவதில் காண்பித்தான் பிரதியுமன்.

" கோபமா இருந்தா அதை என் மேல காட்டு கார் என்ன பண்ணிச்சு?"

" எனக்கு இருக்க கோபத்துல உன்னை என்ன பண்ணுவேன்னு எனக்கு தெரியாது.. என்கிட்ட கொஞ்சம் நேரம் பேசாம இரு நானே சரி ஆயிடுவேன்"

சிரித்தபடி "சரி சர் பேசல போதுமா?"

"இப்ப எங்க வீட்டுக்கு தானே?" என்றவனை முறைத்தவன்" அஸ்வின் வீட்டுக்கு போ" என்று தன் முகத்தை கண்ணாடி பக்கமாக திருப்பி கொண்டான்.

'அவன் வீட்டுக்கா? கடவுளே நீ தான் என்னை காப்பாற்றனும்'

சிறிது நேரத்தில் அஸ்வின் வீட்டு வாசலில் இவனின் கார் ஹாரன் சத்தம் கேட்ட அடுத்த நொடி அவள் வந்து நின்றாள்.. அந்த முகத்தில் அவ்வளவு மகிழ்ச்சி.. தன் வாழ்க்கையின் பொன்னான நாளாக இதை உணர்ந்தாள்.. வானத்தில் இறக்கை

இல்லாமல் பறப்பதை போன்று உணர்ந்தாள்.. இதற்கெல்லாம் காரணம் அவன் தான் அவன் ஒருவனே.. அவர்களை வரவேற்றவள் தன்னவனை மட்டும் வழிமறித்து நின்றாள்.

"ஏய் வழி விடு.. நான் உள்ளே போகணும்"

"நான் உங்களை என்ன பண்ணேன் நீங்க போக வேண்டியது தானே?" என்றவளை முறைத்தவன் "நீ இப்படி மறிச்சிட்டு நின்னா நான் எப்படி உள்ளே போக முடியும்?"

"போகலாமே என்னை நகர்த்தி விட்டுட்டு நீங்க போங்க" என்றாள் கண்சிமிட்டியவாறு.

"அப்படி நான் உள்ளே போகணும்னு எந்த அவசியமும் இல்லை" என்ற அதே நேரம்" ஏய் அங்கே என்ன பண்ணிட்டு இருக்க வா உள்ளே" என்ற குரல் கேட்கவும் வேறு வழி இன்றி அவளை உரசாமல் வாயிற்படியை தாண்டி சென்றான்.

" என்ன அஸ்வின் இப்ப எப்படி இருக்கு?"

"நான் ஓகே தான்.. என்ன இந்த முகத்துல இருக்க கீரல் போக தான் கொஞ்ச நாள் ஆகும் போல.. அதுவரை நான் என்ன பண்ணுவேன்? எப்படி சைட் அடிப்பேன்? என் பேன்ஸ்க்கு நான் என்ன பதில் சொல்லுவேன்?"

"உனக்கு ஏன் இந்த தேவையில்லாத வேலை? எவ்வளவு காயம் பார்த்தியா? வீட்ல டாக்டர் ஒருத்தர் இருக்க கொழுப்பா?" என்றான் மைத்ரேயன்.

" பிரதி சொன்னான்னு பார்க்க போனேன்.. சீரியஸ்லீ அவ.. அந்த அசிஸ்டெண்ட் கமிஷனர் நல்ல அழகுடா ஆனா என்ன அவ நம்ம பாப்பாவோட பிரண்டாம்.. இத்தனை வருஷமா இது தெரியாமையே இருந்து இருக்கேன் பாரேன்" தன்னையே நொந்து கொண்டான்.

" டேய் அடங்குடா.. எனக்கும் தெரியும் அவங்க அழகுன்னு.. ஆனா தேவையில்லாம சீண்டினா நெருப்பு மாதிரி.. இன்னொரு விசயம் சொல்லவா? அவங்க பின்னாடி ஒரு கூட்டமே இருக்கும் போல இருக்கு.. காலையில என் வேலைய பார்க்க போன போது டிசிபி வந்து மிரட்றாரு.. என்கிட்ட நல்லவிதமாக நாலு வார்த்தை பேசினதுக்கே அப்படி" என்றவனிடம் என்ன சொல்வது என்று தெரியாமல் இருந்த அஸ்வின் பிரதியுமன் குரலில் அவன்புறம் திரும்பினான்.. அவ்வளவு நேரம் தன் கைபேசியில் ஆபிஸ் வேலையாக பேசி கொண்டு இருந்தவன் பேச தொடங்கினான் சம்மந்தமே இல்லாமல்

"நான் ஒரு ஐடியா சொல்லவா? என்றான் பிரதியுமன்.

"சொல்லு மச்சான்?"

"நீ ஏன் இந்த காயத்தை வச்சி ஒரு வீடியோ பண்ண கூடாது? லைக் நியூ ட்ரென்னு"

"ஆமால்ல தாங்க்ஸ் மச்சான்.. நண்பேன்டா"

"பாப்பா இவங்களுக்கு குடிக்க ஏதாவது எடுத்துட்டு வாடா.. அம்மா தான் வெளியே போயி இருக்காங்கல்ல வீட்டுக்கு வந்தவங்களுக்கு சாப்பிட எதுவும் ரெடி பண்ணாம இருக்க என்ன பழக்கம் இது?"என்று அஸ்வின் அவன் தங்கையை கடிந்து கொண்டான்.

அவன் சொன்னதும் தன்னையே கடிந்து கொண்டவள் குடு குடு என்று ஓடி சென்று மூவருக்குமாய் பழரசம் எடுத்து வந்து கொடுத்தாள்.

அவனுக்கு கொடுக்கைகயில் மட்டும் அவளுடைய இதயம் வழக்கத்திற்கு மாறாக வேகமாக துடிப்பதை உணர்ந்தாள்.. அவனுக்கும் அதே நிலை தான் ஆனால் ஏன் என்று புரியவில்லை.. அவள் கண்களை நேருக்கு நேர் பார்க்க முடியாமல் தடுமாறினான் அவன்.. அதன் பின் சிறிது நேரம் பேசிவிட்டு இரவு நேரம் நெருங்கி கொண்டு இருப்பதை

கூறிவிட்டு தங்கள் இருப்பிடம் நோக்கி தங்களின் பயணத்தை தொடங்கினர்.. அடுத்த சில நிமிடங்களில் தங்கள் வீட்டை அடைந்தவர்கள் தங்களுடைய இரவு உணவை தயாரிக்கும் பணி பிரதியுமனுடையது என்று அறிந்தும் அவன் கோபத்தை போக்க தானே அவனுக்கு பிடித்த உணவு வகைகளை தயாரித்து விட்டு உணவுண்ண அழைத்தான் மைத்ரேயன்.

ஏதும் பேசாமல் சாப்பிடும் அவனை பேச வைக்க எண்ணியவன் "ஏய் பிரதி என்ன ரொம்ப அமைதியா இருக்க உனக்காக தானே பார்த்து பார்த்து செய்து இருக்கேன் எப்படி இருக்குன்னு சொல்லலாம்ல?"

அதைக் கேட்டவன் "ஹங்.. உம் மூஞ்சி மாதிரி இருக்கு"

"ஓஓ அவ்வளவு நல்லாவா இருக்கு.. தாங்க்யூ" என்றவனை கொலைவெறியோடு முறைத்தவன் வேறு எதுவும் பேசாமல் மறுபடியும் சாப்பிட துவங்கினான்..அவனின் மனநிலையை பற்றி தெரிந்தவன் அவன் அருகில் சென்று" ஏய் பிரதி புரிஞ்சிக்கோடா எனக்கு தெரியும் உனக்கு போலீஸ்ன்னா பயம்ன்னு ஆனால் சொல்லு எத்தனை நாள் நான் இதுக்காக வர முடியும்? பல சமயம் பல பிரச்சினைகள் பல ரௌடிகள் கிட்ட இருந்து நீ என்னை காப்பாற்றி இருக்க.. ஆனா இந்த விசியத்தில் உன்னை ஏன் மாற்றவே முடியல? இன்னைக்கு விக்ரமன் சர் வந்தாரு இன்னொரு நாள் இப்படி நீயே மாட்டிக்கிட்டன்னு வைச்சிகோ அப்ப என்ன செய்வ?"

" அடேய் சாபம் விட்டுறாதடா.. ஏன் உனக்கு இந்த கொலைவெறி.. இந்த கூகுள் மேப்புல டிராபிக் எங்க இருக்குன்னு காட்டுறா மாதிரி போலீஸ் எங்க இருக்கான்னு காட்டினா நல்லா இருக்கும்ல"

" ஆமா ஊர் உலகத்துல தப்பு பண்றவன் எல்லாம் தப்பிச்சு போய்ட்டே இருப்பான்.. ஏற்கனவே லக்ஷணம்"என்றான் சலித்து கொண்டவனாய்.

" ஆமால்ல அதை ஏன் மறந்தேன்?"

" உனக்கு போலீஸ் உத்யோகம் பார்க்குற பொண்ணு தான் மனைவியா வர போறா.. அப்ப தான் நீ அடங்க போற" என்றான் அவனையும் அறியாமல்.

" டேய் டேய் ஏன் இப்படி? நான் நல்லா இருக்கறது உனக்கு பிடிக்கலையா? நான் அந்த பொண்ண தான் கல்யாணம் பண்ணிப்பேன்"

" எந்த பொண்ணு எங்கையோ பார்த்துட்டு பெயர் கூட தெரியாம இன்னைக்கு வரைக்கும் கனவுல பார்த்துட்டு இருக்கியே அந்த பொண்ணா? சரி உன்னை ஒன்னு கேட்கறேன் ஒருவேளை அந்த பொண்ணுக்கு கல்யாணம் ஆகி இருந்தா என்ன செய்வ? இல்லை வேற யாரையாவது லவ் பண்ணிட்டு இருந்தா என்ன செய்வ? இதையெல்லாம் யோசிச்சியா பிரதி.. கனவுலையே வாழ போறீயா?"

"ஏன்டா இன்னைக்கு அபசகுனமாக பேசணும்னே முடிவு பண்ணிட்டு தான் பேச ஆரம்பிச்சயா? நீ தானே காலையில சொன்ன அந்த பொண்ணு எனக்கானவள் ன்னா என்னை வந்து சேர்வான்னு?"

" ஆமா சொன்னேன்.. நீ டிவி பார்க்க மாட்ட சோஷியல் மீடியால்ல எப்போவாது தான் ஆக்டிவா இருக்க.. இப்ப இருக்க பசங்க எப்படி இருக்காங்க தெரியும் தானே..? அட்லீஸ்ட் அந்த பொண்ணு போட்டோ இருந்தாலாவது நான் எங்கையாவது பார்த்தா சொல்லுவேன்ல? என்றவன் திடீரென்று ஏதோ சொல்ல வாயெடுக்க

அவனை முந்தி கொண்டு "மைத்து நான் வேணும்னா அந்த பொண்ண வரையவா?" என்றான் ஆர்வமாய்.

"ஏய் ஆமால்ல நீ நல்லா வரைவல்ல.. மச்சான் சூப்பர் ஐடியா நீ ஆரம்பிச்சிடு அந்த படத்தை வச்சி சீக்கரம் இதுக்கு ஒரு முடிவு கொண்டு வருவோம்" என்றான் மகிழ்ச்சியாக.

"சரி நான் உன்கிட்ட ஒன்னு கேட்கணும்"

"என்ன பிரதி கேளு"

" நீ ஏன் அவ மனச புரிச்சிக்கவே மாட்டேன்ற?"

"யார சொல்ற?" என்றான் புரிந்தும் புரியாமல்.

" நிர்குணா.. அவ உன்கிட்ட ப்ரபோஸ் பண்ணி எத்தனை வருஷம் ஆச்சு? உனக்காக தானே இவ்வளவு நாள் வெயிட் பண்ணிட்டு இருக்கா? நீ ஏன் அவகிட்ட முகம் கொடுத்து கூட பேச மாட்டேன்ற? அவளுக்கு என்ன குறை?எனக்கு தெரியும் உனக்கும் அவள பிடிச்சி இருக்குன்னு.. அப்பறம் ஏன் ஒதுங்கி போற?"

அவன் கேட்ட கேள்வியில் நிர்குணாவின் அந்த அழகிய முகம் வந்து போவதை அவனால் தடுக்க முடியவில்லை.. அவளை முதன்முதலில் பார்த்த அந்த நாள் அவனின் நியாபகதிற்கு வந்தது..

அதேநேரம் தனது அலுவலகத்தில் இருந்து வெளியே வந்த அம்புத்ரா நேராக சென்ற இடம் மருத்தவமனை..

அங்கே அந்த பெண்ணின் மீது ஆசிட் வீச்சு நடத்த எண்ணிய அந்த பையனின் எதிரில் அதே போன்ற ஒரு ஆசிட் பாட்டிலுடன் அவன் விழிக்கும் நேரத்தை எதிர்பார்த்து கண்களில் குரூரத்துடன் அமர்ந்திருந்தாள் அம்புத்ரா.

தொடரும்.

அம்புத நல்லாள் - 4

தன் அலுவலகம் விட்டு கிளம்பி சென்றவள் நேராக அந்த ஆசிட் வீச்சில் தொடர்புடைய நபர்களை காண அவர்கள் அனுமதிக்கப்பட்டு இருந்த மருத்தவமனைக்கு சென்றிருந்தாள்..

அங்கே.. கை முழுவதையும் காயப்படுத்தி இருந்த ஆசிட் யின் வலியால் அவன் முனங்கி கொண்டு இருந்தான் அவன்.. அவன் கண் விழிக்கும் நேரத்தை எதிர்பார்த்து கண்களில் குரூரத்துடன் அமர்ந்திருந்தாள் அம்புத்ரா..

அவளின் கோப விழிகளை கண்ட மற்றவர்கள், மருத்துவர்கள், செவிலியர்கள் உட்பட அவளிடம் பேசவே தயங்கினர்.. மருந்தின் வீரியம் குறைந்து அவன் கண் முழிக்கும் நேரமும் வந்தது.. அவனின் கண் விழிகளின் அசைவை கண்டவளின் உதட்டில் ஒரு குரூர புன்னகை வந்தது..

கண் விழித்தவன் முதலில் கண்டது அவளை தான்.. ஏற்கனவே அவளின் செயலில் பயந்து இருந்தவன் தற்போது அவள் அமர்ந்திருந்த இடத்தையும் கைகளில் இருந்த ஆசிட் பாட்டிலை பார்த்ததும் மேலும் பயந்தான் அந்த பயத்தில் அவனையும் அறியாமல் கட்டிலில் இரண்டடி பின்னே நகர்ந்து அமர்ந்தான்..

"ப்ளீஸ் மேடம் என்ன ஒன்னும் செஞ்சிடாதீங்க.. இனி அந்த மாதிரி எதுவும் செய்ய மாட்டேன்"என கெஞ்ச ஆரம்பித்தான்.

"ஹே ரிலாக்ஸ் நான் உன்னை எதுவும் செய்யப் போவதில்லை நீ எதுக்கு என்ன கண்டு பயப்படுற?"

"இல்ல மேடம் இந்த ஆசிட் பாட்டில்.. அதே மாதிரி நீங்க வச்சுகிட்டு இருக்கீங்க.. அப்ப மாதிரி.. அந்த பொண்ணு மாதிரி.. இப்பவும் ஏதாவது செஞ்சா என்னால வலியை தாங்க முடியாது" என்று அவனின் வார்த்தைகள் தடுமாறியது.

இதைக்கேட்டதும் ஆங்காரமாய் சிரித்தவள்" இப்ப என்ன சொன்ன வலியா? அப்ப அந்த பொண்ணுக்கு இதே மாதிரி

தானே செய்யப் போன? அதுவும் முகத்துல? அப்போ அந்தப் பொண்ணுக்கு வலி என்ற உணர்வே இருக்காதா? காதலுக்கு சரி சொல்லன்னா ஆசிட் அடிப்பீங்களா? இந்த வயசுல அப்படி என்ன லவ்? இத்தனை வருஷமா உங்கள பெற்று வளர்த்து ஆளாக்கின உங்கள பெற்றவர்களுக்கு ஒரு நல்ல துணையை உங்களுக்கு தேடித் தர முடியாதுன்னு என்று நீங்கள் நினைக்கிறீர்களா? அவங்களுக்கு தெரியாதது உங்களுக்கு தெரிஞ்சிடுமா? பொண்ணுங்கள வெளியே அனுப்பவே சில பெற்றவங்க தயங்குறாங்க ஏன் தெரியுமா? உங்கள மாதிரி சில ஜென்மங்கள் இருப்பதால் தான்.. சரி இப்ப இந்த நிமிடம் இந்த பாட்டில்ல இருக்க ஆசிட்டை உன் முகத்துல கொட்டுறேன்னு வைச்சிகோ"என்று அந்த பாட்டிலில் இருந்ததை அவன் முகத்தில் நிமிடமும் தாமதிக்காமல் ஊற்றினாள்.. அதில் முகத்தில் பட்டதும் அவன் வலியில் துடித்தான் அவன் மட்டுமல்ல சுற்றி இருந்தவர்களுக்கும் அவன் அலறுவதை கண்டு பயந்தனர்.. சிறிது நேரம் அவன் அலறுவதை கண்டு ரசித்தவள் அவன் அருகில் சென்றாள், அவன் தோளில் கை வைத்ததும் மேலும் அலறியவன் "ஏய் தம்பி கண்ண திறந்து பாரு"
என்றதும் அவன் கண் திறந்து பார்த்தான் "என்ன பயந்துட்டியா? இது வெறும் தண்ணீ தான்..ஆனா இன்னொரு தடவை இதே மாதிரி தண்ணீ தான் உன்னோட முகத்துல கொட்டுவேன்னு நினைக்காத நான் கண்டிப்பா செய்ய மாட்டேன்.. என்ன புரியுதா?"என்று எச்சரித்தவள் திரும்பியும் பார்க்காது மருத்துவமனையை விட்டு வெளியேறினாள்.. அந்த நேரத்திலும் பத்திரிகை நிருபர்கள் அவளை சூழ "என்ன வேணும் உங்களுக்கு இன்னைக்கு தான் நான் இந்த சிட்டிக்குள்ளவே வந்து இருக்கேன் அதுக்குள்ள ஏன் என்னை இப்படி தொந்தரவு பண்றீங்க?"

"எங்களோட வேலையே இது தானே மேடம்" என்றார் ஒரு நிருபர்.

"அது சரி.. ஆனா இப்ப நான் என்ன பண்ணேன்னு இப்படி நிக்கறீங்க?" என்றாள் குறுநகை சிந்தியவாறு.

"இப்ப நீங்க செய்த, அதாவது சொன்ன அந்த விசியம்.. அது உண்மையா?"

" தெளிவா சொன்னா தானே எனக்கு புரியும்?"

"இல்லை மேடம் அந்த பையன் கிட்ட சொன்னீங்க இல்லையா ஆசிட் பத்தி..?" எனும் போதே அவரின் குரல் கம்மியது.

"ஏய் பீல் ப்ரீ.. நான் உள்ளே பேசின விசயம் இதுவரை வந்து இருக்குன்னா அங்க இருந்து உங்களுக்கு தகவல் சொல்ல ஆள் இருந்து இருக்காங்க.. பைன் நல்லா கேட்டுக்கோங்க இனி இங்க வன்புணர்வோ அல்லது இது போன்ற ஸ்டால்கிங்(stalking) செய்தாலோ கடுமையான அதாவது மரணத்திற்கு நிகரான தண்டனை நான் தருவேன்..எனக்கு இன்னும் சில வேலைகள் இருக்கு நான் கிளம்பறேன்"என்று அதன்பின் நான்கடி பாய்ச்சலில் தனது வாகனத்தில் ஏறி அலுவலகம் சென்றாள்.. அங்கே காலையில் விழா நேரத்தில் பிடித்து வைத்து இருந்தவனை காண சென்றாள்.. அவனோ கண்களில் துளியும் பயமில்லாமல் அமர்ந்திருந்தான்.

"என்ன கதிர் சர் யாராம்? ஏதாவது சொன்னாரா?"

"இல்லை மேடம் நீங்க எதுவும் செய்ய கூடாதுன்னு சொன்னதுனால நான் அடிக்கல.. கேட்டு பார்த்தேன் எதுவும் பேசல மேம்" என்றார் கதிர் சற்று கோபமாய்.

"ரிலாக்ஸ் கதிர் நான் கேட்டு பார்க்கிறேன்"என்று அவன் அருகில் சென்று அமர்ந்தாள் அம்புத்ரா.

"யார் நீ? எதுக்காக இந்த கூட்டத்துக்கு வந்த? அண்ட் இந்த கன்? என்று அவன் இடுப்பில் மறைத்து வைத்திருந்த துப்பாக்கியை எடுத்தாள்.."என்னை கொல்ல வந்தியா?"என்றாள் புருவத்தை உயர்த்தியவாறு.

"ஆமா உன்னை கொல்ல தான் வந்தேன்.. எங்க கூட்டத்தோட ஆளுங்கள நீ கொன்னுட்ட அதுக்கு உன்னை வெட்டி போட்டா

தான் என் மனசு ஆறும்.. ஆனா நான் கொஞ்சம் வித்யாசமானவன் இந்த துப்பாக்கி சும்மா என்னோட சேப்டிக்கு உன்னை கொல்ல பெரிய ப்ளான் வச்சி இருந்தேன்..அதுக்குள்ள நீ என்னை கண்டுபிடிச்சிட்ட.. இப்ப நீ என்னை உயிரோட விட மாட்டேன்னு எனக்கு தெரியும்.. ஆனா அதுக்கு முன்னாடி ஒன்னு சொல்லனும்.. உன்னோட சாவு இந்த உலகத்தையே பயம் கொள்ள வைக்கும்..இது எங்க கூட்டத்தோட சபதம் அம்புத்ரா"என்று அந்த இடமே அதிரும்படி கத்தினான் அவன்.

அதை கேட்டவள் சிறிதும் அச்சமின்றி" ஹா ஹா ஹா நீங்க என்னை கொல்ல போறீங்களா? உன்னோட சாவ தடுக்கவே உன்னால முடியாது.. நீ செத்த பிறகு உன் சபதத்தை எப்படி நிறைவேற்றுவ?"

" எனக்காக என் கூட்டத்தில் இருக்கவங்க வருவாங்க உன்னை துடிக்க துடிக்க கொல்லுவாங்க" என்றான் கண்கள் சிவக்க.

"ஓஓ சூப்பர்.. கதிர் கேட்டுக்கோங்க என்றவள்" நல்லா கேட்டுக்கோ நான் சாக போற அந்த நொடியில கூட உன் கூட்டத்துல ஒருத்தன கூட உயிரோட விட்டு இருக்க மாட்டேன்.. சரி நீ செத்து போ" என்று அவனுடைய துப்பாக்கியை வைத்தே சுட்டு விட்டு கதிரிடம் விடைபெற்றுக் கொண்டு தனது இருப்பிடம் நோக்கி விரைந்தாள்.

அங்கே.. பிரதியுமன் கேட்ட கேள்வியில் நிர்குணாவை சந்தித்த அந்த நொடி அவனுக்கு பிடித்தே இருந்தாலும் ஏதோ ஒன்று அவனை தடுத்து இருந்தது.. அது என்னவென்று யோசிக்கையில் அம்புத்ரா அவன் மனக்கண்ணில் வந்து போனாள்..

பிரதியுமன், "டேய் நான் கேட்டு எவ்வளவு நேரம் ஆச்சு? நீ என்ன யோசிச்சிட்டு இருக்க? உனக்கு நிர்குணாவை பிடிக்குமா? பிடிக்காதா?"

மைத்ரேயன், "எனக்கு அவள பிடிக்கலைன்னு சொல்ல மாட்டேன் ஆனாலும் என்னை கல்யாணம் செய்ய போற பொண்ணு தைரியமா இருக்கனும்னு தோணுது.. ஏன்னா

என்னை சுற்றி ஏதாவது ஒரு ஆபத்து இருக்கு.. சோ இவள மாதிரி சைலண்டா இருந்தா சரி வராது பிரதி"

"ஏய் என்ன சொல்ல வர? அப்ப நிர்குணாவ கராத்தே கிளாஸ் போக சொல்லு.. தைரியமா ஆகிடுவா இல்லையா?"

"நோ நோ பிரதி நான்.. நான் எப்படி அதை சொல்றது?.. தைரியம் கராத்தே பழகிட்டா வருமா? அது இயல்புலேயே இருக்கனும்.. அது யார சொல்லுவேன்?" என்று தான் நினைப்பதை எவ்வாறு சொல்வது என்று தெரியாமல் திணறினான்.

"வாயால தான்டா சொல்லனும்.. ஏதாவது ஒரு முடிவு பண்ணு.. பாவம் அந்த பொண்ணு.. ஒருவேளை உனக்கு அவளை பிடிக்கலையா நேரடியா சொல்லு.. ஏன் பேசாமையே அவளோட மனச கஷ்டப்படுத்துற?" என்றான் கோபமாய்.

"ஏய் பிரதி எனக்கு அவளை கஷ்டப்படுத்தி பார்க்கனும்ன்னு எந்த ஆசையும் இல்லை.. ஆனா நான் பேசுறேன்.. அவளுக்கு புரிய வைக்குறேன்"என்றான் பதற்றமாய்.

"உன் விருப்பம்டா.. அப்பறம் தைரியம் அது இதுன்னு ஏதோ சொன்னீயே? நீ யாரையாவது பார்த்தியா?"

" ஏய் சூப்பர் பிரதி.. எஸ் நான் இன்னைக்கு ஒரு பொண்ண பார்த்தேன் அவங்க மாதிரி தைரியமா இருக்கனும் எனக்கு வர பொண்டாட்டி"

" அது யாரு? லவ் பண்றீயா?என்றான் ஆர்வமாக(அடப்பாவி அவ உனக்காக நான் உருவாக்கின கேரக்டர்).

"நோ நோ.. அப்படி ஏதும் இல்லை.. ஆனா அவங்க கிட்ட ஏதோ இருக்கு.." என்று தெளிவாக குழப்பினான்.

"ஏய் பர்ஸ்ட் அது யாரு? அதை மொதல்ல சொல்லு"

"என்னடா இப்படி சொல்ற? ஆமா நீ தான் சாப்ட்வேர் சாமியார் ஆச்சே என்று சலித்துக் கொண்டவன்.. இன்னைக்கு டிரண்ட் அவங்க தான்.. அழகு, திறமை, தைரியமும் சேர்ந்த பொண்ணு டா.."

"அதெல்லாம் எனக்கு தெரியாது..
நீ சொன்ன பொண்ணு என்ன பண்றாங்க?"

"இந்த சிட்டிக்கு அசிஸ்டெண்ட் கமிஷனர் இன்னைக்கு தான் ஜாயின் பண்ணாங்க"

" என்னது? அசிஸ்டெண்ட் கமிஷனரா? டேய் நான் உனக்கு தொல்லையா இருந்தா நேரடியாக சொல்லிட்டு போ அதுக்காக இப்படி எல்லாம் செய்யாத" என்று அவ்விடம் விட்டு தனதறைக்கு செல்ல ஆரம்பித்தான் பிரதியுமன்..

"ஏய் பிரதி நில்லுடா.. வெயிட் பண்ணு ஒழுங்கா நீ பார்த்த பொண்ண வரைய ஆரம்பிச்சுடு..அத்தை வேற உனக்கு பொண்ணு பார்க்க ஸ்டார்ட் பண்ணிட்டாங்கன்னு அம்மா சொன்னாங்க"

" சரி சரி.. நீ போய் தூங்கு.. காலையில சீக்கரம் போகனும்.. மீட்டிங் இருக்கு எனக்கு" என்றவாறு உறங்க சென்று விட்டான்..

மைத்ரேயன் மட்டும் செய்தி சேனலை பார்த்து கொண்டு இருந்தான்.. அதில் அம்புத்ரா பேசிய செய்தி வர ஆரம்பித்து இருந்தது.. அவளின் தைரியத்தை கண்டு வியந்தவாறு உறங்க சென்றான்.

மறுநாள் காலை.. சூரியன் தன் வேலையே செவ்வனே செய்ய வெளி வந்து கொண்டிருந்தார்.. வழக்கமாக ஜாகிங் செய்யும் பழக்கம் இருவருக்கும் இருந்தது.. ஆனால் சில நாட்களாக வேலை பளுவின் காரணமாக அவர்களால் சரிவர செய்ய முடியவில்லை.. இன்று அதற்காக தங்கள் இருப்பிடம் அருகில் உள்ள பார்க்கிற்கு சென்றனர்..

பல நாட்கள் கழித்து தெரிந்த அனைவரையும் பார்த்த மகிழ்ச்சியில் ஓடி கொண்டிருந்தனர்.. ஓடி முடித்ததும் உடற்பயிற்சி செய்ய ஆரம்பித்த நேரம் பிரதியுமன் "ஏய் நிர்குணாவ பற்றி என்ன முடிவு பண்ணி இருக்க?"

"ஹம் அவ கிட்ட போய் பேச போறேன்".

"என்னன்னு பேச போற?" என்றான் புரியாமல்.

"எனக்கும் அவளுக்கும் செட் ஆகாதுன்னு சொல்லி புரிய வைக்க போறேன்"

"ஓகே பைன்.. பட் சாப்ட்டா பேசு"

"சரி" என்றோடு முடித்து கொண்டான்.

அதே நேரம் அம்புத்ரா உடற்பயிற்சி செய்வதற்காக அதே பார்க்கிற்கு வந்து கொண்டு இருப்பதை பார்த்த மைத்ரேயன் அவளை நோக்கி செல்ல நினைத்தான்.. பிரதியுமனை பார்த்தவன் 'இவனுக்கு போலீஸ்ன்னா அலர்ஜி ஆச்சே?என யோசித்தவன்' அவங்க நார்மல் டிரஸ்ல தானே இருக்காங்க.. சோ நோ ப்ராப்ளம்.. இவனுக்கும் இன்ட்ரொ கொடுப்போம்'என்று தனக்குள் பேசி கொண்டவன் "ஏய் பிரதி" இவன் அழைக்கவும் அவன் இவன் கையை பற்றி "மச்சான் ரன்" என்று கத்த துவங்கினான்.

இவன் புரியாமல் "வாட் ஹாபன் பிரதி(what happen prathi)..ஏன் ஓட சொல்ற? என்ன பிரச்சினை?"

"அங்க பாருடா யாரு வராங்கன்னு" என்றதும் அவன் சொன்ன திசையில் பார்த்தவன் "ஐய்யயோ இவளா?" என சொன்ன நேரம்..

"ஹாய் பிரதி பேபி.. ஐ மிஸ் யூ.. வெயிட் பார் மீ ஐ ஆம் கம்மிங் தேர்" (hi prathi baby, I miss you, wait for me am coming there) என்று அந்த உருவம் சொன்னதும் தலைதெறிக்க ஓட ஆரம்பித்து இருந்தனர் நம் நாயகர்கள்.

அம்புத நல்லாள் - 5

அம்புத்ராவைப் பிரதியுமனுக்கு அறிமுகம் செய்து வைக்க எண்ணிய மைத்ரேயன் மற்றொரு நபரின் பேபி என்ற அழைப்பைக் கேட்டுத் தலைதெறிக்க ஓடினர் இருவரும்..

ஓடிக்கொண்டிருக்கையில் "மைத்து இவ தான் வெளிநாட்டுக்கு அனுப்பி வச்சாங்களே அப்பறம் எப்படி இங்க?"

"என்னை கேட்டா எனக்கு எப்படித் தெரியும்?"

"கொஞ்சம் நாள் இவ தொல்லை இல்லாம நிம்மதியா இருந்தேனே இப்ப என்ன பண்றது?"

"நீ அவள கல்யாணம் பண்ணிக்கோ பிரதி" என்றான் சிரித்தவாறு.

இதைக்கேட்டதும் முறைத்தவன்" விளையாட்டா போச்சா என் வாழ்க்கை உனக்கு? நானும் பல தடவை சொல்லி பார்த்துட்டேன் ஆனா அவ கேட்குற
மாதிரி இல்லை..அவளுக்கு என் மேல இருக்கறது லவ் இல்லை அது க்ரஷ் அவ்வளவு தான்.. இதை நான் எப்படி சொல்லி புரிய வைக்குறது?" என்பதற்குள் அவள் இவர்களின் அருகில் வந்திருந்தாள்.. விஷாலி,தற்போது வயது 20 பிரதியுமன் வீட்டிற்கு எதிர் வீட்டில் இருக்கிறாள்.. பிரதியுமனின் அழகில் தன்னை தொலைத்தவள் அவனிடம் 17வது வயதில் காதலிப்பதாக உரைத்தாள்.. சிறு பெண், விவரம் அறியாத வயதில் இவ்வாறு பேசுகிறாள் என்பதைப் புரிந்து கொண்டவன் அவளிடம் இது தவறு என்று எடுத்துரைத்தான் ஆனால் அவள் அதைப் புரிந்து கொள்ளும் நிலையில் இல்லை என்பதை அவள் பேசிய விதத்தில் புரிந்து கொண்டவன் அவர்களின் பெற்றோரிடத்தில் அவளைப் பற்றி வேறு எதுவும் சொல்லாமல் அவளின் திறமையை சொல்லி மேற்படிப்பிற்காக வெளிநாட்டிற்கு அனுப்பி வைத்தான்.. மூன்று வருடத்தில் அவளின் மனது மாறியிருக்கும் என்று நினைத்தவன் அவள் இன்னமும் தன்னிடம் இவ்வாறே பேசுகிறாள் என்பதை

எண்ணி குழப்பம் அடைந்து இருந்தான்.. அதற்குள் விஷாலி "ஹாய் பிரதி.. எப்படி இருக்கீங்க.. மூனு வருஷத்துல நீங்க இன்னும் அழகா ஆயிட்டீங்க.. இப்ப சொல்லுங்க இப்ப எனக்கு கல்யாணம் பண்ணிக்கற வயசு தான் என்னை பிடிச்சி இருக்கா?" என்றாள் ஆசையாய்.

அவனோ மைத்ரேயனை என்ன செய்வது என்பது போல் பார்த்து வைத்தான்.. அவனோ இதற்கும் தனக்கும் எந்த சம்பந்தமும் இல்லை என்பது போல் நின்றிருந்தான்..

இதையெல்லாம் கவனித்துக் கொண்டு இருந்த ஜோடி கண்கள் விறுவிறு என்று தனது வீட்டை நோக்கி நடந்து சென்றது..

இவளிடம் தன்மையாகப் பேசினால் சரி வராது என்பதை உணர்ந்தவன் " ஏய் ஸ்டாப் இட்.. உன்னை இப்ப மட்டும் இல்லை எப்பவும் என்னால கல்யாணம் செய்துக்க முடியாது.. நீ வேற வேலை இருந்தா பாரு" என்றவன் நொடியும் தாமதிக்காது அவ்விடம் விட்டு சென்று விட்டான்.

அவன் செல்வதை அதிர்ச்சியாகப் பார்த்தவள் மைத்ரேயனிடம்

"அண்ணா ஏன் பிரதி இப்படி நடந்துக்கிறாரு? என் கிட்ட ஏன் இப்படி பேசிட்டு போறாரு? என்னை ஏன் அவருக்கு பிடிக்கல?" என்றாள் பாவமாய்.

"சீ விஷாலி அவன் வேற ஒரு பொண்ண லவ் பண்றான்.. நீ அவன் வழியில் குறுக்க வராமல் இருக்கறது தான் நல்லது" என்று அவனும் சென்று விட்டான்.

அவளோ'உன்னை யாருக்கும் விட்டு குடுக்க மாட்டேன் பிரதி' என்று நினைத்தவாறு தன் இருப்பிடம் நோக்கிச் சென்றாள்.

உள்ளே சென்றவனை பின்னோடு சென்ற மைத்ரேயன்" ஏய் என்ன ஆச்சு உனக்கு? ஏன் இவ்வளவு கோபமா பேசிட்ட?"

" பின்ன என்ன பண்ண சொல்ற ? எனக்கு விஷாலிய பார்த்தா நம்ம அனன்யாவ பார்க்குற மாதிரி இருக்கு..

இப்ப இல்லை நாம இங்க வந்ததுல இருந்து அப்படி தான் அவ கிட்ட பழகினேன்.. அதைத் தவிர எனக்கு வேற எந்த எண்ணமும் இல்லை இதை நல்ல விதமா சொல்லிப் புரிய வச்சேன் ஆனா அவளுக்கு புரியல சரி இங்க இருந்த போனா அவ மனசு மாறும்ன்னு தான் அவ அப்பா கிட்ட பேசி அனுப்பி வச்சேன்.. ஆனா இப்பவும் இப்படியே பேசினா கோபம் வராம இருக்குமா? நீயே சொல்லு"

மைத்ரேயன் பேச வாயெடுக்கும் முன் " சூப்பர் பிரதி மை பாய்.. உன்னைப் பற்றி என் பொண்ணு இப்ப தான் சொன்ன அவளுக்கு உன்மேல இருக்க ஆசையைப் பற்றியும் சொன்னா எனக்கும் அது ரொம்ப பிடிச்சி இருந்தது ஏன்னா இங்க வந்ததுல இருந்து உன்னை பார்த்துட்டு தான் இருக்கேன் எனக்கும் இதுல சம்மதம் தான்.. உன்கிட்ட முறையா பேச தான் வந்தேன்.. ஆனா உனக்கு இதுல விருப்பம் இல்லை என்பது இப்ப நீ பேசனது வச்சி புரிஞ்சிக்கிட்டேன்.. அதுவும் இல்லாம விஷாலிய நீ எந்த கண்ணோட்டத்துல பார்க்குறன்னும் புரிஞ்சிக்கிட்டேன்..
நான் அவகிட்ட பேசுறேன் பிரதி..யூ டொண்ட் வொர்ரி..
கொஞ்ச நாள் எங்க சொந்த ஊர் போனா அவ மனசு மாறிடும்"
என்று செல்பவரைத் தடுக்க தோன்றாமல் அசையாமல் நின்றிருந்தனர்..

"ஏய், பிரதி வாவ்டா.. மேஜர் ராஜ் செம.. இன்னைக்கு உன்னோட ஒரு பிரச்சினைக்கு தீ ர்வு வந்தாச்சு.. இனி நீ விஷாலிய பற்றி கவலைப்படாமல் இருக்கலாம்" என்று மைத்ரேயன் சந்தோஷமாய் பேசிக் கொண்டு இருந்தான். ஆனால் பிரதியுமன் ஒரு வார்த்தை கூட பேசவில்லை அதனைக் கவனித்தவன்
"ஏய் பிரதி என்ன ஆச்சுடா.. ஏன் பேசாம இருக்க?"

"இல்லடா நான் பேசுறத கேட்டு அவர் விஷாலிய ஏதாவது சொல்லிட்டா என்ன செய்றது மேஜர் கோபகாரர் வேற..
அதுவும் இல்லாம அவங்க இப்ப ஊர விட்டு போக போறாங்க..
இதெல்லாம் என்னால தானே?"என்றான் கவலையாக.

"இங்க பாரு பிரதி நீ இதில் கவலைப்பட ஒன்றும் இல்லை.. உன்னோட மனசுல இருக்கறத நீ சொல்லிட்ட.. இது சரிவராதுன்னு அவர் புரிஞ்சிக்கிட்டாரு அவளுக்கும் புரிய வைப்பார்.. சின்ன பொண்ணு தானே.. நமக்கு கூட ஒவ்வொரு வயசுக்கும் ஒவ்வொருதர புடிக்கும் அது கால போக்குல மாறல? அப்படி தான் விஷாலிக்கு உன் மேல இருக்க பிரியமும்.. அவ மேல உண்மையான அன்போடு ஒருத்தர் அவ வாழ்க்கையில் வந்தா அப்ப புரியும்.. அதுவும் இல்லாம அவங்க அவங்க ஊருக்கு போய்ட்டு வர போறாங்க இதுல உனக்கு என்ன சம்மந்தம்? ஒருவேளை அவளுக்கான வாழ்க்கை அங்க இருந்து கூட ஆரம்பிக்கலாம்.. எதுலையும் தெளிவா இருக்க நீ கொஞ்ச நாளா மட்டும் ஏன் இப்படி இருக்க..? நீ கவலைப்படாதே மீட்டிங் இருக்குன்னு சொன்னல்ல கிளம்பு டைம் ஆச்சி பாரு" என்றதும் அவன் பேசியதை ஒப்புக் கொண்டவனாய் தன் அறை நோக்கிச் சென்றான் அலுவலகம் கிளம்ப.. தன் நண்பனின் மனதை மாற்றிய நிம்மதியில் அவனும் அலுவலகம் கிளம்ப அறை நோக்கிச் சென்றான்.

அங்கே.. அம்புத்ரா வீட்டிலோ "அம்மு உனக்கு வயசாகுறது நியாபகம் இருக்கா?" என்றார் அவள் அன்னை விஜி.

"எனக்கா? என்ன வயசாகுது.. நான் உன் குழந்தை தானே அம்மா"

"ஆமா ஆமா குழந்தை தான்.. இன்னும் இடுப்புல தூக்கி வச்சி கொஞ்சுறேன் வா.."

"வாவ் செம அம்மா.. வா வா என்னைத் தூக்கிட்டு இந்த வீடு முழுக்க சுத்தி வா விஜி"

"அடிக்கழுதை.. இனிமேலும் நான் சும்மா இருக்க மாட்டேன் அம்மு.. நல்ல வரன் நிறைய வந்து இருக்கு.. அதுல உனக்கு செட் ஆகுற ஜாதகம் செலக்ட் பண்ணி வைக்குறேன் நீ வந்து

உனக்கு பிடிச்ச பையன செலக்ட் பண்ணி சொல்லு சரியா?" என்றார் ஆர்வம் மேலோங்க.

"ஏன் செலக்ட் பண்ணறது மட்டும் நான் செய்யனும் அதையும் நீயே செஞ்சிடு"என்று திரும்பியவளை மெச்சியவர் அடுத்த நொடி அவளைச் சொன்ன வார்த்தையில் துரத்த ஆரம்பித்தார்.. பணிக்குக் கிளம்ப தயாராகப் போனவள் திரும்பி" அப்பறம் அம்மா இன்னொரு முக்கியமான வேலை நீ செய்யனும்"

ஏதோ முக்கியமாக சொல்ல போகிறாள் என்று எண்ணியவர் " சொல்லு அம்மு"

"மாப்பிள்ளை செலக்ட் பண்ணிட்டு அப்படியே நீயே கல்யாணம் பணணிக்கோ உன் தொல்லை இருக்காது எனக்கு"

அதைக் கேட்டதும் கோபம் கொண்டவர் துரத்த ஆரம்பித்தார்.. சந்தோஷமாய் அவருடன் விளையாடியவள் துரத்திக் கொண்டு வந்திருந்த தன் தாயின் குரல் பின்னோடு கேட்காமல் போகவே என்னவென்று பார்க்க அவரோ சாய்வு நாற்காலியில் சோர்வாக அமர்ந்திருந்தார்..

"அம்மா என்ன ஆச்சு? அப்பா நியாபகமா?" என்றவள் இது அடிக்கடி நடக்கும் நிகழ்வு தான் என்பதைப் போல தன் பணிக்குக் கிளம்பினாள்.. கிளம்பும் நேரம் வரை அவர் அப்படியே அமர்ந்திருக்க "அம்மா உன்னையும் என்னையும் விட்டுட்டு தன்னோட வேலை தன்னோட ஆபிஸ் தான் முக்கியம்னு போனவரை நினைச்சி நீ தான் இப்படி இருக்க ஆனா அவர் அப்படியா இருக்கார்? இல்லையே.. மாசா மாசம் செலவுக்கு பணம் அனுப்பினா போதுமா?
இத்தனை வருஷத்துல எத்தனை தடவை இங்கு வந்து இருக்கார் அவர் ? தனியா இருக்கறதுக்கு இங்க வந்து உன்கூட இருக்கலாம் இல்லையா ? எனக்கு அப்பா இல்லாம வாழ பழகி போச்சி ஆனா நீ உன் புருஷன் இல்லாம வாழ பழகல.. இனியும் அவர் இங்க வருவார்ன்னு எனக்கு நம்பிக்கை இல்லை..

இப்ப கூட பாரு அவருக்கு ஒரு பொண்ணு இருக்கான்னு நினைப்பு இருக்கா? நீ தானே எனக்கு எல்லாத்தையும் பார்த்து பார்த்து செய்யுற? எனக்கு வெறுத்து போச்சிம்மா.." என்று இத்தனை வருடமாய் தன் மனதில் இருந்த ஆதங்கத்தை கொட்டியவள் "நான் கிளம்பறேன்" என்று செல்ல எத்தனிக்கையில் "அவர் நம்மள விட்டு போகல அம்மு நான் தான் போகச் சொன்னேன்.. என் பிடிவாதம் தான் அதுக்கு காரணம்" என்ற வார்த்தை அவளின் நடையைத் தடை செய்தது.

"ஆமா அம்மு நான் என் வீட்டுக்கு ஒரே பொண்ணு.. சோ செல்லம் அதிகம்.. கல்யாணம் ஆன புதுசுல எனக்கு அங்க இருந்த குறை தெரியல ஆனா நாளாக நாளாக அது அதிகமா தெரிய ஆரம்பிச்சது.. நீ பொறந்த அப்பறம் இன்னும் அதிகமாச்சு.. அப்ப தான் ஆபிஸ் ஆரம்பித்த நேரம் அதனால உங்க அப்பாவுக்கு வேலை அதிகமா இருந்தது என்கூட இருக்குற நேரம் குறைஞ்சது.. அப்ப நாம இருந்தது ஒரு வாடகை வீடு சோ புதுசா ஒரு வீடு கேட்டேன் அதுக்கு அவர் கொஞ்ச நாள் போகட்டும்னு சொல்லிட்டாரு.. எனக்கு கோபம் வந்தது தினமும் சண்டை தான்.. அதனால என்னோட சண்டை போட தவிர்க்க அவர் வீட்டுக்கு வரர்த குறைச்சாரு.. ஒரு கட்டத்திற்கு மேல சுற்றி இருக்கவங்க பேசுறது, அவங்க என்னை கேக்குறது அப்படி இப்படின்னு அவர் மேல இருக்க கோபம் அதிகமாச்சே தவிர குறையல அதனால நான் கோச்சிக்கிட்டு நான் என் அப்பா வீட்டுக்கு போனேன்... என்னைக் கூப்பிட உங்க அப்பா வரல அதுல இன்னும் கோபம் அதிகமாச்சு.. டைவர்ஸ் நோட்டீஸ் அனுப்பினேன்.. உன் தாத்தா எவ்வளவு சொல்லியும் நான் கேட்கல.. ஆனா அதுக்கு கடைசிவரை உன்னோட அப்பா ஒத்துக்கவே இல்லை.. சோ அந்த கேஸ் தள்ளுபடி ஆகி போச்சு.. கஸ்டடி கேஸ் போட்டார் அவர்.. நீ அப்ப சின்ன பொண்ணு சோ அம்மா கூடத் தான் இருக்கனும் உனக்கு விவரம் தெரிய வரும் போது உன் விருப்பபடி யார்கூட வேணும்னாலும் இருக்கலாம்னு சொன்னாங்க.. டைவர்ஸ் கேஸ் தள்ளுபடி ஆனாலும் அவர் என்னை பிரிஞ்சி இருக்கேன்னும் என்னைத் தொந்தரவு

பண்ண மாட்டேன்னும் சொல்லிட்டாரு.. உன்னை பார்க்க வாரம் இரண்டு நாள் கொடுத்தாங்க.. இது இப்படியே போச்சு நீயும் அவர் மேல கோபமா வளர்ந்த அதனால அவர் கூட போக மாட்டேன்னு சொல்லிட்ட..

"சரிம்மா இப்ப எதுக்கு இதெல்லாம் சொல்லிட்டு இருக்க? இத்தனை வருஷம் ஆச்சு உன் கூட சேர்ந்து வாழ ஆசையே இல்லை தானே அவருக்கு? அப்படி இருந்து இருந்தா உன்னை தேடி வந்து இருப்பார்ல?" என்றாள் கோபமாய்.

"அவர் வரலன்னு யார் சொன்னது?" என்றவரைப் புரியாமல் பார்த்தாள் அம்புத்ரா.

"அப்பறம் ஏன் தனியாவே இருக்க?"

"அதுக்கு என்னோட ஈகோ தான் காரணம்.. தாத்தா வீட்டுக்கு வந்து அப்ப உங்க அப்பா வந்து இருக்கார் ஆனா என் அப்பா தான் அவரை என் கோபம் கொஞ்சம் குறையட்டும்னு சொல்லி அனுப்பி வச்சி இருக்கார்.. இது தெரியாம நானு.." என்று அதற்கு மேல் பேச முடியாமல் அழத் தொடங்கினார்.

அதைக் கண்டதும் அவரை ஓடிச் சென்று அணைத்தவள் "அம்மா ப்ளீஸ்ம்மா அழாத.. அப்பா மேல இவ்வளவு பாசமா இருக்க அப்ப நீயே அவர் கிட்டப் பேச வேண்டியது தானே? ஏன் தாத்தா சொன்னதுக்கு அப்பறம் அப்பா உன்னை கான்டாக்ட் பண்ணவே இல்லையா?"

"நிறையத் தடவை என்கிட்ட பேச முயற்சி செய்தார் போன்ல, நேர்ல இப்படி நிறைய.. ஒவ்வொரு முறையும் நான் அவர் மேல வெறுப்பை மட்டுமே காட்டி இருக்கேன்.. ஆனா அவர் சிரிச்ச முகத்தோட ஐ லவ் யூ சொல்லிட்டு போவார்.. நீ வளர வளர எனக்கு தனிமை அதிகமாச்சு தாத்தா போன அப்பறம் இன்னும் கொடுமை என்னை அவர் கூட வர சொல்லி கூப்பிட்டார் ஆனா என்னால போக முடியல" என்றார் கண்ணீருடன்.

"ஏன் போக முடியல?"

"நான் எவ்வளவு தான் கோபமாகப் பேசினாலும் உனக்கும் எனக்கும் வேண்டியதை இன்னைக்கு வரைக்கும் செஞ்சிட்டு வராரு.. இதோ இந்த மாப்பிள்ளை போட்டோ கூட அவர் அனுப்பி வச்சது தான்.. ஆனா நான் அவரோட அன்புக்கு தகுதியானவ இல்ல அம்மு.. இது எனக்கு நானே கொடுத்துகிற தண்டனை.. அவரை இத்தனை வருஷமா காயப்படுத்தி இருக்கேன் அதுக்கு இது தான் சரியான தண்டனை.. பணம் தான் முக்கியம், கவுரவம் தான் முக்கியம்னு சில காலம் ஆணவமா இருந்துட்டேன்.. அது புரிஞ்ச நேரம் நான் பண்ண தப்பும் புரிஞ்சது.. இதுக்கு மேல என்னை எதுவும் கேட்காத அம்மு"

"அம்மா ஒரு விசயம் நான் சொல்றேன் அதை மட்டும் யோசிச்சி பாரு.. எத்தனை உறவு இருந்தாலும் கணவனுக்கு மனைவி, மனைவிக்கு கணவன் இதுதான் நிலையானது.. பெற்ற பிள்ளைகள் கூட ஒரு நாள் மாறுவாங்க.. எத்தனை பிரச்சினைகள் வந்தாலும் விட்டு கொடுக்காமல் ஒருத்தரை ஒருத்தர் அனுசரணையா இருக்கனும்.. அதுவும் வயசான காலத்துல உனக்கு ஒரு துணை தேவை அம்மா.. இனி மேலும் நீங்க பிரிந்து இருக்க வேண்டாம் நான் போய் அப்பா கிட்ட பேசறேன்" என்றவளை வேண்டாம் என தடுத்தார் விஜி.

" இனிமேல் என்னால் சும்மா இருக்க முடியாது.. இரு நான் அப்பாக்கு கால் பண்றேன்" என அலைபேசியில் எடுத்தவளை தடுத்தது ஒரு குரல்.. அதை கேட்டதும் ஆனந்த பொங்க வாசலை நோக்கினார்கள் இருவரும்...

அதேநேரம் மீட்டிங் அறையில் இருந்த பிரதியுமனின் அலைபேசி தொடர்ந்து சினுங்கி கொண்டே இருந்தது.. சிறிது அவகாசம் கேட்டு அலைபேசியை எடுத்தவனுக்கோ 'இப்ப என்ன பண்ண காத்து இருக்காங்களோ' என்ற எண்ணமே மேலோங்கி இருந்தது.

அம்புத நல்லாள் - 6

மீட்டிங்கில் இருந்த பிரதியுமனின் அலைபேசி தொடர்ந்து சினுங்கி கொண்டே இருந்தது.. யார் என்று பாரத்தவனின் நெஞ்சமோ'இப்ப என்ன பண்ண காத்து இருக்காங்களோ' என்று எண்ணியவன் அறையில் இருந்தவர்களிடம் அவகாசம் சொல்லிவிட்டு வெளியே வந்து சலித்தவாறு"சொல்லும்மா" என்றான்.

"என்ன சொல்லனும் பிரதி? நானும் எத்தனை மாசமா பொண்ணுங்க போட்டோ அனுப்பி வைக்குறேன் நீ ஏன் எதுவுமே சொல்ல மாட்டேன்ற? மைத்து கிட்ட கேட்டா அவனும் எதுவும் சொல்ல மாட்டேன்றான்.. என்ன நினைச்சிட்டு இருக்கீங்க இரண்டு பேரும்? உங்க இரண்டு பேருக்கும் வயசு என்ன ஆகுது தெரியுமா? உங்களுக்கு ஒரு தங்கச்சி இருக்கா அதுவாவது நியாபகம் இருக்கா?" அந்த பக்கம் அவர் அர்ச்சித்தபடி பேசினார்.

"அம்மா அம்மா ப்ளீஸ்ம்மா நான் ஆபீஸ்ல இருக்கேன்.. ஈவினிங் வீட்டுக்கு போயிட்டு கால் பண்றேன்.. இப்ப மீட்டிங் இருக்கு"

" பிரதி நீ பேச வேண்டாம் நான் பேசறத ஒரு ஐஞ்சு நிமிடம் கேளு"

" சரி என்ன விசியம்ன்னு சொல்லும்மா"

"உனக்கு ஒரு பொண்ணு பார்த்து இருக்கேன்.. பார்க்க ரொம்ப லக்ஷணமா மகாலட்சுமி மாதிரி இருக்கா.. நீ ஒரு தடவை பாரு உனக்கு ரொம்ப பிடிக்கும்.. அந்த பொண்ணுக்கு உன்னை ரொம்ப பிடிச்சி இருக்குன்னு சொல்லிட்டாங்க.. நீயும் சரின்னு சொல்லிடு இரண்டு மாசத்துக்குள்ள நிச்சயம் பண்ணிடுவோம்"என்று அவர் இவன் எடுக்க வேண்டிய முடிவு

இது தான் என்பதாய் கூறி கொண்டு இருந்ததை கேட்டதும் அவனுக்கு கோபம் எல்லையில்லாமல் வந்தது.

"அம்மா என்ன பேசுறீங்க நீங்க? அந்த பொண்ண தான் கல்யாணம் பண்ணிக்கனும்னு ஆர்டர் போடுறீங்க எனக்கு பிடிக்க வேண்டாமா? எனக்குன்னு ஆசையே இருக்க கூடாதா? ப்ளீஸ்ம்மா நீங்க மட்டும் லவ் மேரேஜ் பண்ணிக்கிட்டீங்க தானே நான் மட்டும் எனக்கு பிடிச்ச பொண்ண கல்யாணம் செய்துக்கக் கூடாதா?"என்று கோபமாய் ஆரம்பித்தவன் இறுதியில் கெஞ்சலில் முடித்தான் " நான் ஆபீஸ் டைம் முடிஞ்சதும் கால் பண்றேன்"என்று அழைப்பை துண்டித்து விட்டான்.

இவன் துண்டிக்கவும் மைத்ரேயனிடம் விஷயம் தெரிவிக்கப்பட்டது.. அவனும் நான் பேசி பார்க்கிறேன் மாமி என்பதாய் உரையாடலை முடித்துக் கொண்டான்.

அங்கே, அம்புத்ரா வீட்டிலோ அழைப்பு மணியின் ஒலி கேட்கவும் யார் என்று பார்த்தவர்களுக்கு ஆனந்த அதிர்ச்சியே.. ஏனெனில் வந்திருந்தது அம்புத்ராவின் தந்தை.. விக்ரமன்.. பிரபல செய்தி சேனலினை வெற்றிகரமாக நடத்தி கொண்டு வருகிறார்.. இத்தனை நேரமும் அவரைப் பற்றிய இவர்கள் பேசி கொண்டு இருந்தார்கள்.. அவரே இங்கு வரவும் அவரின் மகிழ்ச்சிக்கு அளவே இல்லாமல் போனது.. அவரை கண்ட அடுத்த நொடி ஓடி சென்று அணைத்து கொண்டார் விஜி.. இதனை சற்றும் எதிர்பார்க்காதவர் அதிர்ச்சியில் தன் மனையாளை அணைக்க கூட தோன்றாமல் அப்படியே சிலை போல் நின்றிருந்தார்.. அவரை கண்டு குறுநகை சிந்தியவள் "அப்பா அவங்க மட்டும் எவ்வளவு நேரம் கட்டி பிடிச்சிட்டு இருப்பாங்க நீங்களும் கட்டி பிடிச்சா தானே ஆறுதலா இருக்கும்" என்று சிரித்தவளை மெய்மறந்து பார்த்தார்.. அவளின் அப்பா என்ற அழைப்பு இத்தனை வருடத்திற்கு பிறகு மனதிலிருந்து வருகிறது.. அவளை சந்திக்க வரும் நேரங்களில் கூட அவள் கடமைக்கு அப்பா என்று அழைப்பாள்..ஆனால்

இன்று புன்முறுவலுடன் அந்த வார்த்தையைக் கேட்டதும் அவரை அறியாமல் கண்களின் ஓரம் நீர்த்துளி வர ஆரம்பித்தது.. அதை பார்த்த அவளோ" பீலிங்ஸ் போதும் அம்மாவ கவனிங்க அப்பா.. நான் உங்களை டிஸ்டர்ப் பண்ண மாட்டேன்.. நான் வேலைக்கு போறேன்" என்று கிளம்ப எத்தனித்தவளை "இரு அம்மு நான் ஒரு பையன பார்த்து இருக்கேன் அவன உனக்கும் ரொம்ப பிடிக்கும்னு நினைக்கிறேன்.. ஒரு தடவை பார்த்துட்டு போடா அம்மு" என்று சொல்பவரிடம் ஏனோ அவளால் முடியாது என்று சொல்ல இயலவில்லை.. கதிருக்கு அழைப்பு விடுத்து இன்று ஒரு நாள் தன்னால் வர முடியாது என சொல்லியவள் இன்றைய பணிகளையும் அவனுக்கு எடுத்துரைத்தாள்.. இது அனைத்தையும் செய்து முடிப்பதற்குள் அவளின் தாயும் தந்தையும் பழையபடி மகிழ்ச்சியாக இருப்பது அவர்களின் முக மலர்ச்சியே சொல்லியது.. அதைக் கண்டு தானும் மகிழ்ந்தவளாய் அவர்களின் நடுவில் வந்து அமர்ந்தாள் "சொல்லுங்க அப்பா நான் என்ன செய்யணும்?"

"நான் பார்த்து இருக்க பையன நீயும் பாரு அம்மா கூட இந்த இடம் சரிவரும்னு சொன்னா.. அவங்க ரொம்ப நல்ல இடம்டா.. ரொம்ப அன்பா இருப்பாங்க.. பையன் கூட அப்படி தான்.. என பேசி கொண்டு இருந்தவரை"அப்பா போட்டோ காமிங்க முதல்ல அப்பறம் சொல்றேன்"

"இதோ பாரு.. பெயர் பிரதியுமன், சாப்ட்வேர் என்ஜினியர் இங்க தான் இருக்கான்.. என் கூட படிச்சவனோட பையன் ரொம்ப நல்ல பையன் எனக்கு பர்சனலா அவன தெரியும்.. உனக்கு பிடிச்சி இருக்கா அம்மு" என்று அவர் பேசி கொண்டு இருக்க அவள் ஒரு வார்த்தை கூட பேசவில்லை நிமிர்ந்து பார்த்தவர் அவளின் கண்களில் தெரிந்த அந்த மகிழ்ச்சி அவனை அவளுக்கு பிடித்து இருக்கிறது என்பதை தெளிவாக சொல்கிறது.. ஆனாலும் வாய்மொழியாக கேட்க வேண்டுமே? அதனால் அவளின் சிப்பி வாய் திறந்து ஏதேனும் வாய்மொழிய

வேண்டுமே! அதனால் "அம்மு என்னடா ஏதாவது சொல்லுடா உனக்கு பிடிச்சி இருக்கா?"

அவள் அப்பொழுதும் எதுவும் பேசாமல் இருக்கவே விஜி"அம்மு ஏன்டா பேசாம இருக்க? உனக்கு பிடிக்கலையா? உன் விருப்பம் தான்ம்மா.. பிடிக்கலைன்னா அவங்க கிட்ட சொல்லிடலாம்" என்று அவளின் கையை பிடித்து கேட்டு கொண்டு இருந்தார்..

" அம்மா எனக்கு ரொம்ப பிடிச்சி இருக்கு.. ரொம்ப" என்று சந்தோஷத்தில் துள்ளிக் குதித்தாள்.

அதைக் கேட்டதும் அவளின் மகிழ்ச்சி அவர்கள் இருவருக்கும் ஒட்டி கொண்டது.."அப்போ அவங்க கிட்ட உனக்கு ஓகேன்னு சொல்லிடவா அம்மு?" என்றார் விக்ரமன் கேள்வியாய்..

அவளோ வெட்கத்தில்" ஹூ"ம்"என்று மட்டும் சொன்னாள்.. இதுவரை அவளை கம்பீரமாய் மட்டும் பார்த்த அவருக்கு இன்று வெட்கபடுவதைப் பார்த்தும் மெய் மகிழ்ந்து போனார்.. விஜியும் கூட இத்தனை நாள் தனது கடமையை முடித்த பிறகே திருமணம் என்று சொல்லி கொண்டு இருந்தவள் இந்த வரனைக் கண்டு நாணத்தால் தலைத் தாழ்த்தி இருப்பதை பார்த்ததும் அவரையும் அறியாமல் கண்களில் இருந்து கண்ணீர் பெருகியது..

ஏதோ தோன்றியவராய் "அம்மு உன்கிட்ட ஒன்னு சொல்லனும்" என்றார் விக்ரமன்.

"என்ன சொல்லனும் சொல்லுங்கப்பா"

"நீ இங்க வந்த அன்னைக்கு ஒரு பையன் உன்கிட்ட மாட்டிக்கிட்டு இருந்தானே நான் கூட அவன் பிரண்ட் கூட போலீஸ்ன்னா பயம்னு சொன்னேனே?"

"ஆமா..நியாபகம் இருக்கு.. ஆனா இப்ப எதுக்கு அதை பற்றி பேசறீங்க?"

" அது வேற ஒன்னும் இல்லை.. அந்த போலீஸ்க்கு பயந்த பையன் வேற யாரும் இல்லை அது பிரதியுமன் தான்" என்றதும் தீ சுட்டதை போன்று எழுந்து நின்றாள் அவள்.

"என்ன சொல்றீங்க நீங்க? அவர் அப்படியில்லை ரொம்ப தைரியசாலி என்னை ஒரு தடவை அவர் காப்பாற்றி இருக்கார்.. அவர் எப்படி பயந்த ஆளா இருக்க முடியும்.. நீங்க பொய் சொல்றீங்க"என்று அவள் தனக்கு தானே பேசி கொண்டு இருந்தாள்.. அவள் பேசிய விதத்தில் அவளுக்கு ஏற்கனவே பிரதியுமனை தெரியும் என்பது தெளிவாக தெரிந்தது..

"உனக்கு பிரதிய ஏற்கனவே தெரியுமா அம்மு?"

அவள் எதுவும் பேசாமல் இருக்கவும்" கேட்கிறேன்ல சொல்லு அம்மு"என்றார் சற்றே அதட்டலாய்.

"தெரியும்.. தெரியும் நல்லா தெரியும் கேரளால எனக்கு நடக்க இருந்த அவமானத்தை துடைச்சது அவர் தான்..அப்ப இருந்து நான் அவரை தேடிட்டு இருக்கேன்.. அவர் பெயர் கூட நீங்க சொல்லி தான் தெரியும்.. ஆனா போலீஸ்ன்னா பயம்னு நீங்க சொல்றத என்னால நம்ப முடியல.. அவர் ஏதாவது தப்பு பண்றாரா? அது தான் பயத்திற்கு காரணமா?"

"நோ நோ அவன் ரொம்ப நல்லவன்.. கேரளாக்கு அவன் வந்தது தெரியும் ஆனா நீ அவன மீட் பண்ணது எனக்கு தெரியாது அம்மு.. அவன் பயப்பட அவனுக்கு சின்ன வயசுல நடந்த விசயம் தான் காரணம்"என்று அவன் கடந்த காலத்தை பற்றி கூற ஆரம்பித்தார்.. அதைக் கேட்க கேட்க அது நாள் வரை கண்ணீரே சிந்தாத அவள் கண்களும் கண்ணீரை சிந்த ஆரம்பித்தது.. அவர்

சொல்லி முடித்ததும் தன்னையும் அறியாமல் சுவற்றில் சாய்ந்து கல்லென நின்றாள்..

"அம்மு நீ அவன் லைப்ல வந்தா நல்லா இருக்கும்னு எனக்கு தோணிச்சு.. ஆனா உனக்கு பிடிக்கலைன்னா வேண்டாம்டா" என்று வாஞ்சையுடன் தலை கோதியவரை தீர்க்கமாக பார்த்தவள் "எனக்கு அவரை பிடிக்கலன்னு நான் சொன்னேனா? ஆனா அவருக்கு.. அவருக்கு.. என்ன.. பிடிக்குமா? என அவளின் வார்த்தைகள் தடுமாறியது.."ஆனா அப்பா நான் அவரோட பயத்த போக்குவேன்.. அவர இந்த நிலைமைக்கு ஆளாக்கினவங்கள துண்டு துண்டா வெட்டாம விடமாட்டேன்" என சொன்னவளின் கண்களில் அத்தனை ரௌத்திரம்..

அதைக்கேட்டு சிரித்தவர் "சரிடா அம்மு ஆனா நீ போலீஸ்ன்னு.."

"அவரோட பயம் போற வரைக்கும் சொல்ல மாட்டேன்.. வேற யாரையும் சொல்லவும் விட மாட்டேன்.. என்னோட வேலைய பர்மிஷன் வாங்கிட்டு வீட்ல இருந்தே செய்ய போறேன்..நீங்க மத்த ஏற்பாட்ட பாருங்கப்பா.. அதுக்கு முன்னாடி அவரோட சம்மதத்தை கேட்டுக்கோங்க" என்றவள் தன் தாயை நோக்கினாள்" அம்மா உனக்கு ஓகேவா?"

அவள் அருகில் சென்றவர் வாஞ்சையோடு பார்த்தார்" உனக்கு நல்லது கெட்டது நல்லா தெரியும் அம்மு.. உனக்கு அந்த பையன பிடிச்சி இருக்குன்னா நீ போ உனக்கு துணையா நாங்க இருக்கோம்.. அவங்க வீட்லையும் இதைப்பற்றி பேசுவோம்..அவன் எந்த தப்பும் பண்ணல அதை அவருக்கு புரிய வைக்கனும்.. அதை நீ செய்வ" என்றதும் தனதறைக்குள் சென்று அவனைப் பற்றிய எண்ணத்திலேயே உறங்கியும் போனாள்..

நாட்கள் அதன் போக்கில் சென்று கொண்டு இருந்தது.. ஒரு நாள் மாலை ஆறு மணி அவன் வேலையை முடித்து விட்டு தனது குடியிருப்புக்கு வந்தான் பிரதியுமன்.. அவன் வந்த சிறிது நேரத்தில் மைத்ரேயனும் வந்து சேர்ந்தான்.. அவனுக்கும் சேர்த்து காபியை தயாரித்தவன்"இந்தா மைத்து" என்று அவன் தனதறைக்கு நடக்க ஆரம்பித்தான்..அவனை ஒரு நொடி நிமிர்ந்து பார்த்தவன் "பிரதி உன்கிட்ட கொஞ்சம் பேசணும்"

"எதைப்பற்றி பேச போற மைத்து? அம்மா சொன்னாங்கன்னு அந்த பொண்ண பற்றி பேச போறன்னா எனக்கு வேலை இருக்கு" என்றான் கோபமாய்.

"என்கிட்ட கோபப்படுறத விட்டுட்டு பிராக்டிகலா யோசி பிரதி.. மாமி என்ன கேட்குறாங்க நீ கல்யாணம் செய்துக்கனும் சந்தோஷமா இருக்கனும் அவ்வளவு தானே? நீ விரும்புற பொண்ண உன்னால கண்டுபிடிக்க முடியலைன்னா அவங்க விருப்பபடி அவங்க சொல்ற பொண்ண கல்யாணம் செய்துக்கோ.. உன்னைப் பெற்று வளர்த்து இருக்காங்க பிரதி அவங்கள விட நல்லத வேற யாரால யோசிக்க முடியும்?"

"நீ சொல்றது எனக்கு புரியாம இல்லை.. ஆனா எனக்குன்னு ஆசை ஒன்னு இருக்குல்ல.. எனக்கு கொஞ்சம் டைம் வேணும்டா.. உடனே மனச மாத்திக்க முடியுமா?"

"என்னடா மனசு?இத்தனை வருஷம் உனக்கான தானே வாழ்ந்தாங்க அவங்களுக்காக அந்த பொண்ண கூட பார்க்க மாட்டியா?கல்யாணம் செய்துக்க மாட்டியா?"

" பிடிக்காத கல்யாணம் செய்துக்கிட்டு ஒன்னா வாழ இது ஒன்னும் சினிமா , சீரியல் இல்லடா வாழ்க்கை.. என்னோட சேர்ந்து இன்னொரு பொண்ணோட வாழ்க்கை அழிய நான் காரணமாக முடியாது"

" ஏய் வாய மூடு.. என்ன சும்மா டயலாக் பேசிட்டு இருக்க? அந்த பொண்ணு போட்டோ உனக்கு அனுப்பி ஒரு மாசம் ஆகுது.. போ போய் பாரு.. ரொம்ப அழகா இருக்கான்னு அனன்யா கூட சொன்னா.. நீ பிரிண்ட் எடுத்து வை.. நான் மார்னிங் வரேன்"என்று அவன் உணவு கூட உண்ணாமல் உறங்க சென்று விட்டான்..

அதன் பிறகு நெடு நேரம் யோசித்தவன் ஒரு முடிவுக்கு வந்தவனாய் தன் தாயிடம் சிறிது நேரம் பேசியவன் அவரின் முடிவுக்கு சம்மதம் தெரிவித்து விட்டு அழைப்பைத் துண்டித்தான்.. மெயில் எடுத்து வந்திருந்த புகைப்படத்தை பார்க்க அதனை திறந்தான் ஆனால் நெட்வொர்க் சரியில்லாமல் போகவே வரும்போது வரட்டும் என்று பிரிண்ட் கொடுத்து விட்டு உறங்க சென்றுவிட்டான்..

மறுநாள் சூரிய பகவான் தன் பணியினை செவ்வனே செய்ய எழும்பி கொண்டிருந்தார்.. எப்பொழுதும் போல எழுந்தவன் தன் காலை கடன்களை முடித்து விட்டு வெளியே வந்தான்.. வந்தவனை பிடித்து கொண்டான் மைத்ரேயன் "ஏய் பிரதி பொண்ணு போட்டோ பார்த்தியா? எப்படி இருக்கா?"

"ஓ ஷிட் மறந்தே போயிட்டேன்டா.. இரு பார்த்துட்டு பிடிக்கலன்னு சொல்லிடுறேன்" என்று எழ போனவனை சோபாவில் தள்ளி விட்டு அவன் அறையை நோக்கி ஓடினான்.. அவனின் எண்ணத்தை புரிந்து கொண்டவனாய் அவனும் அவசர அவசரமாக அவன் பின்னே ஓடினான்.. பிரிண்ட் வந்திருந்த புகைப்படத்தை பார்க்கும் முன்னரே அதனை பிடிங்கினான் பிரதி.. இருவரும் சேர்ந்து இழுத்ததில் பாதியாக பிரிந்தது புகைப்படம்.. மைத்ரேயனை முறைத்தவன்"டேய் என்னடா இப்படி பண்ணிட்ட? கொடு சேர்த்து வச்சி பார்ப்போம்" என்று அவன் கையில் இருந்த பாதியை பிடுங்க போனவன் வீசிய காற்றால் தன் கையில் இருந்த பாதியை தவற விட்டான்.. "அடக்கடவுளே போடா டேய் காலையிலேயே அலைக்கழிப்பா

இருக்கு வந்து தொல" என்று சலித்துக் கொண்டே படியிறங்கி ஓடியவன் அந்த பாதி ஒரு பெண்ணின் முகத்தில் பட்டு தொங்கவும் பின்னோடு வந்த மைத்ரேயனை முறைத்தவன் "இப்ப என்ன பண்றது? காலையில ஒரு பொண்ணு கையில அடி வாங்க வச்சிடுவ போலையே"

" சரி சரி போ பொண்ண பார்க்கனும்ல"

"டேய் அந்த பொண்ணு எனக்கு பார்த்து இருக்காங்க.. நீ ரொம்ப ஆர்வமா இருக்க?

" பின்ன என் ரூட் கிளீயர் ஆக வேண்டாமா? போ போ"

" எல்லாம் என் நேரம்"என்று தலையில் அடித்துக் கொண்டு சென்றவன் அந்த பெண்ணின் முகத்தை பார்த்ததும் சர்வமும் மறந்தான்.. தாயை கண்ட சேயை போல அவளை இறுக்க அணைத்தான்.. அவளும் தான்.. இதை கவனித்த மைத்ரேயன் 'என்ன பண்றான் இவன் யார் இந்த பொண்ணு? ஏன் இப்படி பண்ணிட்டு இருக்கான்?' என யோசித்தவாறு அருகில் சென்றவன் அங்கே அம்புத்ரா இருக்கவும் இரண்டடி பின்னே நகர்ந்தான்..

ஆனால் பிரதியுமனோ "உன்னை எவ்வளவு நாளா தேடிட்டு இருந்தேன்? இத்தனை நாளா என்னை தவிக்க விட்டுட்டு எங்க இருந்த? இனியாவது என்னை விட்டுட்டு போகாத.. ப்ளீஸ்"

"கண்டிப்பா போக மாட்டேன்.. இனி நீங்க தான் என் உலகம்.. ஆனா எனக்கு இங்க பக்கத்துல ஒரு வேளை இருக்கு அதை முடிச்சிட்டு வரேன்" என்று அவனை விலக்கி விட்டு நடந்து சென்றாள் அவள்.. அவளையே பார்த்து கொண்டு இருந்தவனை மைத்ரேயன்" ஏய் பிரதி உனக்கு அம்புத்ராவை தெரியுமா?"

"ஓ அவ பெயர் அம்புத்ராவா? நல்லா இருக்குல்ல? சரி சரி அவ திரும்ப வரேன்னு சொல்லி இருக்கா நான் போய் ரெடி ஆகுறேன் நீயும் வா"என்று ஓடுபவனை கண்கொட்டாமல் பார்த்து கொண்டு இருந்தான் மைத்ரேயன்..

தொடரும்..

அம்புத நல்லாள் - 7

அம்புத்ராவைப் பார்த்த மகிழ்ச்சியில் பிரதியுமன் முன்னே சென்று கொண்டிருக்க இங்கே மைத்ரேயன் பெரும் குழப்பத்தில் ஆழ்ந்தான்.. இந்த ஒரு மாத காலத்தில் விக்ரமன் தனக்கிட்ட பணியான அம்புத்ராவின் நேர்காணலை முடித்து விட்டு இருந்தான்.. அதில் இவனின் குறும்புத்தனத்தால் அவளிடம் நற்பெயரை பெற்று அவளுடன் நட்பாக பழகிக் கொண்டு இருந்தான்.. அவள் செல்லும் இடங்களுக்கு அவள் பின்னோடு சென்று செய்திகளை சேகரித்தான்.. அதில் அவர்களின் நட்பு பலமாகி கொண்டு இருந்தது.. அம்புத்ரா பொறுத்த வரை மைத்ரேயன் பிரதியுமனின் நெருங்கிய சொந்தம் அதுமட்டுமின்றி அவள் அப்பாவிடம் நற்பெயரை வாங்கி இருந்தான்.. பிரதியுமனை தன் வழிக்கு கொண்டு வர மைத்ரேயனின் சகாயம் மிக அவசியமாக இருந்தது.. முதலில் சுயநலமின்றி அவனுடன் நட்பாக பழக ஆரம்பித்தவள் விக்ரமன் பிரதியின் குடும்பத்தை பற்றி சொல்லவும் அப்பொழுதே மைத்ரேயனை எப்படியாவது தன் திட்டத்திற்கு உதவி செய்ய வைக்க வேண்டும் என்று முடிவெடுத்து விட்டாள்..

மைத்ரேயனோ செல்லும் அவனிடம் அம்புத்ராவை பற்றிய உண்மையை சொல்லி தன் மாமி பார்த்திருக்கும் அப்பெண்ணையே திருமணம் செய்து கொள்ள சம்மதம் சொல்ல வைக்க வேண்டும்.. அவளை பார்த்த மகிழ்ச்சியில் தலைக்கால் புரியாமல் ஓடிக் கொண்டிருக்கிறான் உண்மையை தெரிந்து கொண்டால் அவள் இருக்கும் திசைப் பக்கம் கூட தலை வைத்துப் படுக்க மாட்டான் என்று யோசித்தவன் ஓர் அடி முன்னே எடுத்து வைக்க அவனை தடுத்தது பெண் குரல் அது "மைத்ரேயன் ஒரு நிமிஷம்" என்றது.. அக்குரல் அம்புத்ரா என்று நான் சொல்லி தான் தெரிய வேண்டும் என்பது இல்லை..

அவள் குரலைக் கேட்டு திரும்பியவன் எதுவும் பேசாமல் என்ன என்பது போல் அவள் முகத்தை நோக்கினான்..

"நீங்க என்ன கேட்க நினைக்கிறீங்கனு எனக்கு தெரியும்.. அதுக்கான பதில் சொல்ல நான் கடமைப்பட்டிருக்கிறேன்"

அதில் கோபம் கொண்டவன் "என்ன சொல்ல போற அம்புத்ரா என்ன சொல்ல போற? இத்தனை நாளா என்கிட்ட பொய்யா தானே நட்புன்னு பழகி இருக்க? உனக்கு பிரதி பற்றி என்ன தெரியும்? இல்லை தெரியாம தான் கேட்குறேன் உனக்கு அவன எப்படி தெரியும்?என்னவோ ரொம்ப நாள் பழகின மாதிரி நடு ரோட்டல கட்டிப் பிடிச்சிட்டு நிக்கற? அவனுக்கு தான் அறிவில்லை உனக்குமா இல்லை? அவனுக்கு வேற பொண்ணு கூடக் கல்யாணம் பிக்ஸ் பண்ணி இருக்காங்க.. இத்தனை மாசமா அவன் உன்னை தான் தேடி அலைஞ்சான் எனக்கு முன்னவே தெரிஞ்சி இருந்தா அப்பவே இதுக்கு ஒரு புல் ஸ்டாப் வச்சி இருப்பேன்.. அவன் வாழ்க்கையில இப்படி விளையாடாம இப்பவே இங்க இருந்து போ.. அவன் நிம்மதியா அவன் அம்மா பார்த்த பொண்ணோட சந்தோஷமா வாழ்க்கைய தொடங்குவான்"என்று செல்பவனை தடுத்தாள் அவள்.

"என்ன விட்டா ரொம்ப பேசுறீங்க? நான் உன்கிட்ட பொய்யா நட்புன்னு பழகினேனா? பிரதியுமனைப் பற்றி கண்டிப்பா உன்னை விட எனக்கு தெரியாது அதை ஒத்துக்கிறேன்.. ஆனா அவன் வாழ்க்கை முழுக்க இப்படியே பழசையே நினைச்சிட்டு போலீஸ்க்கு பயந்து வாழணுமா? அப்பறம் எனக்கு அவர கொஞ்ச மாசம் முன்னாடி தெரியும்.. இத்தனை மாசமா என் வேலையை பார்த்தத விட இவர தேடினது தான் அதிகம்.. முதல்ல இவர பார்த்து நன்றி சொல்ல தான் தேடினேன் ஆனா எப்ப என் அப்பா இவர் போட்டோவ காமிச்சு இவர்தான் எனக்கு பார்த்த மாப்பிள்ளைனு சொன்ன போது தான் எனக்கே புரிஞ்சுது நான் அவரை எவ்வளவு விரும்பறேன்னு.." என்றதும் அவன் பார்த்த பார்வையே சொல்லியது அவன் அவள் சொல்வதை நம்பவில்லை என்று" நான் சொல்றது உண்மை தான்.. வேணும்னா உங்க கையில இருக்க பிரிண்ட்ட சேர்த்து வச்சி பாருங்க உங்களுக்கே புரியும்.. பிரதிக்கு உங்க மாமி பார்த்த பொண்ணும் நான் தான் அவர் தேடின பொண்ணும் நான் தான்" என்றவளை ஒருமுறை முறைத்து விட்டு அவள் சொன்னபடி இவளைப் பார்த்த சந்தோஷத்தில் அவன் தவற விட்டு போன

மீதியையும் ஒன்று சேர்த்து பார்த்தவன் அதிர்ந்து போனான்.. ஏனெனில் அவள் சொன்னதும் அத்தனையும் உண்மை தானா? எப்படி மாமி இவனுக்கு போலீஸ் என்றால் பயம் என்று தெரிந்தும் இவளை இவனுக்காக பார்க்க முடிந்தது? இவனுக்கு தான் இவளை பற்றிய உண்மை தெரியாது? ஆனால் அவர்களுக்கு? என்ன எண்ணம் கொண்டு இவளை திருமண செய்ய பேசி இருக்கிறார்கள்? அவனை பொறுத்த வரை அந்த பெண்ணும் அவன் தேடிய பெண்ணும் வேறு வேறு என்றல்லவா நினைத்து கொண்டு இருக்கிறான்? இப்பொழுது உண்மை தெரிந்தால்? அவனின் மனநிலை எவ்வாறு இருக்கும்? இதெல்லாம் சரி வராது பிரதியிடம் அனைத்து உண்மைகளையும் சொல்வதே சிறந்தது.. அவனிடம் பொய்யுரைக்க என்னால் இயலாது'என்று யோசித்தவன் நடக்க எத்தனிக்க "இன்னும் என்ன மைத்ரேயன்? பிரதியோட மனநிலையை மாற்ற எனக்கு உதவி செய்வீங்க தானே?" என்றவளை முறைத்தவன் "லீசன் அம்புத்ரா இதுவரை பிரதி கிட்ட நான் பொய் சொன்னதே இல்லை.. என்னால அவன்கிட்ட பொய்யா நடிக்க முடியாது.. நான் போய் உண்மைய சொல்ல தான் போறேன்.. அதுக்கு அப்புறம் நடக்கறது நடக்கட்டும்" என கூறி விட்டு செல்பவனை" உங்க கசின் நல்லா இருக்கும்ன்னு எண்ணமே இல்லையா?"

"என்ன பேசுற அம்புத்ரா நீ? அவன் நல்லா இருக்கும்னு தான் உண்மைய சொல்ல போறேன்.. நீ இந்த சிட்டிக்கு அசிஸ்டெண்ட் கமிஷனரா இருக்கலாம் உன்னோட மிரட்டல் உருட்டல் எல்லாம் ரவுடிங்க கிட்ட தான் என்கிட்ட வேண்டாம்.. இவ்வளவு நேரம் உன்னோட நண்பனா பேசிட்டு இருந்தேன்.. ஆனா இனி நமக்குள்ள இருந்த நட்பு முடிஞ்சி போச்சி.. அவன் வாழ்கையை விட்டு விலகி போயிடு"

" நான் இப்ப அசிஸ்டெண்ட் கமிஷனரா பேசல மைத்ரேயன்.. ஒரு சராசரி பொண்ணா என் வாழ்க்கையை வாழ உங்ககிட்ட உதவி கேட்டு நிக்கிறேன்.. நீங்க போய் நான் போலீஸ்ன்னு பிரதி கிட்ட சொன்னா என்ன நடக்கும்? அவர் பயம் போயிடுமா? எப்பவோ நடந்த ஒரு கெட்ட விஷயத்தை மறக்க வைக்கனும் அது தான் நல்ல நட்பு.. எனக்கு தெரியும் நீங்க அவருக்கு கசின்

மட்டும் இல்ல சின்ன வயசுல இருந்து ஒரு நல்ல நண்பனும் கூட.. இதுவரை நல்லது கெட்டது பார்த்து பார்த்து செய்து இருக்கீங்க ஆனா அந்த பயத்தைப் போக்க மட்டும் நினைக்கல ஏன்? அதுக்கான ஒரு அடி கூட நீங்க எடுத்து வைக்கல அது தான் நிஜம்.. இதை நீங்க யோசிச்சி பார்த்தா உங்களுக்கே புரியும்.. இனி முடிவு உங்க கையில தான் இருக்கு.. நான் அவரை பார்க்க போறேன்.. உண்மைய சொல்லனுமா வேண்டாமானு நீங்க முடிவு பண்ணிக்கோங்க"என்று அவள் சென்றுவிட்டாள்.

'என்ன சொல்லி விட்டு போகிறாள் இவள்? அவள் சொல்வது உண்மைதானா? நான் பார்த்து பார்த்து அவனுக்காக எவ்வளவோ செய்தேன்.. ஆனால் இந்த பயத்தைப் போக்க நான் என்ன செய்தேன்? அவன் பயம் கொள்ளும் போதேல்லாம் நான் அவனை ஆறுதல் சொல்ல அணைத்தேனே தவிர அதனை எதிர்கொள்ள சொல்லவில்லையே? இது என் தவறு தானே? இனியும் அவன் இப்படியே இருக்க வேண்டுமா? இதனால் தானே தொலைக்காட்சி பார்ப்பதை கூட தவிர்த்தான்..எத்தனை இரவுகளை பயத்தினால் தூங்காமல் கழித்தான்.. இது தேவையா? வேண்டாம் வேண்டாம் அவன் மற்ற பிரச்சனைகளை தைரியமாக எதிர்கொள்வது போல் இதையும் எதிர்கொள்ள செய்ய வேண்டும்.. அதற்காக என்னால் அவனிடம் பொய்யுரைக்க முடியுமா? வேலை நேரத்திலும் ஏன் என் தாய் தந்தையிடம் கூட பொய்யுரைத்து இருக்கிறேன்.. ஆனால் இவனிடம்.. அது கடினம் தானே? இரு தலை கொள்ளி எறும்பாய் இருக்கிறதே என் நிலைமை..அவனின் மற்றொரு மனமோ "டேய் இத்தனை வருடம் இப்படியே இருந்த இனியாவது அவளுக்கு உதவி செய் அவன் மனசு மாறும்ல்ல.. மரியாதையா போ அங்க என்ன நடக்குதுன்னு பாரு.. அவள் போக்கிற்கு விடு.. பழைய எண்ணத்தை விட்டுவிட்டு வெளியே வரட்டும்' இவ்வாறு தனக்குள் ஒரு போரையே நடத்தி முடித்தவன் ஒரு முடிவெடுத்தவனாய் தன் இல்லம் நோக்கி சென்றான்..

உள்ளே.. இவன் வந்ததை கூட கவனிக்காமல் பார்வையால் ஒருவரை ஒருவர் விழுங்கும் அளவிற்கு பார்த்துக் கொண்டிருந்தனர்.. அதை பார்த்த அவனோ' என்னடா இதுங்க

இரண்டு இதுவரை எதுவுமே பேசல போல இருக்கே..இப்படியே பார்த்துக்கிட்டே இருந்தா எப்ப பேசுவாங்க?' (உனக்கும் லவ் வந்தா தானே தெரியும்) என யோசித்தவன் பத்து நிமிடமாக காத்திருந்தான் ஆனால் அவர்களின் செயலில் எந்த முன்னேற்றமும் இல்லை.. பொறுத்திருந்து பார்த்தவன் அருகில் இருந்த பூ ஜாடியை கீழே போட்டுடைத்தான் அதில் கவனம் சிதறி திரும்பியவர்களின் முகத்தில் தான் எவ்வளவு அசட்டு சிரிப்பு..

சூழ்நிலையை சீராக்க எண்ணிய பிரதியுமன் "ஹே மைத்து வா வா.. இது அம்புத்ரா நான் தேடிட்டு இருந்தேனே அவ தான்.. இத்தனை நாள் தேடலுக்கு இன்னைக்கு தான் பலன் கிடைச்சது"

சலித்து கொண்டவனாய் "தெரியும் தெரியும்.. இவங்கள நல்லாவே தெரியும்" என்பதில் மட்டும் சற்று அழுத்தம்.

இதை கேட்டு அவர்களை இருவரையும் பார்த்தவன்" ஓ ரியலி உனக்கு இவன ஏற்கனவே தெரியுமா அம்புத்ரா?"என்று அவன் கேட்ட கேள்வியில் அவள் என்னவென்று சொல்வாள்? திரு திருவென்று முழித்தாள்.. இவளின் கண்களை கண்டவனது கண்கள் கூர்மையான ஊசி போல் அவளது கண்களை துளைத்தது.. கண்டிப்பாக உண்மையை சொல்ல முடியாது இவனுக்கு என்ன சொல்லி சமாளிக்க என்று யோசித்து கொண்டு இருந்த நேரம் "இவங்க என்கூட தான் வேலை செய்றாங்க பிரதி" என்ற மைத்ரேயனின் குரலில் அவனுக்கு ஆச்சரியமும் அவளுக்கு மகிழ்ச்சியும் ஏற்பட்டது.

"ஓ நைஸ்.. இத்தனை நாளா நீ ஏன் சொல்லவே இல்ல?"

"ஏது? டேய் மஷ்ரூம் தலையா நீ தேடுற பொண்ணோட பெயர் கூட தெரியாம தேடு தேடுன்னு தேடுன.. இதுல ஒரு போட்டோ கூட இல்லை இதுல இவ தான்னு நான் என்ன வெத்தலைல மை போட்டா பார்க்க முடியும்.. மவனே டென்ஷன் பண்ண அப்பறம் நான் என்ன செய்வேன்னு எனக்கே தெரியாது.. எனக்கே அம்புத்ரா சொன்னது எல்லாம் புதுசா இருக்கு" என்று அவளை நோக்கியவன் தான் அவளோடு இருப்பதாய் தன்

நெஞ்சின் ஓரம் கைவைத்து அவனின் சம்மதத்தை தெரிவித்தான்.

இதை கவனித்த பிரதியோ" இங்க என்ன நடக்குது மைத்து? என்கிட்ட இருந்து எதையாவது மறைகிறீங்களா? என்றதும் இருவரும் செய்வதறியாது திகைத்தனர்..

உண்மைகளை அறிவானா பிரதியுமன்? என்ன செய்வார்கள் இருவரும்?

அம்புத நல்லாள் - 8

இருவரும் செய்கையில் பேசுவதை எதேச்சையாக கவனித்த பிரதியுமன் "என்ன நீங்க இரண்டு பேரும் தனியா ஏதோ செய்கை எல்லாம் செய்றீங்க? என்கிட்ட இருந்து எதையாவது மறைகிறீங்களா?"

இதை அவன் கேட்டதும் இருவரும் என்ன சொல்வது என்பதைப்
போல் பார்த்து கொண்டனர்.. மைத்ரேயனால் அவனிடம் இதை சமாளிக்க முடியும் என்று தோன்றவில்லை உண்மையை சொல்ல முனைந்த போது அம்புத்ரா" அது ஒன்னும் இல்லை பிரதி அவரோட சட்டை பாக்கெட்டில ஏதோ இருந்தது அதை தான் சொன்னேன் நாங்க என்ன மறைக்க போறோம்"

"அப்படியா மைத்து.. ஏன்டா இருக்க குப்பை எல்லாம் உன்கூட எடுத்துட்டு வர..?"

இதைக்கேட்ட அவனோ " ஹான் வேண்டுதல்டா எனக்கு இன்னைக்கு வீட்டுக்கு குப்பையை எடுத்துட்டு வரனும்னு" என்றான் எரிச்சலாய்.

பிரதியுமன் ஏதோ பேச வாயெடுக்கும் முன் அம்புத்ராவின் கைபேசி அழைத்தது.. யார் என்று பார்த்த அவளின் இமைகள் அதிர்ச்சியில் உறைய ஆரம்பித்தது ஏனெனில் அழைத்தது கமிஷனர் 'ஐய்யயோ கமிஷனர் கால் பண்றாரே என்ன பிரச்சனைன்னு தெரியலையே.. இவர் எதிரே பேசினா தப்பாயிடுமே' என்று யோசித்து கொண்டு இருந்தவள் அழைப்பு நின்று விடவே அவசரமாக பிரதியிடம் "பிரதியுமன் நான் அவசரமா இப்ப கிளம்பனும் என் நம்பர நோட் பண்ணிக்கோங்க நான் அப்பறம் கால் பண்றேன்" என அவளது எண்ணை அவனிடம் கொடுத்து விட்டு செல்பவளை "அம்புத்ரா உன்னோட நம்பரை என்கிட்ட கொடுத்த ஆனா என் நம்பர் இல்லாம எப்படி கால் பண்ணுவ?"

அவனுடைய எண் விக்ரமனிடம் இருந்து அவள் ஏற்கனவே பெற்றிருந்தாள் அதனால் பின்னர் அழைப்பு விடுப்பதாய் அவனிடம் உளறி விட்டு இருந்தாள் அதை எண்ணி தன்னுடைய ஆர்வ கோளாரை நொந்தவளாய் தலையில் அடித்து கொண்டு" ஆமால்ல நம்பர் சொல்லுங்க இல்லன்னா ஒரு மிஸ்டு கால் தாங்க யுமன் நான் சேவ் பண்ணி வச்சிகிறேன்"

அவனும் ஒரு மிஸ்ட் கால் தரவே அவளுடைய கைபேசியில் "மை யுமன்" என்று அவனுடைய படத்துடன் மிளிர்ந்தது..

அதேநேரம் மைத்ரேயன் "ஆமா அது என்ன யுமன் யாரு அது?" என்றான் புரியாமல்.

இவளோ வெட்கத்துடன்" அது அவர் தான்"

" எவரு? "

"அவர் தான் பிரதியுமன்.. உங்க கசின்"

"ஏன்மா இன்னைக்கு தானே பார்த்த.. அதுக்குள்ள என்ன செல்ல பெயர் வேண்டிகிடக்கு"

அவளோ எதுவும் பேசாமல் பிரதியுமனைப் பார்த்தவாறே இவனிடம் போய் வருவதாய் சொல்லி விட்டு சென்று விட்டாள்..

அவள் சென்று விட்டாள் என்று உறுதிப்படுத்திக் கொண்டு பிரதியுமனிடம் திரும்பிய மைத்ரேயன் " பிரதி ரொம்ப சந்தோஷமா இருக்க போலையே?"என்றான் புருவத்தை உயர்த்தியவாறு.

அவன் எவ்வாறு கேட்கிறான் என்று அறியாத பிரதியோ "ஆமா டா எத்தனை மாசமா தேடிட்டு இருந்தேன் இன்னைக்கு நான் நினைச்சு கூட பார்க்கல என் கண் எதிரே.. அதுவும் நம்ம ஏரியால.. உன் கூட வேற வேலை செய்யுறா.. இதுக்கு மேல என்ன இருக்கு? கல்யாணம் குடும்பம்னு செட்டில் ஆக

வேண்டியது தான்" என்று அவனின் எதிர்காலத்தைப் பற்றி சந்தோஷமாக பேசிக் கொண்டே இருந்தான்.

"எல்லாம் சரி பிரதி ஆனா இதெல்லாம் எந்த பொண்ணு கூட வாழ போற? மாமி பார்த்த பொண்ணு கூடவா இல்ல அம்புத்ரா கூடவா?" என்றதும் அதிர்ச்சி அடைந்தவனாய்" என்னடா இப்படி கேக்குற அம்புத்ரா கூட தான்"

" ஓஓ அப்ப நேற்று நைட் மாமி கிட்ட நீ கால் பண்ணி அவங்க பார்த்த பொண்ணுங்க ஓகே சொன்னீயே அது என்ன கதை? இரண்டு பேரையும் கல்யாணம் பண்ணிக்கிற ஆசை இருக்கோ சார்க்கு?" என்றான் ஏளனமாய்.

" ஏய் என்னடா இப்படி அசிங்கமா பேசுற? அம்புத்ரா கிடைக்க மாட்டான்னு ஒரு முடிவு பண்ணிட்டு அந்த பொண்ணுக்கு ஓகே சொன்னேன் இன்னும் அந்த பொண்ணு முகத்தை கூட பார்க்கலையே பெயர் கூட தெரியாதேடா.. நிச்சயம் கூட ஆகல அம்மா கிட்ட சொன்னா புரிஞ்சிப்பாங்க.. ஒரு வேளை என்னால அந்த பொண்ணு மனசுல ஏதாவது எதிர்பார்ப்பு வந்து இருந்தா கூட நான் மன்னிப்பு கேட்க ரெடியா இருக்கேன்" என்று தன்னிலை விளக்கம் கொடுத்து கொண்டு இருந்தான்.

"ஓ அப்படி சொல்ற.. சரி சரி உனக்கு ஒரு புது நியூஸ் தரவா?"

"நீ கேட்குற ஸ்டைலே சரியில்லையே.. என்ன நியூஸ் அது குட் நியூஸா இல்ல பேட் நியூஸா?"

"ஹூம் இட்ஸ் டிபண்ட்ஸ் அபான் யூ மை டியர்(it depends upon you my dear).. அதாவது.. அது என்னன்னா.. என் ஆசை மாமா பையன்.. அதாவது உனக்கும் மாமி பார்த்து இருக்காங்கள அந்த பொண்ணு அவங்களுக்கும் நிச்சயம் பண்ண முடிவு பண்ணி இருக்காங்களாம்.. இன்னும் இரண்டு வாரத்துல.. பொண்ணுக்கு உன்னை ரொம்ப பிடிச்சி போச்சாம்.. ஏற்கனவே உன்னை பலதடவை இங்க பார்த்து இருக்காங்களாம்.. ஆனா நீ தான் கண்டுக்கவே இல்லையாம்.. என்ன பிரதி இது ஹாப்பியா இல்ல பேட் நியூஸா?" என்றவனை முறைத்தவன்" என்னடா

விளையாடுறீயா? ஏய் அந்த பொண்ண நான் பார்த்தது கூட இல்லடா ஈவன் போட்டோ கூட பார்க்கல எப்படிடா அம்மா ஏன் என்கிட்ட எதுவும் கேட்காம இப்படி? அட்லீஸ்ட் உன்கிட்டயாவது சொல்லி இருக்கலாம்ல.. இப்ப என்ன பண்றது? அம்மா கிட்ட பேசினா சரிவராது இதுக்கு அப்பா தான் சரியான ஆள்.. நீ என்ன சொல்ற மைத்து?"

அவனோ சிரித்தவாறே" அந்த பொண்ணு பெயர் அம்முன்னு சொன்னாங்க.. வீட்ல அப்படி தான் கூப்பிடுவாங்கனு மாமி சொன்னாங்க..என்றவன் மனதிலோ 'அவளுக்கு அம்மு ன்னு ஒரு பெயர் இருக்கறதே இப்ப தானே தெரியுது நானும் வேற வேற பொண்ணுன்னு தானே நினைச்சிட்டு இருந்தேன் எல்லாம் ப்ராடு கூட்டு களவாணிங்க இப்ப என்னையும் இவங்க கூட சேர்த்து வச்சி இருக்காங்க யோசிச்சி யோசிச்சி இவன்கிட்ட பேச வேண்டியதா இருக்கு மத்தவங்க கிட்ட சாதரணமான வர பொய் இவன்கிட்ட பேசும் போது வரல கடவுளே நீ தான் பார்த்துக்கணும்' என்று யோசித்து கொண்டு இருந்தவன் பிரதியின் தொடுதலில் சுயநினைவுக்கு வந்தான்.

"என்னடா யோசிக்கிற?"

"பிரதி எனக்கு உன்னோட நிச்சயம் விசயம் தெரியும்.. நேற்று நைட் நீ மாமி கிட்ட ஓகே சொன்னதும் அவங்க என்கிட்ட பேசினாங்க அப்பவே இந்த விசியத்தை பொண்ணு வீட்டுல சொல்லி நாள் பிக்ஸ் பண்ணதையும் சொன்னாங்க.. அக்ஷு வலி இது உனக்கு சர்ப்ரைஸா இருக்கும்ன்னு சொன்னாங்க பட் இப்ப இருக்க சுஷுவேஷன்ல(situation) அது அவசியம் இல்லன்னு தோணிச்சு அதான் சொன்னேன்.. அண்ட் இது உன்னோட லைப் சோ முடிவு நீ தான் எடுக்கனும்.. அம்புத்ராவா இல்ல அம்முவா? சாய்ஸ் இஸ் யூவர்ஸ்" என்று அவன் தோளோடு அணைத்தவன்" யோசி.. பிரச்சனைன்னு ஒன்னு இருந்தா அதுக்கான தீர்வு ஒன்னு இருக்கும் தானே.. இன்னைக்கு ஆபீஸ் போகாத பொறுமையா யோசி பிரதி.. எனக்கு டைம் ஆச்சு இன்னைக்கு அமைச்சர் இன்டர்வியூ இருக்கு"என்று அவனைத் தனித்து விட்டு விட்டு அலுவலகம் சென்றான் மைத்ரேயன்.

தனித்து இருந்தவன் மனதிலோ என்னற்ற கேள்விகள்.. 'நான் அம்புத்ராவை திருமணம் செய்தால் எத்தனை பேர் மனதைப் புண்படுத்த நேரிடும்? ஒருவேளை நான் பெற்றவர்கள் பார்த்த பெண்ணை திருமணம் செய்தால் அம்புத்ரா மனது நோகாதா? மத்தளம் போல் இருபுறமும் அடி வாங்குவேனோ? தந்தையிடம் இப்பொழுதே பேசலாமா? அவர் சம்மதம் சொல்வாரா? இதுநாள் வரையில் தாய் சொன்னதை அவர் மீறியதாக வரலாறே இல்லை.. எனினும் வேறு வழி இருக்கிறதா பிரதி என்றது மற்றொரு மனம்'.

பலமணி நேரமாக சிந்தித்தவன் தனது தந்தையிடம் பேசுவதை தவிர வேறு வழி இல்லை என தோன்ற அழைப்பெடுத்தான் ஒரு முடிவெடுத்தவனாய்.

என்றும் இல்லாத திருநாளாய் தன் மகனின் முகம் தொடுதிரையில் பார்த்ததும் ஏதோ பிரச்சனை என்று யுகித்தவர் அதற்கு மேலும் தாமதிக்காமல் அவனது அழைப்பை ஏற்றார் "சொல்லுப்பா பிரதி நல்லா இருக்கியா சாப்பிட்டியா?" என்பதாய் ஒலித்தது கந்தசாமியின் குரல்.

"நல்லா இருக்கேன்ப்பா நீங்க எப்படி இருக்கீங்க? உடம்பு எப்படி இருக்கு?"

"என் உடம்புக்கு என்ன நல்லா தான் இருக்கு.. உனக்கு என்ன வேணும்.. எதாவது காரியம் ஆகனும்னா தானே உன் கண்ணுக்கு நான் இருக்கறதே தெரியும்"

"அப்படி எல்லாம் எதுவும் இல்லப்பா நீங்க பார்த்து இருக்க பொண்ணு.. அது வந்து.. என்ன சொல்ல வரேன்னா"என்று வார்த்தைகள் வராமல் தடுமாறினான்.

"பிரதி பீல் ப்ரீ நான் உன்னோட அப்பா தான் பேய் இல்ல.. எதுவா இருந்தாலும் என்கிட்ட சொல்லு.. உன் பிரச்சனை என்ன?"

அதில் தைரியத்தை வரவழைத்துக் கொண்டு" அப்பா நான் ஒரு பொண்ண லவ் பண்றேன் நீங்க பார்த்து இருக்க பொண்ண என்னால கல்யாணம் செய்துக்க முடியாது அவங்க வீட்ல சொல்லிடுங்க" என்று மூச்சு விடாமல் பேசி முடித்தான்.

அம்புத்ரா முன்னரே இதைப் பற்றி சொல்லி இருப்பதால் அதனை நினைத்து உள்ளுக்குள் சிரித்து கொண்டாலும் அவனிடம் அதிர்ச்சியடைந்தவராய்" என்னப்பா இப்ப வந்து இப்படி சொல்ற? உனக்கு நிச்சிய தேதி கூட குறிச்சாச்சுப்பா நீ சரின்னு சொன்னதும் தானே அம்மா அவங்க வீட்ல பேசி இந்த முடிவ எடுத்தா இப்ப போய் நாங்க என்ன சொல்றது அந்த பொண்ணோட அப்பா வேற என் பிரண்ட் அசிங்கமா போய்டும் பிரதி"

"என்னப்பா பேசுறீங்க நேத்து ராத்திரி தானே ஓகே சொன்னேன் அதுக்குள்ள என்கிட்ட கூட சொல்லாம ஏன் இப்படி பண்ணீங்க?"

"இது என்னடா வம்பா போச்சி? நீ எப்ப ஓகே சொல்லுவன்னு எதிர்பார்த்து இருந்தாடா உன் அம்மா.. நீ சொன்ன அடுத்த நிமிஷம் நேரம் காலம் கூட பார்க்காம அவங்க வீட்டுக்கு கால் பண்ணி பேசிட்டா.. என்னை என்ன பண்ண சொல்ற? எனக்கே இது காலையில தான் தெரியும்..ஆனா உன்கூட சுத்திக்கிட்டு இருக்கானே ஒரு களவாணி அவனுக்கு தெரியாம உன் அம்மா எதுவும் செய்ய மாட்டா இந்த விசியத்தை அவன் தான் உனக்கு சொன்னானா?"

"ஆமாம்ப்பா.. அப்பா ப்ளீஸ் எனக்கு அந்த பொண்ணு வேண்டாம்ப்பா.."

"இதை என்கிட்ட சொல்லி எந்த பிரயோஜனமும் இல்ல பிரதி.. உனக்கே தெரியும் நம்ம வீட்ல அதுவும் உன் விசியத்துல அம்மா தானே முடிவெடுப்பா? சோ அவளுக்கு கால் பண்ணி பேசு..சரி இத்தனை நாள் சொல்லாம இப்ப வந்து லவ் பண்றேன்னு சொல்ற? முன்னவே சொல்லி இருக்கலாம்ல? நாங்க காதலுக்கு எதிரி இல்ல ஏன்னா நாங்களே லவ் மேரேஜ் பண்ணவங்க தான்..

பட் உனக்கு அம்முவ விட நல்ல பொண்ணு கிடைக்கமாட்டா பிரதி..என்ன நான் இவ்வளவு பேசுறேன் நீ பதிலே சொல்லாம சைலண்டா இருக்க?"

"அப்பா என்னை பேசவிட்டா தானே நான் பேசுவேன்.. நான் லவ் பண்ண பொண்ண இன்னைக்கு தான் பார்த்தேன்" என்று அன்று முதல் இன்று வரை நடந்த அனைத்தையும் சொல்லி முடித்தான்.

அனைத்தையும் பொறுமையாக கேட்டவர் வீடியோ கால் செய்தார்.. எதற்காக அழைக்கிறார் என்று அறியாதவன் அழைப்பை ஏற்றான்" பிரதி நீ பொறுப்பான பையன் நல்லது கெட்டது உனக்கு நல்லா தெரியும்.. நீ யோசி இன்னைக்கு பார்த்த ஒரு பொண்ணுக்காக என்னையும் அம்மாவையும் இன்னொரு குடும்பம் முன்னாடி தலைகுனிய வைக்க போறியா? அம்மாக்கு முன்ன மாதிரி உடம்பு இல்லப்பா அடிக்கடி ஏதாவது ஒரு பிரச்சனை உனக்கு தெரிய கூடாதுன்னு இருக்கா.. அதுக்காக உன்னை பேச வேண்டாம்னு நான் சொல்ல மாட்டேன்.. இது உன் வாழ்க்கை உன் சந்தோஷம் சோ பேசு.. நான் உனக்கு என்னால முடிஞ்ச அளவுக்கு சப்போர்ட் பண்றேன்.. பாய் டேக் கேர்" என்றவாறு அழைப்பைத் துண்டித்து விட்டார்.

தாயிடம் எவ்வாறு பேசுவது என்று அவன் யோசித்து கொண்டு இருக்கட்டும் நாம் மற்ற இருவரும் என்ன செய்கிறார்கள் என்று பார்த்து விட்டு வருவோம் வாருங்கள்.

பிரதியிடமிருந்து விடைபெற்றுக் கொண்டு கமிஷனர் வெற்றிமாறன் வீட்டிற்கு அவர் வரசொன்னதால் விரைந்தாள் அம்புத்ரா.. அங்கே " குட் மார்னிங் சர் என்னை அவசரமா வர சொன்னீங்க அதுக்கு என்ன காரணம்னு தெரிஞ்சிக்கலாமா?"

அவரோ சிரித்தபடி "உட்கார்ந்து பேசு அம்புத்ரா இந்த சர் மோரு எல்லாம் ஆபிஸ்ல தான்.. இங்க எப்பவும் போல அப்பானே கூப்பிடுடா அம்மு"

(வெற்றி- மீனா தம்பதியின் குழந்தை உடல்நிலை சரியில்லாமல் போய் தனது 6 வயதில் இறந்த விட்டாள் அச்சமயத்தில் அவர்கள் விக்ரமன் முதலில் இருந்த வீட்டின் அருகே இருக்கவும் அவ்வப்போது இவள் அங்கே சென்று வருவாள்.. ஏனெனில் அவரின் அந்த தொப்பி அவளை மிகவும் ஈர்க்கும்.. குழந்தையை பறிகொடுத்த அந்த தம்பதிக்கு இவளின் வருகை மிகவும் ஆறுதலாக இருந்தது.. அதுநாள் முதல் இன்றுவரை அவர்களையும் அப்பா அம்மா என்றே அழைப்பாள்..ஏனோ இவளுக்கு இந்த காவல்துறை பணி பிடித்து இருந்தது அதனால் விக்ரமன் எவ்வளவு சொல்லியும் கேட்காமல் இப்பணியில் சேர்ந்தாள்..)

அவளும் புன்முறுவல் பூத்தவாளாய் "சரி வெற்றிப்பா சொல்லுங்க என்ன விசியம்? நீங்க இந்த டைம்ல வீட்டுக்கு வர சொல்ல மாட்டீங்களே.. மீனாம்மா இல்லையா?"

"அவ இல்லடா பக்கத்துல கோவில் வரை போயிருக்கா உனக்கு நிச்சயம் ஆக போகுதுன்னு விஜி கால் பண்ணி சொன்னா அதனால மேடம் ரொம்ப ஹேப்பி என்றவர்" அம்மு அந்த மான்ஸ்டர் குரூப் ரொம்ப பண்றாங்கடா அவங்களோட முக்கிய டார்கெட் உன்னை அழிக்கறதுன்னு ஸ்பை(spy) மூலமா தெரிஞ்சிது.. அண்ட் முன்ன எல்லாம் அவங்க வேலைக்கு ஒத்து வராத ஆபிசர்கள கொன்னவங்க இப்ப கொஞ்சம் கொஞ்சமா மக்கள் பக்கம் வர ஆரம்பிச்சிட்டாங்களாம்.. நீ ஏற்கனவே மான்ஸ்டரோட ஆளுங்க இரண்டு பேர கொன்னதுனால அந்த சிட்டி போலீஸ் உன்னையும் இந்த ஆபரேஷன்ல சேர்க்கனும்ன்னு ரிக்வஸ்ட் பண்ணி இருக்காங்க.. அண்ட் இப்ப பத்து நாளைக்கு முன்னாடி ஒரு டீம்ம அங்க அனுப்பி இருக்காங்க பட் அன்பார்சுனேட்லி(unfortunately) அவங்கள ஒருத்தன மட்டும் விவரம் சொல்ல அனுப்பி வச்சிட்டு அவனையும் கொன்னு இருக்காங்க அதுவும் கொடூரமா அவங்க குடும்பம் முன்னாடியே" என பேசி கொண்டு இருந்தவர் அவளின் முகம் பார்த்தார் அதில் அப்படி ஓர் ஆக்ரோஷம் எதிரில் அவர்களை கண்டால் இப்பொழுதே மிகவும் கொடூரமாக அந்த கூட்டம் மொத்தமாய் அழித்திருப்பாள்..அவளின் அதிரடியை கண்டவர் தான் ஆனாலும் இன்று ஏனோ அது பலமடங்காக

இருப்பதாய் உணர்ந்தார்.. அது ஏன் என்று புரியாமல் அவளையே பார்த்துக் கொண்டு இருந்தார்.

அவளே தன்னை சமாதானம் செய்து கொண்டு "வெற்றிப்பா ஆனா இப்ப எப்படி என்னால போக முடியும்? நிச்சியம் கழிச்சி போகவா?"

"இல்ல அம்மு நீ இப்ப ஜஸ்ட் அங்கே போய் நிலைமை என்னனு பார்த்துட்டு வா.. மீதியை நல்லா பிளான் பண்ணி செய்யனும் அண்ட் இது ரொம்ப ரகசியம் யார்கிட்டயும் பகிர்ந்துக்க கூடாது சரியா?"

"வெற்றிப்பா இது கூட எனக்கு தெரியாதா?" என்றாள் சிரித்தபடி.

" தெரியும் தெரியும்.. சரி நீ நாளைக்கே கேரளா போகனும் அதற்கான ஏற்பாட்டை நான் கதிர பார்க்க சொல்லி இருக்கேன் அண்ட் கதிர் உன்கூட வருவான்"

" ப்ச் கதிர் எதுக்கு? எனக்கு தனியா போக தெரியாதா?"

" நீ போய்ட்டு வருவ அது ஒரு கமிஷனரா புரியுது ஆனா அப்பாவா உன்னை தனியா அதுவும் இந்த சமயத்துல அனுப்ப மனசு வரல அம்மு ஒத்துக்கோடா" என்று இறைஞ்சினார் அவளிடம்.

அவரின் முக பாவத்தில் வாய்விட்டு சிரித்தவள்" சரிப்பா நான் கிளம்பறேன்.. டீடைல்ஸ் எல்லாம் கோட் பண்ணிடுங்க எப்பவும் போல அம்மாவோட மெயில்க்கு" என்றவள்" மீனாம்மா வந்தா சொல்லுங்க நான் அப்பறம் வந்து பார்க்கறேன்னு"

அவரும் சரியென தலையசைத்து மற்ற வேளைகளை செய்ய ஆயத்தமானார்.

அங்கே.. விக்ரமனின் செய்தி அலுவலகம் பரபரப்பாக இயங்கி கொண்டிருந்தது.. மைத்ரேயனும் விக்ரமனும் இன்று

அமைச்சரிடம் கேட்க வேண்டிய கேள்விகளை பற்றி விவாதித்து கொண்டிருந்தனர்.. விக்ரமன் ஏற்கனவே அவர் செய்யும் ஊழல்களை பற்றி நிறைய கேள்விகளை எழுதி வைத்திருந்தார்.. ஆனால் அவனோ தெரிந்து செய்யும் ஊழல் அனைவருக்கும் தெரியும் ஆனால் அமைச்சர் இன்னும் சில சட்டவிரோத செயல்களை செய்துக் கொண்டிருக்கிறார் அதைப் பற்றி கேட்டால் சேனலின் நற்பெயர் மேலும் உயரும் என்று வாதிட்டு கொண்டிருந்தான்.. அரை மணி கடந்து பின்னர் அந்த வாதத்தில் மைத்ரேயனின் வாய்ஜாலமே ஜெயித்தது.. அவன் நிகழ்ச்சிக்கான நேரம் நெருங்கி விட்டதை அவனின் உதவியாளர் தெரிவிக்கவே விட்டால் போதும் என்று அவ்விடம் விட்டு சென்று விட்டான்.

நேரம் போக போக மைத்ரேயன் கேட்கும் கேள்விகளுக்கு அமைச்சர் ராஜனின் முகம் கோபத்தில் கொத்தளிக்க துவங்கியது.. அவர் மீது சுமத்தப்பட்ட அத்தனையும் ஜோடிக்கப்பட்டது பொய் என்றும் நிகழ்ச்சி முடிவு பெறாமலேயே மைத்ரேயனை முறைத்தவாறு சென்று விட்டார்..

முறைத்தப்படி செல்லும் அவரையே பார்த்த விக்ரமனின் மனமோ மைத்ரேயன் மீது கூடுதல் கவனம் செலுத்த வேண்டும் என்று மன்றாடியது..

அம்புத நல்லாள் - 9

தன் தாயிடம் நேரடியாக பேசினால் மட்டுமே இதற்கான தீர்வு கிடைக்கும் எனத் தோன்றவே உடனடியாக தனது உடைகளை எடுத்து வைத்து கொண்டவன் மைத்ரேயனை கைபேசியில் அழைத்தான்" மைத்து நான் போய் அம்மாவ பார்த்துட்டு வரேன் அம்புத்ரா பற்றி பேசணும்.. பிளைட் டிக்கெட் புக் பண்ணிட்டேன் இன்னும் இரண்டு மணி நேரத்துல டேக்ஹாப் நான் போய்ட்டு கால் பண்றேன்" என்று அவன் பதிலைக் கூட எதிர்பாராமல் அழைப்பை துண்டித்து விட்டு இருந்தான்..

அங்கே அம்புத்ராவோ தான் கேரளா செல்வதை பற்றி பிரதியுமனிடம் தெரிவிக்க வேண்டும் ஆனால் அவனிடம் சொன்னால் ஏற்றுக் கொள்வானா? இன்று தான் பார்த்துக் கொண்டோம் என்னிடம் நிறைய பேச எண்ணி இருப்பான் தானே? இப்பொழுது நான் இரண்டு நாட்கள் அங்கே பயணமாக போகிறேன் என்று சொன்னால் என் மீது கோபித்து கொள்வானா? அவனின் முக பாவனைகள் எவ்வாறு இருக்கும்? அதை காண என் மனம் ஏங்கி தவித்தாலும் இன்று தானே அவனை விட்டு பிரிய மாட்டேன் என்று வேறு சொல்லி இருக்கிறேன்.. அதை பற்றி கேட்டால் என்னவென்று சொல்வது? யுமனை பொறுத்த வரை நான் மைத்ரேயனுடன் வேலை செய்து கொண்டு இருக்கிறேன் என்றல்லவா நினைத்து கொண்டு இருக்கிறான்?" ஆஆஆவென தலையை பிடித்த வேலை அவளின் அந்த குழப்பத்திற்கு காரணமான மன்னவனே அழைப்பை விடுத்தான் அலைபேசியில் அதனைக் கண்டு பூரித்தவளாய் அவசரமாக அழைப்பை ஏற்றாள்" சொல்லுங்க யுமன்?" என்றவளின் குரலில் இருந்தது மயக்கமோ என்று எண்ணும் அளவிற்கு இருந்தது..

அதில் கிறங்கிய அவனின் குரலோ அதை விட மென்மையாக "அம்பு" என்றது.

"சொல்லுங்க யுமன் ஏதாவது பேசுங்க"

"ஹான் ஆமா பேசனும் அம்பு உன்கிட்ட ஒன்னு சொல்லனும்" என்றதும் அவன் தங்களின் திருமண குழப்பத்தை பற்றி பேச போகிறான் என்று அவள் நினைத்தால் ஏற்கனவே கந்தசாமி இவ்விசியத்தை அவளிடம் தெரிவித்து இருந்தபடியால் கேட்க தயாரானாள்.. அவளை பொறுத்த வரை அவனின் குரல் அதனைக் கேட்க வேண்டும் அவ்வளவே.

" என்ன பேசனும்னு சொல்லிட்டு சயிலண்டாவே இருக்கீங்க யுமன்? என்றது இவள் தான்.

" அம்பு நான் இரண்டு நாள் ஊருக்கு போறேன்.. இன்னும் 2 மணி நேரத்துல டேக்ஹாப்" என்றதும் இவளுக்கு ஹாப்பாடா என்றிருந்தது.. தான் செல்ல போகும் விசியத்தை சொல்லாமல் எவ்வளவு விரைவாக முடித்து விட்டு வர முடியுமோ அவ்வளவு விரைவாக வந்துவிட வேண்டும் என்று யோசித்தவள் அவன் எங்கு செல்கிறான் என கேட்காத அவளின் மடத்தனத்தை எண்ணிக் கொண்டு" யுமன் எங்க போறீங்க? இரண்டு நாள்?"

"சென்னைக்கு தான்.. அம்மாவ பார்த்துட்டு வர போறேன்"

"ஏது? சென்னைக்கா இப்ப எதுக்கு போறீங்க.. அதான்.." என பேசிக் கொண்டே சென்றவளுக்கு அப்பொழுது தான் உறைக்கிறது தான் இவனிடம் பேசும் போது உளறி கொட்டி விடுகிறோம் என்பது.

"என்ன அம்பு? ஏதோ சொல்ல வந்த அப்பறம் ஏன் சயிலண்டா இருக்க? சென்னைக்கு தான் போறேன் அதுக்கு ஏன் இவ்வளவு அதிர்ச்சி? நான் என்ன காட்டுக்கா போறேன்?"

" இல்ல.. அது.. அது வந்து நீங்க இன்னைக்கு தானே என்னை விட்டு எங்கேயும் போக மாட்டேன்னு சொன்னீங்க அப்பறம் இப்படி?" ஒருவாறு சமாளித்தாள்.

"ஒரு முக்கியமான வேலை இருக்கு அம்புத்ரா.. நம்ம வாழ்க்கையே இதுல தான் இருக்கு.. சோ இரண்டு நாள் அதுக்குள்ள எல்லா பிரச்சனையும் சரியா போய்டும்.. நான்

போய்ட்டு வரேன்.. நீ பத்திரமா இரு.. நான் அங்க போய்ட்டு கால் பண்றேன்" என்று அவன் அழைப்பை துண்டித்த அடுத்த நொடி இவள் அழைப்பெடுத்திருந்தால் தெய்வானைக்கு..இந்த ஒரு மாதத்தில் அவள் தெய்வானையிடம் நன்றாக பேசி பழகி இருந்தாள்.. விக்ரமன் அம்புத்ராவை பற்றி சொன்னதும் முதலில் தயங்கிய தெய்வானை கந்தசாமி அவனின் பயத்தை போக்க இவளே சரியான ஆள் என்று எடுத்துரைத்த பின்னர் அரை மனதாக சம்மதம் சொன்னவர் நாளாக நாளாக அம்புத்ராவின் மனது புரியவே அவளை மனமாற ஏற்றுக்கொண்டார்.

அவளின் முகத்தை தொடுதிரையில் பார்த்த தெய்வானையோ" அடி அம்மு செல்லம் ஏன்டா அத்தைக்கு இரண்டு நாளா போன் பண்ணவே இல்ல?அத்தைய மறந்துட்டியா?" என்று கோபித்து கொண்டார் அவர்.

" அய்யோ அத்தை அதெல்லாம் ஒன்னும் இல்ல..இன்னைக்கு ஏதேச்சையா உங்க பையன் கண்ணுல மாட்டிக்கிட்டேன்" என்று இன்று நடந்த அனைத்து நிகழ்வுகளையும் சொல்லி முடித்தாள்..அதைக்கேட்டு மகிழ்ந்தவர்" சூப்பர் என் பையன் என்ன சொன்னான் உன்னை லவ் பண்றேன்னு சொன்னானா? கட்டி பிடிச்சானா முத்தம் கொடுத்தானா? என்றதும் அவளுக்கு வெட்கம் பிடித்துக்கொள்ள "அய்யோ அத்தை என்ன பேச்சு பேசுறீங்க போங்க என்றவள்"உங்க கிட்ட சொல்ல வந்ததையே மறந்துட்டேன் பாருங்க நான் இன்னைக்கு கேரளா போறேன் அப்பறம் உங்க பையன் சென்னை கிளம்பிட்டாரு" என்றதும்

"அடப்பாவி என்னடி இப்படி சொல்ற? அண்ணா வந்து என்கிட்ட பேசும் போது உன்னை நினைச்சு எவ்வளவு பெருமைப்பட்டேன்.. என்ன பொண்ணு நீ லவ் பண்ற பையன உன் கைகுள்ள வச்சிக்க வேண்டாமா? இப்படியா அவன இங்க வரவரை விட்டு வைப்ப? இப்ப அவன் இங்க வந்தா இரண்டு பொண்ணும் நீ தான்னு நானே உளறிடுவேன் அம்மு.. எனக்கு அவனப் பார்த்தா பொய் சொல்ல வரும்மான்னு தெரியலையே"

"ஏது? அதெல்லாம் எனக்கு தெரியாது நீங்க தான் உங்க பையன் கிட்ட ஏதாவது பேசி சாமாளிக்கனும்.. இந்த நேரம் ஏர்போர்ட்

போய் இருப்பார்.. இப்ப நான் அவர இங்க வர சொல்லவும் முடியாது பிகாஸ் நானும் கேரளா கிளம்பனும் அத்தை.. அவர் இங்க இருந்தா என் வேலைய பற்றி தெரிய வரும்.. சோ என் செல்ல அத்தைல நீங்க என்ன பண்ணுவிங்களோ எனக்கு தெரியாது உண்மை தெரிய கூடாது முக்கியமா என் வேலை.. நான் அப்பறம் கால் பண்றேன் அத்தை" என்றவாறு அழைப்பை துண்டித்து விட்டு இருந்தாள்..

அவள் அழைப்பை துண்டித்தும் தலையில் கைவைத்து அமர்ந்துகொண்டார்.. அதேநேரம் அனன்யா கல்லூரியை முடித்து விரைவாக வீட்டிற்கு திரும்பி இருந்தாள்..எப்பொழுதும் அவள் கல்லூரியை முடித்து நேராக அவள் வீட்டுக்குச் செல்லாமல் தெய்வானையை பார்த்துவிட்டு தான் தன் வீட்டிற்கு செல்லும் வழக்கம் அதே போல் இன்றும் அவள் வந்திருந்த நேரம் இவர் கைப்பேசியை பிடித்துக்கொண்டு தலையில் கைவைத்து அமர்ந்திருந்த கோலத்தை கண்டு சற்றே நடுங்கிக் தான் போனாள்.. அவசர அவசரமாக தன்னுடைய பையை சோபாவில் கிடத்தி விட்டு தனது மாமியிடம் விரைந்தாள்..

" மாமி என்ன ஆச்சு ஏன் இப்படி உட்கார்ந்து இருக்கீங்க உடம்புக்கு ஏதாவது செய்யுதா? மயக்கமா இருக்கா இல்ல ஏதாவது பிரச்சனையா? மாமா கூட ஏதாவது சண்டையா? நான் எத்தனை கேள்வி கேட்கிறேன் நீங்க ஏதாவது வாயை திறந்து பேசுறீங்களா?"

" அடியேய் கொஞ்ச நேரம் வாயை மூடு இங்க என்ன பிரச்சனை என்று தெரியாமல் நீ பாட்டுக்கு ஏதாவது கேட்டுட்டு இருக்க.. அம்மு போன் பண்ணா.. பிரதி சென்னைக்கு வரானாம்"

அதைக் கேட்டு ஆசுவாசம் அடைந்தவள் "இதுக்கா இவ்வளவு பில்டப்பு? அண்ணா தானே வராங்க.. அதுக்கு என்ன? என்னவோ கல்யாணமே நின்னு போனா மாதிரி தலையில் கையை வைத்துக்கொண்டு உக்கார்ந்து இருக்கீங்க? போங்க போய் பிரதி அண்ணாக்கு பிடிச்சதெல்லாம் சமைச்சு வைங்க அவங்க பிளைட்ல தானே வராங்க சீக்கிரமா வந்துருவாங்க

எனக்கும் சேர்த்து சமைச்சி வைக்கணும் நான் போயிட்டு ஓடி வந்துடறேன்"

" அடியே லூசு பொண்ணு உன்னை இங்க எதுக்கு வரான்னு தெரியுமா? நாம பாத்திருக்க பொண்ணு வேண்டாம் அம்புத்ராவ தான் கல்யாணம் பண்ணிக்கப் போறேன்னு என் கிட்ட பர்மிஷன் கேட்க வரானாம்.. நான் பார்த்திருக்க பொண்ணும் அவளும் ஒண்ணுதானே இவன்கிட்ட நான் சொல்லக் கூடாதுன்னு என்னை அவ வேற மிரட்டுறா.. நானே என்ன செய்யட்டும் தெரியாம முழிச்சிட்டு இருக்கேன் நீ வேற ஓடி போ"

"ச்சே இவ்வளவு தான் பிரச்சனையா இதெல்லாம் பிரச்சனையே இல்லை.. அண்ணாவை சமாளிக்கிறது எல்லாம் ஒரு பெரிய வேலையே இல்லை.. நான் சொல்லுற மாதிரி செய்யுங்க அதுக்கு அப்புறம் அவர் வந்த விசயத்தையே மறந்திட்டு ஊருக்கு கிளம்பி போய்விடுவாரு" என்று அவளின் திட்டத்தைப் பற்றி தெய்வானையிடம் விவரித்துக் கொண்டிருந்தாள்.. அதைக்கேட்ட அவருக்கும் இது சரிவரும் என்று தோன்றியது..

இங்கே வரை இருக்க அங்கே என் மைத்ரேயனோ ' என்ன இவன் திடீர்னு ஊருக்கு கிளம்பி போறேன்னு சொல்லிட்டு போனை வச்சிட்டான்.. இவனுக்கு உண்மை எல்லாம் தெரிந்திடுமா? அப்பறம் அவன் எப்படி அம்புத்ராவை கல்யாணம் செய்துப்பான்? அதுவும் நல்லதுக்கு தான் எவ்வளவு நாள் தான் உண்மையை மறைக்க முடியும்? நான் உன்கிட்ட பொய் சொல்ல வேண்டியதே இல்லை.. மாமி என்ன பண்ணுவாங்க? இவை ஏதாவது கெஞ்சிக் கேட்ட உடனேயே பூம்பூம் மாடு மாதிரி தலைய ஆட்டி ஆட்டி உண்மைய மொத்தத்தையும் சொல்லிடுவாங்க..இவங்க என்ன செய்வாங்க? மாமாவாவது கொஞ்சமாவது சமாளிப்பார்.. சரி நான் ஏன் இதெல்லாம் யோசிச்சிட்டு இருக்கேன் இருக்கிற வேலையை பார்ப்போம்' என்று அவன் பணியை தொடரலானான்.

அங்கே அஸ்வின் நிர்குணாவை முறைத்து கொண்டு நின்றிருந்தான்..

"குணா என்ன இது? ஏன் பார்க்குற மாப்பிள்ளை எல்லாம் வேண்டாம்னு சொல்லிட்டு இருக்க? என்ன பிரச்சனை தான் உனக்கு? அப்பாவும் அம்மாவும் ரொம்ப கவலைப்படுறாங்க குணா"

"எனக்கு எந்த பிரச்னையும் இல்ல அண்ணா.. ப்ளீஸ் இன்னும் கொஞ்ச நாள் வெயிட் பண்ணுங்களேன் நான் மேல படிக்கணும்" என்றாள் கெஞ்சும் தோணயில்.

" ஷட் அப் குணா.. உனக்கு வயசுகுறது தெரியுமா தெரியாதா? நம்ம சொந்தகாரங்க எல்லாம் நம்ம பேரண்ட்ஸ் கிட்டயே உங்க பொண்ணுக்கு ஏதாவது குறையா அதான் இன்னும் கல்யாணம் ஆகலையான்னு கேக்குறாங்கடா.. நான் ஒரு முடிவு பண்ணிட்டேன் இன்னும் ஒரு மாசம் தான் உனக்கு டைம் அதுக்குள்ள நீ உன் கல்யாணத்தை பற்றி ஒரு நல்ல முடிவ சொல்லனும் அது நாங்க பார்க்குற பையனா இருந்தாலும் சரி இல்ல மைத்ரேயனா இருந்தாலும் சரி" என்றவனின் முகத்தை திடுக்கிட்டு நோக்கினாள்.

மேலும் அவனே தொடர்ந்தான்" எனக்கு தெரியும் குணாம்மா நீ அவன பார்க்குற பார்வையிலேயே புரிஞ்சது இல்லன்னா நான் எப்படி இத்தனை கேர்ல் பிரண்ட என் ப்பேனா வச்சி இருக்க முடியும்? என்று கண் சிமிட்டியவனை தலையணை கொண்டு அடிக்க ஆரம்பித்தாள்.. சில நிமிடங்கள் அந்த விளையாட்டில் கழிய மூச்சிரைக்க நின்றனர் அண்ணனும் தங்கையும்.. "ஒரு மாசம் டைம் உனக்கு நீ என்ன முடிவு எடுத்தாலும் என் சப்போர்ட் உனக்கு இருக்கும்" என்றவனை தோளோடு அணைத்தவள் "ரொம்ப தாங்க்ஸ் அண்ணா.. எனக்கு டைம் ஆச்சு இன்னைக்கு நைட் டியூட்டி எனக்கு" என்று அவள் கிளம்பி விட்டாள்..

தனது ஸ்கூடியை எடுத்து கொண்டு வந்து கொண்டிருந்தவளின் மனமோ அஸ்வின் சொன்னதையே அசைப்போட்டுப் பார்த்தது..அதில் அவனிடம் அவளது காதலை சொன்ன கணமும் வந்து இம்சிக்கவே வண்டியை ஒரு ஓரமாக

நிறுத்தினாள்.. அங்கே அவள் கண்ட அந்த காட்சியில் சப்தமும் அடங்க செய்வதறியாது திகைத்து நின்றாள்..

அம்புத நல்லாள் - 10

அஸ்வின் சொன்னதையே நினைத்துக் கொண்டு வந்தவள் தான் இவ்வாறே யோசித்து கொண்டே சென்றால் கண்டிப்பாக எதன் மீதாவது மோதி விடுவோம் என்ற எண்ணம் தோன்ற தனது வண்டியை சாலையின் ஓரமாக நிறுத்தினாள்.. அது அடர்ந்த மரங்கள் இருக்கும் பகுதி ஆள் அரவமும் மிக குறைவாகவே இருக்கும்.. வண்டிகள் ஓடும் சத்தம் மட்டும் அந்த பகுதியை உயிர்ப்பாக வைத்து இருக்கும்.. ஆனால் வண்டியை நிறுத்திய அவளுக்கு ஏனோ அந்த ஓசை கேட்டு விடுகிறது.. மிகவும் பரிச்சயமான அந்த குரல்.. அவளின் உள்ளம் தொட்ட அந்த மாயவனின் குரல் அவளுக்கு தெள்ள தெளிவாக கேட்கிறது.. பிரமை என்று நினைத்துக் கொண்டு கிளம்ப நினைத்தவளின் செவியில் மீண்டும் விழுகிறது அவனின் அலறல் சத்தம்.. அதைக் கேட்ட அந்த நொடி அவளுக்கு என்ன செய்வதென்றே தெரியவில்லை.. அசையாமல் நின்றவள் சுற்றும் முற்றும் பார்த்தாள்.. அவளின் கண்களுக்கு எதுவும் அகப்படவில்லை.. தனியே அங்கே செல்லவும் யோசனையாக இருந்தது.. இது மைத்ரேயனின் குரல் தானா என்ற ஐயமும் வந்தது அவளுக்கு.. மீண்டும் "அம்மா" என்ற அலறல் கேட்கவும் துணிந்து முன்னேறி செல்ல ஆரம்பித்தாள் அதற்கு முன்னர் தனக்கு தெரிந்த காவல்துறை அதிகாரிக்கு அழைத்தாள்.. அந்த அதிகாரியின் எண்ணிற்கு தொடர்பு கொள்ள முடியாமல் போகவே அவசர உதவி எண்ணிற்கு அழைத்து விவரத்தை சொன்னவள்,தனது அலைபேசியின் டார்ச்சை ஒளிற செய்து கொண்டு அவன் எங்கே இருப்பான் என்று தேடியவளின் கண்களுக்கு அவன் தெரிந்தான் அந்த மங்கிய ஒளியிலும் அவன் தெரிந்தான்.. ஐந்து பேர் சேர்ந்து அவனை அடித்து கொண்டிருந்தனர்.. அவன் வேலையில் அவன் அடிக்கடி இவ்வாறு அடிப்பட்டு கொண்டு இருப்பான் என்பது இவள் அறிந்ததே ஆனால் இன்று.. ஐந்து பேர் இருந்தனர் அங்கே அவர்களின் உடல் வலிமை கண்டவளுக்கு அவனை காப்பது சாதாரண விசயமாக இருக்காது என்பது மட்டும் தெள்ள தெளிவாக புரிந்தது.. இருந்தாலும் அவன் மேலும் விழும் ஒவ்வொரு அடியையும் அவள் பார்த்த வரையில் அவன் தடுக்க முற்பட்டானே அன்றி அவர்களை இவன் அடிக்கவே இல்லை.. "எருமைமாடு என்கிட்ட மட்டும் தான் பெரிய இவன் மாதிரி

எரிஞ்சு எரிஞ்சு விழுவான் தடிமாடு மாதிரி இருக்கான் ஒருத்தனாயாவது அடிக்கிறானா பாரு" அவள் வாய் சத்தமாகவே முனுமுனுத்தது.

ஆனால் அவனால் முடிந்த மட்டும் அவர்களை அவன் அடித்தான் என்பது அந்த மங்கை அறிந்திருக்கவில்லை.. அவன் மனமோ பிரதியுமனை தேடியது இந்த நேரம் அவன் மட்டும் இங்கு இருந்திருந்தால் தன்னை காப்பாற்றி இருப்பானே! எத்தனையோ சந்தர்ப்பங்களில் அவன் தான் இவனை காத்து இருக்கிறான்.. காவல்துறை ஆட்களை பார்த்தால் மட்டுமே அவனுக்கு எந்த செயலும் ஓடாது மற்ற நேரங்களில் இவனை காக்கும் கவசமே அவன் தான் எனலாம்.. குருதி பெருகும் நேரத்திலும் அவனைத் தான் நினைத்துக் கொண்டு இருந்தான்..

தூரத்தில் இருந்து அவனை திட்டிக் கொண்டு இருந்தாலும் அவளின் காதல் கொண்ட மனதால் அந்த நிலையில் அவனைப் பார்க்க முடியவில்லை.. உள்ளுக்குள் கதறி துடித்தாள்.. காவல்துறை வண்டி வருமா என்று சாலையிலும் கவனத்தை பதித்திருந்தாள்.. இவள் சாலையை பார்த்த அந்த நொடி கத்திக்கொண்டே ஒருவன் கத்தியை எடுத்து கொண்டு மைத்ரேயனை நோக்கி ஓடுவது அந்த இருளிலும் நன்றாக தெரிந்தது..

அதற்கு மேலும் பொறுக்க முடியாதவளாய் விறு விறு என்று அந்த மாமிச மலையை நோக்கி ஓடினாள்.. யாரோ ஓடி வரும் சத்தம் கேட்டு அவன் திரும்ப அவன் முகத்தில் அவளின் ஹீல்ஸ் செருப்பால் ஒரு உதை அவனும் அவனிடமிருந்த கத்தியும் பத்தடி தள்ளி விழுந்தது.. தன்னை காக்க யாரோ வந்திருப்பதாய் தோன்ற நிமிர்ந்து நோக்கியவன் எதிரில் பத்ரகாளியாய் நின்றிருந்த நிர்குணாவை கண்டான்.. அவளின் அந்த ரூபம் அவனுக்கு மிகவும் புதிது.. அமைதியே உருவாய், கண்களில் குறும்புடன், கன்னக்குழி சிரிப்புடன் எப்பொழுதும் இருப்பாள்.. அதிர்ந்து அவள் பேசி கூட இவன் பாரத்தது இல்லை.. 'அவளா இது?ஜாக்கி சான் தங்கச்சி மாதிரி பறந்து பறந்து அடிக்கிறா நான் வேற இவகிட்ட ரொம்ப ஓவரா பேசி இருக்கேனே' என்று யோசித்துக் கொண்டு இருந்தவனுக்கு

நேரே மீண்டும் ஒரு கத்தி அவனின் கழுத்திற்கு குறி பார்க்கப்பட்டு இருந்தது.. இவனோ கண்களை மூடி 'கடவுளே என் கதை முடிஞ்சிது' என மனதிற்குள் பேசி கொண்டு இருந்தவன் தான் இன்னமும் உயிரோடு இருக்கிறோம் என புரிய கண் விழித்து பாரத்தவனின் கண்கள் மேலும் ஆச்சரியத்தில் அகல விரிந்தது ஏனெனில் கத்தி வைத்திருந்தவனின் கையை அவள் பலங்கொண்டு பிடித்திருந்ததாள்.. அந்த ரவுடியால் இவளின் பிடியை தளிர்த்தவே முடியவில்லை.. அவனின் கை எலும்பு நொறுங்கும் ஓசை தெளிவாக கேட்டது மைத்ரேயனுக்கு.. ஆவென வாயை பிளந்து பார்த்து கொண்டு இருந்தவனின் மீது ஒரு கல் வந்து விழவும் என்னவென்று பார்க்க "ரேயன் மண்ணு மாதிரி இருக்கீங்களே எழுந்து வந்து எனக்கு ஹெல்ப் பண்ணுங்க" என்று கட்டளையிட்டாள் நிர்குணா.

அதில் சித்தம் தெளிந்தவனாய் அவன் பங்கிற்கு இரண்டு ரவுடிகளை அடித்து துவைத்தான்.. அவர்களை அடிப்பது அவனுக்கு எளிதான காரியமாக இருக்கவில்லை.. ஆனால் அவளோ ஏதோ பொம்மையுடன் விளையாடுவது போல் அடித்து விளையாடி கொண்டிருந்தாள்.. அரை மணி நேரம் கழித்து போலீஸ் அவ்விடத்திற்கு வந்தடைந்தனர்.. வந்தவர்கள் முதலில் கம்ப்ளைன்ட பண்ணது யாரென கேட்டு விட்டு என்ன பிரச்சனை என்பது போல் மைத்ரேயனிடம் வினவ "சர் நான் பிரஸ் இவங்க சும்மா போய்ட்டு இருந்த என்கிட்ட வந்து வம்பு பண்ணாங்க நானும் எவ்வளவோ கேட்டு பார்த்துட்டேன் ஆனா என்னை கொலை பண்றதுலேயே குறியா இருந்தாங்க இது யார் செய்த வேலைன்னு தெரியல"

இன்ஸ்பெக்டரோ"ஓகே மிஸ்டர் நீங்க வந்து உங்க கம்ப்ளைன்ட ஸ்டேட்மெண்டா எழுதி கொடுங்க அதுக்கு யூ ஷு ட் கம் வித் மீ"

இவன் பேசுவதற்கு முன் இவள் முந்திக்கொண்டு" சர் ஹி இஸ் இஞ்சூர்ட்.. ஹி நீட் எ டிரிட்மெண்ட்.. *(he is injured, he need a treatment)* நான் ஒரு டாக்டர் டிரிட்மெண்ட் முடிஞ்சதும் அவர் வருவார் சர்" என்றதும் அவர் மைத்ரேயனை பார்த்தும் புரிந்தது அவனுக்கு மருத்தவ சிகிச்சை தேவையென.. அதுமட்டுமின்றி

நிர்குணாவிடம் திரும்பி" நீங்க இவருக்கு என்ன உறவு? இவ்வளவு அக்கறையா இருக்கீங்க?"

" இவர் என்னோட பியான்சி சர் அவர் அடிவாங்கிட்டு இருக்கறத பார்த்துட்டு சும்மா இருக்க முடியுமா?"

அவரோ இவளிடம் சிரித்தவாறு கடந்து விட இவனோ இவள் முகத்தையே பார்த்திருந்தான்.. அதை உணர்ந்தளோ என்னவோ இவன் புறம் திரும்பி தன் ஒற்றை புருவத்தை உயர்த்தியவாறு என்ன என்பது போல் பார்த்தாள்.. அவளின் அந்த பார்வை வீச்சு தாளாமல்" ஒண்ணுமில்ல" என தன் வாய்க்குள் முனுமுனுத்து கொண்டான்..

அதன் பிறகு அவனை தன்னுடைய மருத்துவமனைக்கு அழைக்க இவனோ அவன் வண்டியில் வருவதாய் சொல்லவும் இவள் அவனை முறைத்ததில் வேறு எதுவும் பேசாமல் அவளுடைய வண்டியிலேயே அமர்ந்து கொண்டான்..

அவளின் மருத்துவமனை அவ்விடத்தில் இருந்து பத்து நிமிட பயணம் அந்த நிமிடங்கள் தன்னவனுடனே நின்றுவிட கூடாதா என்றிருந்தது அவளுக்கு.. அவனுக்கோ எதுவும் பேச முடியாத நிலை.. இருவரும் வெவ்வேறு மனநிலையில் இருக்க ஒரு வழியாக மருத்தவமனையை அடைந்தனர்.

இவளின் புகழ்பெற்ற மருத்துவமனையில் எலும்பியல் நிபுணராக பணிபுரிந்து கொண்டிருக்கின்றாள்.. இவளின் கைப்பட்டால் எப்பேர்ப்பட்ட எலும்பு பிரச்சனையையும் சரி ஆகிவிடும் என்ற நிலையில் தன்னை உயர்த்தி இருந்தாள் அவளின் அயராத உழைப்பினால்.. செவியிலரை அழைத்தவள் "சிஸ்டர் இவர் எனக்கு ரொம்ப முக்கியமான பேஷண்ட் இன்னைக்கு இருக்க மற்ற அப்பாயின்மென்ட் எப்ப?"

"மேடம் 8 மணிக்கு மேல தான் அப்பாயின்மென்ட் பிக்ஸ் பண்ணி இருக்காங்க நீங்க இவரோட கேஸ புரோசிட் பண்ணலாம்"

"ஓகே பைன்" என்று நகர போனவளை "மேடம் நான் அவரை கூட்டிட்டு வரேன் நீங்க போங்க"என்றவரை முறைத்தவள்" சிஸ்டர் நீங்க மற்ற வேலையை பாருங்க நான் இவர பார்த்துக்கிறேன்" என அமைதியாக சொன்னாலும் அவளின் குரலில் இருந்த அழுத்தத்தை செவியிலர் உணர்ந்தாரோ இல்லையோ மைத்ரேயன் நன்கு உணர்ந்தான்.. அதில் அவனுக்கு சிரிப்பு வந்தாலும் மேலும் என்ன நடக்க போகிறது என்ற ஆர்வமும் அதிகமாகியது.

செவியிலரோ" இந்த மேடமுக்கு என்ன ஆச்சு? எப்பவும் நான் தானே இவங்களுக்கு உதவி செய்வேன் இன்னைக்கு என்னவோ புதுசா பேசுறாங்க பார்வை கூட சரியில்ல" என அவர் பேசியது இவளின் காதில் விழவில்லை என்பது போல் இவனை இடுப்போடு கை கோர்த்து தன்னோடு அணைத்தவாறு அழைத்து சென்றாள் எவ்வித சலனமுமின்றி.. ஆனால் அவனின் நிலை தான் மிகவும் மோசமாக இருந்தது.. முதன் முறையாக ஒரு பெண் இத்தனை நெருக்கத்தில் அதிலும் தன்னை காதலிக்கும் ஒருத்தி.. அவனுக்கு அவள் ஈர்ப்பு இருந்தாலும் தன் வேலை நிமித்தமாக தன் வாழ்க்கை துணையாக வருபவள் தைரியமாக இருக்க வேண்டும் என எண்ணினான் அதன் காரணமாகவே அவளை தவிர்த்துக் கொண்டிருந்தான்.. தன்னால் அவளுக்கு எந்த வித அசம்பாவிதமும் நிகழ கூடாது என்ற எண்ணத்தில் தெளிவாக இருந்தான்.. ஆனால் இன்று அதெல்லாம் முற்றிலும் நொறுங்கியதை போன்ற உணர்வு.. அமைதியின் உருவாய் பார்த்தவள் இன்று அவன் கண் எதிரே தானே ருத்ர தாண்டவம் ஆட முடித்திருந்தாள்! தன்னுடைய அறையில் அவனை வசதியாக படுக்க வைத்து அவனுக்கான முதலுதவிகளை செய்யும் அவளையே கண் இமைக்காமல் பார்த்து கொண்டிருந்தான்.. அவளின் அழகு அவனுக்கு இன்று ஏனோ பன்மடங்காக தெரிந்தது.. தன்னுடன் அவளால் சமாளிக்க முடியும் எந்த பிரச்சனை வந்தாலும் துணையாக இவளால் இருக்க முடியும் என மனது அவனுக்கு சாட்டையால் அடிப்பதைப் போல் உணர்த்தியது..

தன்னவன் தன்னை இரசிக்கிறான் என்று தெரியாமலா இருக்கிறாள் அந்த மங்கை? இந்த பார்வைக்காக எத்தனை நாள்

ஏங்கி இருக்கிறாள்? எத்தனை முறை இவனிடம் திட்டு வாங்கியிருக்கிறாள்! எப்பொழுதும் இவன் அருகாமையை மனமானது கேட்டு ஏங்கும் ஆனால் இன்று அவன் என் அருகாமையை விரும்புகிறான்..இது அற்புதமான நொடிகள் அல்லவா இதை அவளால் தவிர்க்க முடியவில்லை.

சில நிமிடங்கள் கழிந்தது.. அவன் ஆவென அலறினான்.

"ஏய் எதுக்கு இப்ப இப்படி கத்துறீங்க?"

"நீ.. நீ.. என்ன பண்ற?" அவன் வார்த்தைகளை கோர்க்க தடுமாறினான்.

"அதுவா இது என்னோட டூல் மோஸ்ட்லி இது சின்னதா இருக்கும்.. நீங்க எனக்கு ரொம்ப ஸ்பெஷல் இல்லையா அதனால தான் இது" என்று தன் இருக்கும் சுத்தியலை ஆட்டியவாறே.

"நிர்குணா கூல் இத வச்சி ட்ரீட்மென்ட் பண்ண மாட்டாங்க.. நான் இருக்கறது உனக்கு பிடிக்கலைன்னா நான் போய்டவா?" என்றது தான் தாமதம் அவன் தலையில் நங்கென்று கொட்டி இருந்தாள்.

" ஏய் என்ன பண்ற? ஐயம் நாட் எ சயில்ட்.. உன்னால முடிஞ்சா ட்ரீட்மெண்ட் கொடு இல்லன்னா நான் கிளம்பறேன்" என்றான் கோபமாக ஆனால் ஒரு கை தலையை தடவி கொண்டு இருந்தது.(பின்ன அடி நங்குன்னு இருந்ததுல)

அவனை முறைத்தவள்" அறிவில்லை உங்களுக்கு? நல்ல தின்னுட்டு இப்படி மாடு மாதிரி வளர்ந்து இருக்கீங்களே உங்கள அடிக்க வந்த ஒருத்தனையாவது அடிச்சீங்களா? அவன் என்னவோ கோவில் பிரசாதம் தர மாதிரி பவ்வியமா வாங்கிட்டு இருக்கீங்க? நான் எதேச்சையா அங்க வந்தது நல்லதா போச்சி இல்லன்னா என்ன ஆகி இருக்கும்?" எனும் போதே அவளின் குரல் உடைந்தது.

அதற்கு பதில் சொல்ல வந்த அவனை எதுவும் பேச வேண்டாம் என்பது போல் செய்கை செய்து விட்டு மேலும் அவளும் எதுவும் பேசாமல் ஒரு மருத்தவராய் அவனுக்கு எக்ஸ்ரே எடுத்து கையில் மட்டும் சிறு பிரச்சனை என்பது புரிய அதற்கான மருந்துகளும் அவன் செய்ய கூடாத செயல்களையும் அவனுக்கு எடுத்துரைத்தவள் வேறு வார்த்தை பேசாமல் செவிலியிரை அழைத்து மற்ற நோயாளிகளை ஒவ்வொருத்தராக அனுப்பி வைக்க சொன்னாள்.. இதற்கு அவனை வெளியேற சொல்லுகிறாள் என்பதாக தான் இருக்கும் என்பது அவனுக்கு புரியாமல் இல்லை.. நிர்குணாவை ஒருமுறை பார்த்து விட்டு வெளியேறினான் மைத்ரேயன்..

டாக்ஸி புக் செய்து ஸ்டேஷனில் புகார் அளித்து விட்டு அவன் வீட்டிற்கு வர நேரம் ஒன்பதை தொட்டிருந்தது.. இரவு உணவை தன் கை இருக்கும் நிலையில் செய்ய முடியாது என தோன்றவே அலைபேசியில் ஆன்லைன் உணவை ஆர்டர் செய்தவன் அப்பொழுது தான் கவனித்தான் பிரதியுமனிடமிருந்து 20 தவறிய அழைப்புகள் இருப்பதை.. இத்தனை முறை அழைப்பவன் அவன் அல்ல என்பது தோன்றவே அழைப்பெடுத்தான் நொடியும் தாமதிக்காது.. மறுமுனையில் அவன் சொன்ன செய்தி கேட்டு இவனின் கை கால் எல்லாம் வேரூன்றி போய் இருந்தது.

அம்புத நல்லாள் - 11

நிர்குணாவின் இந்த தீடர் ரூபம் மைத்ரேயனை யோசிக்க வைத்திருந்தது.. இத்தனை நாளும் அவளுக்கு தன்னாலோ அல்லது தன் வேலையாலோ எந்த பிரச்சனையும் வந்து விடக் கூடாது என்ற காரணத்தினால் மட்டுமே அவளிடமிருந்து விலகி சென்றுக் கொண்டிருந்தான் வெறுப்பினால் அல்ல.. இது பிரதியுமனுக்கும் தெரியும்.. இதைப் பற்றி பலமுறை அவனிடம் பேசி விட்டான்.. ஆனால் இவனோ தான் பிடித்த முயலுக்கு மூன்று கால் என்பது போல் அவன் எண்ணத்தில் உறுதியாக இருந்தான்.. ஆனால் இன்று அந்த சில நிமிடங்களில் அவளின் அந்த தைரியத்தை கண்குளிர கண்டானே! இனி அவளின் காதலை ஒதுக்க வேண்டுமா? ஆனால் இத்தனை நாளும் அவளின் மனது நோகும்படி பேசி இருந்தேனே அதற்கு அவள் என்னை மன்னிப்பாளா? தைரியமாக இருக்கிறாள் என்ற ஒரே காரணத்திற்காக அவளின் காதலை நான் ஏற்றுக் கொள்வது போல் ஆகாதா? என்ற மனதை " அப்படியே நினைச்சா தான் என்ன தப்பு? உனக்கு அவள பிடிக்கும் தானே ஏன் அவளை அவாய்ட் பண்ணேன்னு புரிய வை எக்ஸ்பேலைன் பண்ணு அதை தவிர வேற என்ன வேலை இருக்கு உனக்கு? அடிச்சா கூட வாங்கிக்க வேண்டியது தான்.. நாளைக்கு முதல் வேலை உனக்கு இதுதான்" என்று தனக்குள் பேசி ஒரு முடிவெடுத்தவன் ஆசுவாசம் அடைய அதனை முழுமையாக அனுபவிக்க முடியாமல் செய்திருந்தது பிரதியுமனிடமிருந்து வந்திருந்த தவறிய அழைப்புகள்..

அவனின் அழைப்புகளை பார்த்தும் கிலி பிடித்து கொள்ள உடனடியாக அழைத்தான் அவனின் எண்ணிற்கு.. இவனின் முகம் தொடுதிரையில் தெரிய அவனின் அழைப்பை ஏற்றான் பிரதியுமன்.

மைத்ரேயன், "பிரதி என்ன ஆச்சு? ஏன் இத்தனை தடவை கால் பண்ணி இருக்க?"

பிரதியுமன், "மைத்து அம்மா.. அம்மாக்கு" என்று அவன் வார்த்தைகள் சிக்குண்டது..

"என்னடா மாமிக்கு என்ன? தெளிவா சொல்லு" என்று அவனும் படபடத்தான்.

"டேய் அம்மாக்கு மைல்ட் அட்டாக் வந்து இருக்காம்..நீ இங்க வரீயா? அப்பாவும் அனன்யாவையும் என்னால சமாளிக்க முடியல விஜி அத்தையும் மாமாவும் வேலை விசயமா வெளியே போய் இருக்காங்க நீ வந்தா எனக்கு சப்போர்டா இருக்கும்"

அதைக் கேட்டதும் உடனே அடுத்த பிளைட்டில் சென்னைக்கு டிக்கெட் புக் செய்து விட்டு இருந்தான்.. தான் அங்கே செல்ல போவதை நிர்குணாவிற்கு சொல்ல கைபேசியை எடுத்தவன் அனன்யாவிடமிருந்து அழைப்பு வர அவள் அழுவதை தாங்க முடியாமல் அவளை சமாதானம் செய்துக் கொண்டே விமான நிலையம் அடைந்தான்.. இதில் நிர்குணாவிற்கு அழைத்து பேச வேண்டும் என்பதை முற்றிலும் மறுந்து போனது இந்த சிறு மறதி செயல் பெரும் தவறாக மாறக் கூடும் என்பதை அவன் அறிய வாய்ப்பில்லை..

அடுத்த இரண்டு மணி நேரத்தில் தெய்வானை இருக்கும் மருத்துவமனையை அடைந்திருந்தான்.. அந்த மருத்தவமனை தெய்வானையின் நெருங்கிய தோழி விமலா நடத்தி வரும் பிரபல மருத்தவமனை.. சிறு காய்ச்சல் என்றால் கூட இவ்விரண்டு குடும்பமும் விமலாவின் மருத்தவமனையை தான் நாடுவர்..

நேராக அவர் அனுமதிக்கப்பட்டு இருந்த அறை வாசலை அடைந்தவன் அங்கே அழுது கொண்டு இருக்கும் கந்தசாமியையும் அனன்யாவையும் முடிந்த வரை சமாதானம் செய்தவன் பிரதியுமனை தேட அதை கண்டுக் கொண்ட அனன்யா "அண்ணா பிரதி அண்ணா விமலா ஆன்ட்டியை பார்க்க போய் இருக்காங்க" என்றாள் அழுதவாறு.

அவளிடம் சிறு தலையசைப்பை பதிலாக தந்தவன் தனது மாமியை கண்ணாடி வழியாக பார்த்துவிட்டு விமலாவின் அறைக்கு சென்றான்..

இவனை கண்டதும் பிரதியுமன் "மைத்து வாடா அம்மாவ பார்த்தியா? என்ன பண்ணி வச்சி இருக்காங்க பாரு.. இத்தனை மாசத்துக்கு அப்பறம் நான் இங்க வரும்போது அம்மாக்கு இப்படியா ஆகனும்?" என்று அவன் தோளில் முகம் புதைத்தான்..

அவன் காயங்களை கவனித்தவன் "ஏய் என்ன இது? யார் கிட்ட போய் அடி வாங்கிட்டு வந்த? இந்த வேலை வேண்டாம்னு சொன்ன கேக்குறீயா? ஹாஸ்பிடல் போனீயா? எவ்வளவு காயம் பாரு.. ஆன்ட்டி இந்த எருமையையும் இங்கயே வச்சிக்கோங்க மாசத்துல ஒரு தடவையாவது இப்படி அடி வாங்கிட்டு வந்து நிக்குறான் இல்லன்னா நான் அடி வாங்குறேன் என்னை வந்து காப்பாத்துனு என்னை கூப்பிடுவான்" என்று அவன் இவனை திட்டிக் கொண்டு இருந்தாலும் அவனின் காயங்களை ஆராயவும் தவறவில்லை.

மைத்ரேயனோ," ஏய் பிரதி லூசு எனக்கு எதுவும் இல்ல.. மாமிக்கு என்ன ஆச்சு? அவங்க இப்ப எப்படி இருக்காங்க?"

விமலா," உட்காரு மைத்ரேயன் சொல்றேன்"

" சொல்லுங்க ஆன்ட்டி மாமிக்கு ஏன் தீடீரென்று இப்படி ஆச்சு?"

"தீடீரென்று இல்ல மைத்து அவங்களுக்கு ஏற்கனவே சில பிரச்சனைகள் லைக் கொலஸ்ட்ரால் இருக்கு, பிபி இருக்கு, சுகரும் உண்டு இது உங்களுக்கு தெரியும் தானே?"

இருவரும் ஆம் என்பது போல் தலையாட்ட" இப்ப அது தான் பிரச்சனை அவ டயட் சுத்தமா பாலோ பண்றது இல்ல..நானும் பலதடவை சொல்லி பார்த்துட்டேன் கேட்கவே இல்ல.. சரின்னு அண்ணா கிட்டயும் அனன்யா கிட்டயும் சொல்லி பார்த்துக்க சொன்னேன்.. ஒரு மாசம் கண்ட்ரோலா இருந்தது.. ஆனா இப்ப என்ன பிரச்சனைன்னு தெரியலை இன்னிக்கி சடன்னா பிபி அதிகமாகி இருக்கு.. பிரதி இத பத்தி உனக்கு ஏதாவது தெரியுமா?"

" இல்ல ஆன்ட்டி எனக்கு எதுவும் தெரியாது நானே இன்னிக்குதான் ஊர்ல இருந்து வந்தேன்.. என்கிட்ட நல்லா தான் பேசிகிட்டு இருந்தாங்க திடீர்னு இப்படி ஆகும் எனக்கு எதுவுமே புரியல" என்றான் கலங்கியவாறு.

உடன் மைத்ரேயனிடம் திரும்பிய விமலா" மைத்து நீங்க ரெண்டு பேரும் ரொம்ப க்ளோஸ் இல்லையா சோ நீ சொல்லு திடீர்னு என்ன ஆச்சு வீட்ல ஏதாவது பிரச்சனையா?"

"நோ நோ ஆன்ட்டி அதெல்லாம் எதுவும் இல்லை இட் மே பி சம் அதர் இஸ்யூ.. இப்போ மாமிக்கு எப்படி இருக்கு?"

"இப்போ அவ ஓகே தான் மேக்ஸிமம் டயட் ஃபாலோ பண்ண வைக்க வேண்டியது உங்க பொறுப்பு அதுவுமில்லாம கொஞ்ச நாளைக்கு அளவுக்கதிகமான சந்தோஷமும் அளவுக்கதிகமான துக்க செய்தியும் அவங்களாலே தாங்க முடியாது எந்த ஒரு விஷயத்தையும் சொல்ல முயற்சி பண்ணாதீங்க முடிஞ்சவரை அவங்க போக்கிலேயே விடுங்க ஆனா ஃபுட் ரொம்ப முக்கியம் இன்னும் ரெண்டு நாள் மட்டும் இங்கே இருந்தால் போதும் அதுக்கப்புறம் நான் தர மெடிசின்ஸ் கரெக்ட்டா ஃபாலோ பண்ணனும்"

சரி என்று இருவரும் வெளியே வந்த சமயம் பிரதியுமன் " ஒரு நிமிஷம் மைத்து" என மறுபடியும் விமலாவின் அறைக்கு சென்றான்.

" என்ன பிரதி திரும்பவும் வந்து இருக்க ஏதாவது கேட்கணுமா?"

" அம்மா எப்ப கண் விழிப்பாங்க?"

" வித்தின் 2 ஹவர்ஸ்"

" ஓகே ஆன்ட்டி நான் வரேன்" என்று வெளியே சென்று மைத்ரேயன் ஐ அழைத்துக்கொண்டு தனது தாய் இருக்கும் வார்ட்டிற்குள் நுழைந்தான்.

அங்கே.. அனன்யா யாரிடமோ பேசி கொண்டு இருப்பதை கவனித்த பிரதியுமன் அதை யார் என்று அறிய அவளிடம் சென்றான்" அனன்யா யார் கூட பேசிட்டு இருக்க?"

" அம்மு அண்ணி கிட்ட தான் அண்ணா.. நீங்க பேசுங்க" என்று அவன் சம்மதத்தை கூட பெறாமல் கைபேசியை அவன் கையில் திணித்தாள்.

இவனோ எவ்வாறு பேசுவது என்ற யோசனையில் இருக்க மறுமுனையில் இருந்த அம்புத்ராவோ 'அய்யோ இப்ப என்ன செய்றது? என் குரல் அவருக்கு நல்லா தெரியுமே! வேற நம்பர்ல இருந்து கால் பண்ணதுனால தப்பிச்சேன்.. இந்த குட்டி பிசாசு இருக்கே'

தெய்வானையின் உடல்நிலையை பற்றி விக்ரமன் தான் அவளுக்கு அழைத்து தெரிவித்து இருந்தார்.. வெளி இடங்களுக்கு செல்லும் போது அவள் ஒரு புது எண்ணை வாங்கி வைத்து கொள்வாள்.. தன்னுடன் வரும் நபருக்கும் விக்ரமனுக்கும் கொடுத்து வைக்கும் பழக்கம் வைத்திருந்தாள்.. விக்ரமனுக்கு தெய்வானையின் உடல்நிலை பற்றி தெரிய வர அவளுக்கு உடனே அழைத்து சொல்லி இருந்தார் அதனால் தான் அனன்யாவிற்கு அழைத்திருந்தாள் தனது பணியின் இடைவெளியில்..திடீரென்று அவள் பிரதியிடம் கொடுப்பாள் என்று நினைத்து கூட பார்க்கவில்லை.

அவனும் அம்புத்ரா என்று தெரியாமல் அந்த அம்முவிடம் எப்படி பேசுவது என்று யோசித்து கொண்டிருந்தான்.. மைத்ரேயன் தான் பேசு என்பது போல் செய்கை செய்தான்.. " ஹலோ.. சொல்லுங்க எப்படி இருக்கீங்க?" என்றது பிரதி தான்.

'இவன் வேற காலையில தானே பார்த்த லூசு.. இவன் ஏன் இவ்வளவு அப்பாவியா இருக்கான் கடவுளே'

அவனிடம் பேச வேண்டும் என்று நினைத்திலிருந்து வார்த்தைகள் வராமல் தத்தியடித்தது "நல்லா இருக்கேன்" என்ற சொல்லே மெதுவாக மிக மெதுவாக வந்தது.

அவ்வளவு தான் "நான் அப்பறம் பேசுறேன்" என்று அழைப்பை துண்டித்து விட்டான்.

அதன் பின் தெய்வானை இருக்கும் அறையை பார்க்க சென்றான் பிரதி.. உற்று கவனித்தவனின் பார்வையில் தென்பட்டு விட்டது அந்த தவறு.. தாய் கண் விழிக்கும் நேரத்தை எதிர்பார்த்து அடக்கப்பட்ட கோபத்துடன் காத்திருக்கலானான் அவன்..

கேரளா, கமிஷனர் அலுவலகம் மீட்டிங் அறை.. அம்புத்ராவும் கதிரும் அவர்கள் சொன்ன அனைத்து சம்பவங்களையும் கூர்ந்து கவனித்தனர்.. முன்னுக்கு பின் முரணான செயல்களாக இருந்தது அது.. கேட்ட கோரிக்கையை மறுத்ததன் விளைவாக ஒருவரை அடித்தால் அது ஏற்றுக் கொள்ளலாம் ஆனால் காவல்துறை அதிகாரிகளை துன்புறுத்த காரணம் என்னவாக இருக்கும் என்று யோசிக்கும் பொழுதே புருவங்கள் முடிச்சிட்டது அவர்களுக்கு.

இதையெல்லாம் செய்வது மான்ஸ்டரின் ஆட்கள் என்பது தெரிந்தாலும் அவர்கள் யார் என்பது தான் தெரியவில்லை என்று முடித்தார் கேரள கமிஷனர்.

அம்புத்ரா, "சர் இதுல நாங்க என்ன ஹெல்ப் பண்ணனும் நீங்க நினைக்கிறீங்க?"

கமிஷனர், " மிஸ். அம்புத்ரா நீங்க ஏற்கனவே அவங்களோட ஆட்கள பிடிச்சி கொன்னு இருக்கீங்க சோ இதை பற்றிய டீடைல் உங்களுக்கு தெரியும் இல்லையா அண்ட் முக்கியமான விசியம் இவங்க இந்தியால எல்லா இடத்துலையும் பரவி இருக்காங்கனு நான் சொல்லி தெரியும்னு இல்லை..இதுக்கான ஹெட் குவார்ட்ஸ் னு தனியா இல்ல ஆனா மெக்சிமம் கம்மியூனிகேஷன் இங்க தான்னு மட்டும் இன்பார்மர் சொன்னார்.. உங்களுக்கு இதுக்கு என்ன உதவி வேண்டுமானாலும் நாங்க செய்யுறோம் எத்தனை போலீஸ்

வேணும்னாலும் நாங்க உங்க டீம்ல சேர்க்குறோம்.. இந்த மிஷன்ல முழுக்க முழுக்க இளைஞர்கள் மட்டும் தான் இருக்காங்க.. இதுக்கு மேல நீங்க சொல்றது தான்"

" சர் இந்த கேஸ் எடுத்துக்கறது பற்றி எனக்கு எந்த பிரச்னையும் இல்லை.. ஆனா எனக்கு சில பர்சனல் வொர்க் இருக்கு இன்னும் இரண்டு வாரம் அப்பறம் நாங்க உங்க கிட்ட இதுக்கான பிளான் சொல்றோம்.. இஸ் இட் ஓகே சர்?"

" யா ஓகே.."என்று அவர் சொன்னாலும் அங்கு இருந்த மற்றவர்களுக்கு இதில் விருப்பம் இல்லை என்பது அவர்களின் முகமே காட்டி கொடுத்தது.. அதனைச் சிறு புன்னகையோடு ஏற்றவள் கிளம்பினாள் கதிருடன்.

இங்கே.. மருத்தவமனையில் தெய்வானையின் அருகில் அனைவரும் அவர் கண் விழிக்கும் நேரத்தை எதிர்பார்த்து ஆவலோடு காத்திருந்தனர்.. ஆனால் பிரதியுமன் மட்டும் தன் தாய் செய்த நாடகத்தை கண்டுபிடித்ததிலிருந்து நிலைக்கொள்ளாமல் நின்றிருந்தான்.

நடந்தது இதுதான் அவளிடம் அலைபேசியில் பேசி விட்டு திரும்பியவனின் பார்வையில் தன் தாய் கால்களை அசைப்பதும், கைகளில் அமர்ந்த சிறு கொசுவினை தன் மற்றொரு கரம் கொண்டு தட்டி விடுவதையும் பார்த்தான்.. மயக்கம் தெளிய இரண்டு மணி நேரம் ஆகும் என்பது போல் விமலா தெரிவித்து இருக்க இவர் இப்படி அசைந்தால் அது நாடகம் அன்றி வேறு என்னவாக இருக்க கூடும்? இதற்கு விமலா ஆன்ட்டியும் துணை என்பதை தான் அவனால் மேலும் தாங்கி கொள்ள முடியவில்லை..

தெய்வானை கண் விழிக்கும் நேரமும் வந்தது.. விஜியும் கந்தசாமியும் கூட வந்திருந்தனர் அவர் அனைவரையும் பார்க்க அவர்களின் முகத்தில் மகிழ்ச்சியே தெரிந்தது.. ஆனால் பிரதியுமன் முகத்தில் மட்டும் எள்ளு போட்டால் பொரிந்து விடும்.. அப்படி ஒரு கோபம்.. என்னவாக இருக்கும் என்று யோசிக்க கூட நேரம் கூட கொடுக்காமல் "அம்மா எதுக்கு

இப்படி ஒரு நாடகம்? யார ஏமாத்த இப்படி பண்ண? உனக்கு என்ன பிரச்சனை?" என கர்ஜித்தனவனை புரியாமல் பார்த்தனர் மற்றவர்கள்.

கந்தசாமி, " பிரதி என்ன பேசுற அவளே உடம்பு சரியில்லாம இருக்கா இப்ப போய் இவ்வளவு கடுமையா பேசுற? நீ சொல்றா மாதிரி அவ நடக்கிறதா வச்சிக்கோ ஆனா எதுக்காக? அதுக்கான அவசியம் என்ன?"

" அத அம்மா தான் சொல்லனும்" என்றான் தன் தாயை முறைத்தவாறு..அதே நேரம் விமலா உள்ளே வரவும் "ஆன்ட்டி ஒரு டாக்டரா இருந்துட்டு இப்படி இவங்க கூட சேர்ந்து பொய் சொல்லி இருக்கீங்களே இது நியாயமா?"என்று கோபமாக கேட்பவனிடம் என்ன சொல்வது என தெரியாமல் பேந்த பேந்த முழித்தார் விமலா.

" பிரதி ரிலாக்ஸ் இது ஹாஸ்பிடல் சோ பி காம்.. ஐ கேன் எக்ஸ்பிலைன் யூ"

அதை கேட்டதும் அருகில் இருந்த சுவற்றில் தன் கையை குத்தி தனது கோபத்தை அடக்கியவன்" டிஸ்சார்ஜ் பண்ணுங்க நான் வீட்டுக்கு கூட்டிக்கிட்டு போறேன்" என்றவன் அவர் பதிலை கூட எதிர்பாராமல் அங்கிருந்து சென்று விட்டான்.

அவன் சென்றதும் கந்தசாமியும், அனன்யாவும் தெய்வானையை முறைத்தவாறு அவன் பின்னோடு சென்றனர் சமாதானம் செய்ய.. சிறு வயதில் இருந்தே பிரதியுமன் அதிகமாக கோபம் கொள்ள மாட்டான்.. ஆனால் கோபம் வந்தால் அவ்வளவு எளிதில் குறையாது.

அப்பாடா என்று பெருமூச்சு ஒன்றை விட்டு தன்னை ஆசுவாசம் செய்து கொண்டு அருகில் முறைத்தவாறு நின்றிருந்த மைத்ரேயனை பார்த்தார்" ஏய் என்னடா நீயும் என்னை முறைச்சிக்கிட்டு நிக்கற?"

"பின்ன முறைக்காம உன்னை கொஞ்ச சொல்றீயா? எதுக்கு இந்த வேலை உனக்கு? யார் இந்த மாதிரி ஐடியால குடுத்தது? உன் பையன் தான் கல்யாணத்துக்கு சம்மதம் சொல்லிட்டான்ல அப்பறம் என்ன?"

எழுந்து அமர்ந்தவர் "டேய் என்ன மரியாதை குறையது நான் உன்னோட மாமி ஞாபகம் இருக்கா?"

" இருக்கு அதனால தான் பேசிட்டு இருக்கேன் இதுவே என் அம்மாவா இருந்தா தலையில நங்குன்னு ஒரு குட்டு வச்சி இருப்பேன்.. சரி சொல்லு ஏன் இப்படி பண்ண?"

" எப்பவும் போல மரியாதையா பேசு சொல்றேன்" என்று சிறு குழந்தை போல் திரும்பி அமர்ந்து கொண்டார்.

அதை கண்டு சிரித்தவன்" உங்கள.. என்று அடிக்க கை ஓங்கியவன் அதை செய்யாமல் அணைத்து கொண்டு சொல்லுங்க மை ஸ்வீட்டி ஏன் அவன ஏமாத்த நினைச்ச? "

" டேய் அவன் என்கிட்ட நான் பார்த்த பொண்ணுக்கு ஓகே சொல்லிட்டு மாமா கிட்ட வேற பொண்ண லவ் பண்றதா சொல்லி இருக்கான்டா.. இன்னும் இரண்டு வாரத்துல நிச்சயம் இந்த விசயம் அவங்களுக்கு தெரிஞ்சா எவ்வளவு அவமானம்?"

" என்னது? ஆனா மாமியாரும் மருமகளும் சரியான பொய் வண்டி என்னமா நடிக்கிறீங்க? அவ என்னடான்னா என்கிட்டயே மிரட்டறா நீ என்னடான்னா பிரதிய மிரட்டி பார்க்குற சரியான கேடிங்க.. நாங்க தான் உங்ககிட்ட மாட்டிக்கிட்டு முழிக்கிறோம்"

ஓர் நொடி தடுமாறியவர்" என்ன சொல்ற யார பற்றி பேசுற அம்முவ பற்றியா? அவ உன்கிட்ட பேசுனாலா?"

அவரையும் இதுவரை அமைதியாக இருந்த விமலாவையும் பார்த்தவன்" அம்மு தான் அம்மு என்கிற அம்புத்ரா ஐபிஎஸ்

தான் என்னை மிரட்டுறா அவன்கிட்ட பொய் சொல்ல சொல்லி" என்றான் ஒற்றை புருவத்தை உயர்த்தியவாறு.

விமலா சாதுரியமாக" தெய்வா எனக்கு பேஷண்ட் வந்து இருக்காங்க நீங்க பேசுங்க நான் உனக்கு டிஸ்சார்ஜ் சம்மரி ரெடி பண்ணிட்டு அனுப்பி வைக்குறேன்"என்று நழுவி விட்டார்.

" மாமி ஆன்ட்டி மாதிரி உங்களாள எஸ்கேப் ஆக முடியாது.. நீங்க சொல்லுங்க பிரதி ஏன் அம்புத்ராவை பார்த்து இருக்கீங்க அவனை பற்றி உங்களுக்கு நல்லா தெரியும் தானே? அப்பறம் ஏன் இப்படி? இந்த உண்மை தெரிஞ்சா அவன் எப்படி ரியாக்ட் பண்ணுவான்னு தெரியாது.. ஏன் நம்பள வெறுத்து ஒதுக்க கூட சான்ஸ் இருக்குனு உங்களுக்கு தெரியாதா?

அவ என்னடான்னா நேற்று காலையில தான் பார்த்தா அப்பவே பொய் இதுல என்னை வேற கூட்டு சேர்த்துகிட்டா இவன் கிட்ட பொய் சொல்ல என்னால முடியல மாமி"

அவனை வாஞ்சையுடன் பார்த்தவர்" மைத்து அவ என்கிட்ட என்ன சொன்னா தெரியுமா? அத்தை உங்க பையன் இனிமேலும் பழசையே நினைச்சிட்டு அவர் பயப்படுறதும் இல்லாம அவருக்கு பிறக்க போகும் பிள்ளையையும் அப்படியே தான் இருக்கும் சாகுற வரைக்கும் பயந்து பயந்து இப்படியே தான் உங்க பையன் இருக்கனுமா? அவரை இந்த நிலைமைக்கு ஆளாக்குனவங்கள அடிச்சி துவைக்க வேண்டாமா? இத்தனை வருஷமா நீங்க அவரை ஏன் மாத்தனும்னு டிரை பண்ணவே இல்லை? அவரை புரோடக்ட் பண்றேன்னு நடந்த விசியத்தை மறக்க விடாம பண்ணி இருக்கீங்க! நீங்களே சொல்லுங்க இனியும் உங்க பையன் போலீஸ்க்கு பயந்து இருக்கனுமா? னு கேட்டா டா.. நியாயம் தானே ஒரு அம்மாவா நான் அவன் பயந்த போது பாதுக்காக்க தான நினைச்சேன் எதிர்த்து நிற்க சொல்லையே.. யோசிச்சி பார்த்தேன் இவள விட ஒரு நல்ல பொண்ணு என் பையனுக்கு கிடைக்க மாட்டானு தோணுது மைத்து..

அவனோ, "மாமி உன் மருமக ஒரே டயலாக் வச்சி எல்லாரையும் அவ பக்கம் இழுத்து வச்சி இருக்கா.. மாட்டினா மொத்தமா மாட்டனும்னு நல்ல எண்ணம் போல" என்று சிரித்தான்.

"அப்பறம் மைத்து இந்த விசியம் பிரதிக்கு தெரியாம பார்த்துக்கோ" என்று சொன்ன அடுத்த நொடி " எனக்கு தெரிஞ்சி போச்சி அம்மா" என அங்கு வந்து நின்றான் பிரதியுமன்.

அம்புத நல்லாள் - 12

அம்புத்ரா பற்றிய உண்மை பிரதியுமன் அறிய விட கூடாது என்று இவர்கள் பேசி கொண்டு இருந்த நேரம் "எனக்கு தெரிஞ்சி போச்சி அம்மா" என்று அங்கு வந்து நின்றாள் பிரதியுமன்.

அவனின் தீடீர் வருகையால் இருவரும் பேந்த பேந்த முழிக்க மைத்ரேயன் தான் நிலைமையை சமாளிக்க பேச ஆரம்பித்தான் "என்னடா என்ன தெரிஞ்சி போச்சி உனக்கு?"

"இவங்க பண்ண வேலை தான்" என்றான் கோபமாய்.

'இவன் எதை பற்றி சொல்றான் ஒரு வேலை நாங்க பேசிட்டு இருந்ததை ஒட்டு கேட்டு இருப்பானோ? ச்சே ச்சே இவன் அப்படியெல்லாம் செய்ய மாட்டானே! ஒருவேளை நாங்க பேசிட்டு இருந்த நேரம் எதேச்சையா கேட்டு இருப்பானோ?' என்று யோசித்து கொண்டு இருந்தவன் இதற்கு மேல் மறைப்பது நடவாது என எண்ணி கொண்டு "பிரதி மாமி வேணும்னே எதுவும் செய்யல.. " என அவன் முடிக்க கூட இல்லை

"தெரியும்.. எல்லாம் இந்த அம்மா பண்ண வேலை தான்.. அவங்க பார்த்த பொண்ண நான் கல்யாணம் பண்ணிக்கனும்னு சாதாரண கேஸ்டிராபுல(*gas trouble*) செஸ்ட் பெய்ன்னு சொல்ல சொல்லி விமலா ஆன்ட்டி கிட்ட கேட்டு இருக்காங்க.. அவங்க தான் இவங்க பிரண்ட் ஆச்சே அதான் உடனே பொய் சொல்லியாச்சு.. உன்னால எத்தனை பேருக்கு கஷ்டம் பார்த்தியா? என்று மைத்ரேயனிடம் கூற ஆரம்பித்தவன் தனது அம்மாவிடம் முடித்தான்.

அதைக் கேட்டதும் தெய்வானை மைத்ரேயனின் கைகளில் கிள்ளி "டேய் லூசு பயலே நீயே மாட்டி விட்டு இருப்ப அவன் எதையோ சொல்றான் நீ ஏன் வாண்டட்டா போய் வம்ப வளர்க்குற? அவன் டிராக்குலையே போய் மடக்கு"

"ஆமா உன் பையன் சூப்பர் பீகர் பாரு நாங்க பின்னாடியே போய் மடக்க.."

"என் பிள்ளைக்கு என்னடா அவன் அழகன்டா"

"ரொம்ப தான் பே" என்று இவர்கள் இருவரும் பேசிக் கொண்டு இருக்க அங்கே அவன் திட்டுவதை பொருட்படுத்தியது அங்கிருக்கும் சுவர் தான் எனலாம்.

எதேச்சையாக திரும்பி பார்த்தவன் இவர்கள் இருவரும் செய்யும் கூத்துக்களை கவனித்து விட்டான் அதில் மேலும் ஆத்திரமடைந்து" உங்களையெல்லாம் திருத்தவே முடியாது இங்க பாருங்க அம்மா விமலா ஆன்ட்டி நீங்க எதுக்காக இப்படி செஞ்சீங்கனு என்கிட்ட தெளிவா சொல்லியாச்சு நீங்க நினைக்கறது நடக்காது நான் லவ் பண்ற பெண்ணைத்தான் கல்யாணம் பண்ணிப்பேன்.. நீ பார்த்த பொண்ணு பற்றி என் கிட்ட டிஸ்கஸ் பண்ணத விட இதோ இந்த மைத்து கிட்ட தான் பேசி இருக்கீங்க.. பேசாம அந்த பொண்ண இவனுக்கு கட்டி வச்சுடுங்க"

"எது.. கெட்டது குடி..இங்க பாரு உன்னால கல்யாணம் பண்ணிக்க முடியலன்னா போயிட்டே இரு என்னைப் பற்றி பேசற வேலையெல்லாம் வேண்டாம்" என்றான் கோபமாக.

அதைக்கேட்ட தெய்வானையோ " ஐயையோ மைத்து எனக்கு நிஜமாகவே நெஞ்சு வலிக்கிற மாதிரி இருக்குடா அப்படியே கை தாங்களா படுக்க வை முடியல டா" என்றதும் அவன்" ஐயோ மாமி என்ன ஆச்சு? உன் பேச்சை கேட்காம இவன் என்ன இப்படி படுக்க வச்சிட்டானே! நீ என்ன அவ்வளவு கல்நெஞ்சகாரனா பாவி அம்மாவ பாருடா உன்னோட முடிவை மாற்றிக்கிட்டா என்ன?" என்றான் மைத்ரேயன்.

பேசாமல் தனது அன்னை அருகே வந்தவன்" அடச்சீ எழுந்திரு அம்மா ஹார்ட் இந்த பக்கம் இருக்கு உன்னை எல்லாம் வெச்சிட்டு எழுந்து வா வீட்டுக்கு போலாம்" என்று தலையில் அடித்துக்கொண்டு முன்னே அவன் செல்ல" நமது ராஜ

தந்திரங்கள் அனைத்தும் வீணாகி விட்டதே" என்று வடிவேலு பாணியில் தெய்வானை பேசவும் சிரித்தவாறு அவரை அழைத்துக் கொண்டு வீட்டிற்கு செல்ல ஆயத்தமானார்கள்.

வீட்டிற்கு வந்த பிறகும் பிரதியுமன் தனது அன்னையிடம் ஒரு வார்த்தை கூட பேசவில்லை அலுவலகத்திலும் இரண்டு வாரங்கள் வொர்க் பிரம் ஹோம் சொல்லிவிட்டு இருந்தான்.. தெய்வானையை பொருத்தவரை அவன் பேசாமல் இருப்பதே நல்லது என்ற நிலையில் தனது வேலைகளை செவ்வனே செய்து கொண்டிருந்தார்.. இதில் மைத்ரேயன் நிலைதான் இரண்டு பக்கமும் அடி வாங்கும் மத்தளம் போல் ஆனது.. அம்முவிடம் தானே பேசிக் கொள்வதாய் அவளின் அலைபேசி எண்ணை தெய்வானையுடன் கேட்டு வாங்கி வருமாறு மைத்ரேயனிடம் கடந்த ஒரு வாரமாக நச்சரித்து கொண்டிருந்தான்.. ஊருக்கு வந்து பல மாதங்கள் ஆன காரணத்தால் விஜயும் குருசாமியும் அவனை விடுப்பு எடுக்குமாறு துளைத்து எடுத்து விட்டனர்.. அதனால் அவனும் பத்து நாட்களாக அங்கேயே சுற்றிக் கொண்டிருந்தான்.. ஒரு வார காலமாக அவனிடம் எப்படியோ வெவ்வேறு காரணங்களை சொல்லிவிட்டு தப்பித்தவன் இன்று வசமாக சிக்கிக் கொண்டான்.

" ஏய் எரும மாடு அந்தப் பொண்ணு நம்பர கேட்டு வாங்கி கொடுன்னு சொல்லி ஒரு வாரம் ஆச்சு ஒரு பத்து நம்பர வாங்கி கொடுக்க உனக்கு எவ்வளவு நாள் தான் டைம் தேவைப்படுது?"

'ஐயையோ வசமா மாட்டிகிட்டேனே.. நம்பர கொடுக்கலன்னா கொன்னுடுவேன்னு இவன் மிரட்டுறான்.. நம்பர வாங்கி கொடுத்தா என்கவுண்டர் பண்ணிடுவேன்னு அவ மிரட்டுறா இதுல இந்த மாமி வேற அவன் வாயாலேயே அம்மு கல்யாணம் பண்ணிக்கிறேன்னு சொல்ல வைக்கிறது உன் பொறுப்பு அப்படின்னு என் தலைய பிடிச்சு கிட்டாங்க'

' ஏன் மாமி இண்டும் ஒரே பொண்ணு தானே அப்படின்னு கேட்டா?..ஆமாண்டா அது அவனுக்கு தெரியாது இல்ல அப்புறம் இத்தனை வருஷமா பெத்து வளர்த்த எங்களுக்கு என்ன மரியாதை இருக்கும் நானும் காதல் கல்யாணம்

பண்ணவங்க தான்.. இவன் என்ன பண்ணி இருக்கணும்? அம்மு அங்க பார்த்தபோதே என்கிட்ட சொல்லி இருக்க வேண்டாமா? சரி அப்ப தான் சொல்லல நான் இங்க ஒரு பொண்ணு பார்த்து இருக்கேன்னு சொல்லும்போது அவன் மனசுல இருக்குறத பத்தி என்கிட்ட பேசி இருக்கலாம் இல்லையா? நான் என்ன கொடுமைக்கார அம்மாவா மைத்து? நிச்சயம் வரைக்கும் இரண்டும் ஒரே பொண்ணுனு அவன் கிட்ட நான் சொல்லவே மாட்டேன் தலையை பிச்சிகிட்டு சுத்தட்டும்.. ஒருவேளை நான் பார்த்த பொண்ணும் அவன் காதலிக்கிற பொண்ணும் வேற வேறயா இருந்தா கூட நான் கல்யாணம் அவங்க வீட்ல பேசி கல்யாணம் பண்ணி வச்சி இருப்பேன் அவன் இப்ப சொல்லல அதான் இப்படி பழிவாங்குறேன்" என்று நம்பியார் பாணியில் சிரித்தவரை வெட்டவா குத்தவா என்பது போல் பார்க்க மட்டும் தான் முடிந்தது அவனால்.

இதையெல்லாம் யோசித்துக் கொண்டு இருந்தவனின் கையில் நறுக்கென கிள்ளி இருந்தான் பிரதி.

" டேய் நான் என்ன கேட்டேன் நீ என்ன செய்யுற? அம்மா கிட்ட நான் பேசாம இருக்கறதுனால தான் நான் போய் கேட்காம இருக்கேன்.. அப்பாவ கேட்டா என்கிட்ட இல்லன்னு சொல்றாரு இப்ப நீ அந்த பொண்ணு நம்பர் வாங்கி தரல உன்னை என்ன பண்ணுவேன்னு எனக்கே தெரியாது"என்றான் கண்கள் சிவக்க.

'என்ன இவன் இவ்வளவு டென்ஷன் ஆகுறான்? வேற வழி இல்ல நம்பரை இவனையே கேட்டு வாங்கிக்க சொல்லுவோம்' என்று நினைத்து அதனை அவனிடமும் தெரிவித்தான்.

" ஏய் லூசு நான் போய் கேட்க மாட்டேன் நீயே கேட்டு வாங்கி கொடு"

" எப்பா சாமி உங்க விளையாட்டுல மாட்டிகிட்டு என்னால முடியலடா நீ நம்பர வாங்கி பேசு இந்த கல்யாணத்த நிறுத்து இல்ல நடத்து என்னால இனிமேலும் உங்க கூட குப்பை கொட்ட முடியாது..எப்படியோ போய் தொலைங்க எனக்கு

சேனல இருந்து கால் வந்திருச்சு நான் நான் நாளைக்கு காலையில கிளம்பறேன்" என்றவன்" இரண்டு நாள்ல நிச்சியமாம் இப்ப வந்து நிறுத்த சொல்லுவாராம் போடா டேய்" என்று புலம்பியபடி அவன் முகத்தை கூடப் பாராமல் தப்பித்தோம் பிழைத்தோம் என ஓடி விட்டான்.

ஒரு கட்டத்திற்கு மேல் அமைதியாக இருக்க முடியாமல் தனது தாயிடம் சென்றவன்" அம்மா எனக்கு அம்மு நம்பர் வேணும் நானே டிரேக்டா போய் பேசிக்கிறேன்"

" என்னனு பேச போற?"

" எனக்கு இந்த கல்யாணத்துல விருப்பம் இல்ல வேற பொண்ண லவ் பண்றேன் அதனால நீ உன் வழிய பாருன்னு சொல்ல போறேன்" என்றான் அவனும் வீம்பாக.

அதைக் கேட்டு அங்கு வந்த அனன்யா "பிரதிண்ணா நல்லா யோசிச்சிக்கோ உனக்கு ஏற்பாடு பண்ண கல்யாணம் வேண்டாமா?"

" ஆமா வேண்டாம் அது தேவலோக ரதியா இருந்தா கூட"

" டேய் நாளை கழிச்சி நிச்சயத்தை வச்சிட்டு இந்த மாதிரி பேசிட்டு இருக்க அறிவிருக்கா உனக்கு?" இது விஜி.

"அத்தை அதுக்காக நீங்க சொல்றத எல்லாம் கேட்டு ஆட நான் பொம்மை இல்ல" என்றான் கோபமாக.

" சரிப்பா அப்பறம் உன்னோட இஷ்டம்.. உன்னோட முடிவுல நீ தெளிவா இருக்க இல்லையா? இனி உன்னோட வாழ்கையை நீ தான் பார்த்துக்கணும் மறுபடியும் வந்து எங்க கிட்ட எந்த உதவியும் கேட்க கூடாது.. என்ன டீலா?"என்றார் கந்தசாமி.

" சரி உங்க யார்கிட்டயும் உதவி கேட்டு வந்து நிக்க மாட்டேன்.. அந்த பொண்ண இன்னைக்கு மெரினா பீச்சுக்கு கரெக்டா ஐஞ்சு

மணிக்கு வர சொல்லுங்க" என்றவாறு பெரிய மலையை பிரட்டி போட்டது போல் ஆயாசமாக தனதறைக்குச் சென்றான்.

" மாமா என்ன இவன் இப்படி பேசுறான் திரும்பி ஒழுங்கா வருவானா?" என்றது வேறு யார் மைத்ரேயன் தான்.

"அது அவன் தலையெழுத்து.. ஏற்கனவே அவ இங்க நடக்குற கூத்தெல்லாம் லைவ்வா உங்க மாமி தான் சொல்லிடுறாலே..விடு எப்படியும் இரண்டும் ஒரே பொண்ணு தான்னு இன்னைக்கு தெரிஞ்சிடும்"

" அது சரி தான் மாமா ஆனா அவ அசிஸ்டெண்ட் கமிஷனர்னு தெரிஞ்சா?" என்றான் பீடிகையோடு.

"டேய்" என்றனர் மற்ற நால்வரும் அவசரமாக.

" வாய நல்லா சேனிடைசர் போட்டு அலம்பு.. அவனுக்கு இப்போதைக்கு தெரியாம நாம பார்த்துக்கலாம் கல்யாணத்துக்கு அப்பறம் அவனாச்சு அம்முவாச்சு" என்றார் குருசாமி.

" என்னவோ செய்யுங்க என் தலைய உருட்டாம இருந்தா சரி.. என் பாஸ் வேற கால் பண்ணிட்டாரு நான் இயர்லி மார்னிங் பிளைட்ல கிளம்பறேன்.. போய்ட்டு நாளைனைக்கு நிச்சியத்துக்கு வந்துருவேன்" என்ற அவனும் தனது வீட்டுக்கு செல்ல மற்ற நால்வரும் அங்கு குடும்பத்துடன் வந்து கொண்டிருக்கும் அம்புத்ராவிற்கு அழைத்தனர்.

"சொல்லு அனன்யா உங்க அண்ணன் என்ன சொல்றாரு?" என்ற கேள்வியில் இருந்தது நிச்சியமாக கேலியே.

" கிண்டல் பண்ணாதீங்க அண்ணி எல்லாம் உங்களாள தான்.. ஒழுங்கா உண்மைய சொல்லி இருந்தா இந்த சமாளிபீகேஷன்லாம் தேவையா?"

"பின்ன என்ன என்னை கனவுல லவ் பண்ணுவாராம் அப்பறம் நான் கிடைக்கலன்னு தோணிச்சுன்னா அத்தை சொல்ற பொண்ண கல்யாணம் பண்ணுவாராம் ஒருவேளை இரண்டும் வேற வேற பொண்ணா இருந்தா அப்ப என்னை லவ் பண்ணதுக்கு என்ன அர்த்தம்? நான் மூலை முடுக்கு எல்லாம் கரப்பான் பூச்சியை தேடுறா மாதிரி இவரை தேடிட்டு இருந்தா மைத்து சொன்னான்னு உடனே அத்தை கிட்ட ஓகே சொன்னான் அன்னைக்கு காலையில என்னை பார்த்தும் கட்டி பிடிச்சான்.. விளையாட்டா போச்சா உங்க அண்ணனுக்கு..?"

"இப்படி மாட்டிக்கிட்டீங்களே அண்ணி!" என்றவள் சிரிப்பு சத்தம் மட்டும் அங்கே கேட்கவில்லை.

அப்பொழுது தான் அவளுக்கு புரிந்தது அனைவரும் ஸ்பீக்கரில் தான் பேசுவதை கவனித்துக் கொண்டிருந்தனர் என்பது.. தான் சொன்னதை நினைவு கூர்ந்தவளின் முகம் செவ்வானமாய் சிவந்தது.

அனன்யாவிடமிருந்து அலைபேசியை வாங்கிய தெய்வானை "அடிக்கள்ளி அன்னைக்கு என் பையன் கட்டி பிடிச்சானா முத்தம் கொடுத்தானான்னு கேட்டதுக்கு பதிலே சொல்லல இப்ப உன் நாத்தனார் கிட்ட மட்டும் சொல்ற?"

"அய்யோ அத்தை அது அது.. வந்து.. நீங்க எதுக்கு இப்ப கால் பண்ணீங்க.? அதைச் சொல்லுங்க முதல்ல"

"ஹூம்.. மேடம் பேச்ச மாத்துறாங்களாம் சரி சரி விடு.. என் பையன் அம்முவ மீட் பண்ணுமாம் அதுவும் மெரீனா பீச்சுல.. நீ உங்க வீட்டுக்கு வந்ததும் போய் பார்த்துட்டு வருவீயாம்.. வந்து அவன் என்ன சொன்னான்னு சொல்லு அம்மு.. ஐஞ்சு மணிக்கு அங்க போய்டு அவன் வருவான்.. நீ எப்படி சமாளிப்பியோ எனக்கு தெரியாது.. ஆனா அந்த பையன் இங்க வந்து எங்க கிட்ட கெஞ்சி தான் இந்த நிச்சியத்துக்கு ஒத்துக்க வைக்கனும்"

" எல்லாம் சரி அது என்ன கெஞ்சனும்? என் யுமன் யார் கிட்டயும் கெஞ்ச மாட்டாரு"

" அடியேய் அவன் என் பையன்டி என்ன பேச்சு பேசுனான் தெரியுமா? என்றவர் அவன் சொன்ன அத்தனையும் சொல்லி முடித்தார்.

அதைக் கேட்டவள் "ஓஓ சார் அவ்வளவு பேசறாரா? என் செல்ல அத்தைய இத்தனை நாளும் தவிக்க விட்டாருல இன்னைக்கு இருக்கு கச்சேரி.. யூ டொண்ட் வொர்ரி ஸ்வீட் ஹார்ட் நான் பாத்துக்கிறேன்.." என்று அழைப்பை துண்டித்தாள்.

பிரதியுமனோ அம்முவிடம் எவ்வாறு பேசுவது.. எப்படி இந்த நிச்சயத்தை நிறுத்துவது என்று ஒத்திகை பார்த்துக் கொண்டு இருந்தான்..

அம்புத நல்லாள் - 13

விக்ரமனின் வீடு, விழாக்கோலம் பூண்டிருந்தது சொந்தங்கள் பந்தங்கள் அதிகாலை முதலே வரத் துவங்கி இருந்தனர்.. ஒவ்வொருவரும் ஒவ்வொரு வேலைகளை பரபரப்பாக செய்து கொண்டிருந்தனர் ஆனால் ஒருத்தி மட்டும் எதிலும் நாட்டமில்லாமல் சுவற்றை வெறித்தபடி அமர்ந்திருந்தாள்..

அது வேறு யாராக இருக்கக்கூடும் அம்புத்ரா தான்..

விட்டத்தை வெறித்துப் பார்த்து அமர்ந்திருக்கும் தன் மகளை ஆதரவாக தலைக் கோதினார் விஜி..

"அம்மு இன்னைக்கு உனக்கு நிச்சயம் ஞாபகம் இருக்கா இல்லையா? ஏன் இந்த மாதிரி அமைதியா இருக்க வீட்டுக்கு சொந்தகாரங்க எல்லாரும் வந்து இருக்காங்க இத்தனை வருஷம் கழிச்சு இவங்க எல்லாரும் நம்மள பார்க்க வந்து இருக்காங்க அம்மு..இந்த மாதிரி உட்கார்ந்து இருக்கிறது யாராவது பார்த்தா நாங்க உனக்கு விருப்பம் இல்லாம கல்யாணம் செய்து வைக்கிறோம்னு நினைப்பாங்க..நீ உண்மைய சொன்ன அப்புறம் மாப்பிள்ளை தான் உன்னை எதுவுமே சொல்லவே இல்லையே அப்புறம் ஏன் இந்த மாதிரி அமைதியா இருக்க?"

அதில் இவ்வளவு நேரம் அடக்கி வைத்திருந்த கண்ணீர் அவளின் கண்களின் வழியே வரத்தொடங்கியது..சிறுவயதில் அவளை அழுதுப் பார்த்திருக்கிறார் தான் ஆனால் என்று இந்த போலீஸ் பதவியில் அவள் சேர்ந்தாலோ அவளின் கண்களிலிருந்து ஒரு சொட்டுக் கண்ணீர் கூட வந்ததில்லை ஆனால் இன்று? எதற்காக இவ்வாறு அழுகிறாள் என்று புரியாமல் ஓடிச் சென்று தனது தோளோடு சாய்த்து கொண்டார் விஜி..

"அம்மு இங்க பாரு எதுக்காக இப்படி அழுற?நீ எவ்வளவு தைரியமான பொண்ணு நீ தான் எனக்கு தைரியம் சொன்னது! ஏன் இந்த மாதிரி செஞ்சிட்டு இருக்க உன்ன பார்க்கவே இப்ப எனக்கு ரொம்ப கவலையா இருக்கு"

"அம்மா நான் பொய் சொன்னதற்கு என்னை அவர் அடிச்சு இருந்தாலும் எனக்கு எந்த அளவு வருத்தமா இருந்திருக்காது ஆனால் என் கிட்ட ஒரு வார்த்தைக் கூட இதுவரைக்கும் பேசவே இல்ல அம்மா என்கிட்ட மட்டும் இல்ல வீட்ல இருக்கவங்க யார்கிட்டயும் அவர் பேசவில்லை என்பதுதான் எனக்கு ரொம்ப கவலையா இருக்கு..நான் விளையாட்டுக்காக செய்ய போனது இவ்வளவு விபரீதமாக முடியும் என்று நான் எதிர்பார்க்கவே இல்லை"

"அதுக்காக தான் ஆரம்பத்திலேயே சொன்னேன் இந்த மாதிரி விபரீத விளையாட்டு எல்லாம் வேண்டாம்னு..உன் மேல கோபமா இருக்கவர் இந்த நிச்சயத்தை நிறுத்தாமல் இருக்கிறார் அதை ஏன்னு யோசிச்சியா? அவருக்கு உன் மேல இருக்க காதல் கொஞ்சம் கூடக் குறையல அம்மு இந்த ஊடலெல்லாம் எல்லார் வாழ்க்கையிலும் வரத்தான் செய்யும் அதை நாம எப்படி எடுத்துக்கொள்கிறோம் என்பது தான் இதற்கான தீர்வு..என்னோட வாழ்க்கையில கோபத்தால் நான் நிறைய இழந்து விட்டேன் ஆனால் நீ அப்படி கிடையாது மாப்பிள்ளையும் அந்த மாதிரி கிடையாது ரெண்டு பேரும் நிதானமா யோசிச்சு ஒரு முடிவு எடுக்கிறீர்கள் இப்பவும் நீங்க ரெண்டு பேரும் மனசு விட்டுப் பேசினீங்கனா கண்டிப்பா தீர்வு கிடைக்கும்"

"ஓகே மா நீ என்கிட்ட பேசதும் தான் தெளிவான மாதிரி ஒரு பீல்..இப்ப அம்மு எப்படி ரெடியாகுறேன்னு மட்டும் பாரு சும்மா தேவதை மாதிரி வந்து நிக்கறேன்" என்று சிரித்தபடி ஓடும் தனது மகளை ஆர்வமுடன் பார்த்தவர் பின் மற்ற வேலைகள் அவரை இழுக்க அதில் கவனமானார்.

அப்படி என்ன நடந்ததுன்னு உங்களுக்கெல்லாம் சொல்லனும் இல்லையா வாங்க அப்படியே ரெண்டு நாள் பின்னாடி போயிட்டு வருவோம்..

அன்று..
தானே சென்று அம்முவை பார்த்து வருகிறேன் என்று சொன்னவன் அவளிடம் எப்படி இந்த நிச்சயத்தை நிறுத்த

சொல்வது? அதுவும் அவள் மனம் நோகாமல்! என தனக்குள் பலவாறு பேசி பழகி கொண்டான்.. நேரமும் அதன் போக்கில் செல்ல மாலை 4.30 மணிக்கு தனது இல்லத்தில் இருந்து யாரிடமும் சொல்லாமல் சென்றான்.. அவன் செல்வதைப் அனைவருமே பார்த்தனர் ஆனால் ஒரு வார்த்தை கூட பேசவில்லை மைத்ரேயன் மட்டும் கவலையாக நோக்கினான் ஆனால் அவன் பார்வை பிரதியுமனை தீண்டவே இல்லை என்பது தான் உண்மை.

தனது தந்தையிடம் தனது திட்டத்தை எடுத்துரைத்தவள் தாயிடம் சொல்ல திரும்பிய நேரம் அவரோ தோசை கரண்டியோடு அவளுக்காக காத்திருந்தார்.

"என்ன விஜி பலத்த ஆயுதத்தோட வெய்ட் பண்ற? என்ன விசியம்?" என்று அவரை செல்லம் கொஞ்சினாள்.

அவளின் கையை தட்டி விட்டவர் "அம்மு நீ பண்றது எனக்கு கொஞ்சம் கூட பிடிக்கல.. என்ன நினைச்சிட்டு இருக்க உன் மனசுல.. மாப்பிள்ளைய ஏன் இப்படி படுத்துற? உண்மையா இருக்கவங்க கிட்ட நாமும் உண்மையா இருக்கணும் அம்மு நாளை பின்ன இரண்டும் ஓரே பொண்ணு தான்னு அவருக்கு தெரியும் போது நம்பினவங்க எல்லாரும் நாடகமாடினாங்கனு எவ்வளவு கஷ்டப்படுவாருன்னு நினைச்சு பாரு.. இதுக்கு மேலையும் நீ உண்மைய மறைக்கிறது எனக்கு சரியா படல.. என்னவோ செய்யுங்க" என்றவர் தான் பேச வந்தது அவ்வளவு தான் என்பது போல் சமையலறையில் தஞ்சம் புகுந்தார் விஜி.

செல்லும் அவரையே பார்த்தவள் தன் தந்தையிடம் சொல்லி கொண்டு கிளம்பினாள் அங்கு இருக்கும் சிறு வயது தோழியுடன்.

மாலை 5 மணி, பரப்பரப்பாக இயங்கி கொண்டு இருந்தது மெரீனா கடற்கரை.. அந்தி சாயும் நேரம் என்பதால் மஞ்சளும் ஆரஞ்சுமாய் வானம்.. பார்க்க பார்க்க அப்படி ஒரு அமைதி அவனுள்.. அங்காங்கே குடும்பம் குடும்பமாய் குதுகலாமாய் ஒருபுறம், சிறு குழந்தைகளின் விளையாட்டுகளும் காதலர்களும்

முக்கியமாக தின்பண்ட கடைகளும் தனக்கான வேலைகளை செவ்வென செய்து கொண்டிருந்தனர்.. பிரதியுமன் வந்து கிட்டதட்ட ஒரு மணி நேரம் கடந்திருந்தது.. 'எங்க இந்த பொண்ண இன்னும் ஆளையே காணோம்? 5 மணிக்குனு நான் சொன்னத மாத்தி சொல்லிட்டாங்களா? கொடுமை இன்னும் எவ்வளவு நேரம் வெய்ட் பண்றது?' என்று யோசித்து கொண்டு இருந்தவனின் அலைபேசி சிணுங்கவும் யார் என்று பார்க்க தொடுதிரையில் புதிய எண்ணாக இருந்தது.. அழைப்பை ஏற்று காதில் வைத்தவன் யார் என்று கேட்க எதிர்புறம்" நான் அம்மு பேசறேன் நான் இங்க வந்துட்டேன் நீங்க எங்க இருக்கீங்க?"

தான் இருக்கும் இடத்தை சுட்டிக்காட்டி அவன் அவள் வருகைக்காக சுற்றும் முற்றும் பார்த்தான்.. ஆனால் வந்தது சாட்சாத் அம்புத்ரா.

அவளைக் கண்ட நொடி உள்ளுக்குள் மகிழ்ந்தாலும்' இவ எப்படி இங்கே வந்தாள் என்ற கேள்வி?' மனதில் தோன்றாமல் இல்லை.

அவள் அருகே வர வர தான் எதற்காக வந்தோம் என்ற நினைவும் அறவே மறந்து போனது அவனுக்கு..

" அம்பு நீ இங்க என்ன பண்ற!" என்றான் ஆச்சரியம் மேலோங்க.

தனது தாய் சொன்ன வார்த்தைகள் அவள் மூளைக்குள் சுழன்றடிக்க இவனிடம் என்ன சொல்வது என்று தெரியாமல் கையை பிசைந்தவாறு நின்றிருந்தாள்..

"ஹே உன்னைத்தான் கேட்கிறேன் ஏன் அமைதியா இருக்க?"

ஒருவழியாக சுதாரித்த அவளோ " நீங்கதானே இங்க என்னை வர சொன்னிங்க" என்றாள்.

குழப்பமடைந்த அவனோ" நான் எப்ப உன்ன இங்க வர சொன்னேன்? குழப்பாமல் தெளிவா பேசு அம்பு"

" எஸ் நீங்க தானே அஞ்சு மணிக்கு இங்க என்னை வர சொன்னிங்க"

அவள் சொன்ன பதில் ஒரு நொடி அதிர்ந்தாலும் தான் வர சொன்னது அம்முவை ஆனால் வந்திருப்பது இவள் அப்பொழுது இருவரும் ஒன்றா? என்ற கேள்வி மேலோங்க அதை தாமதிக்காமல் அவளிடமே கேட்டு விட்டான்.

"நான் வர சொன்னது அம்முவை ஆனா நீ வந்து இருக்க அப்ப..? என்று நிறுத்தியவன் அவள் முகத்தை கூறிய விழியால் துளைக்க ஆரம்பித்தான்..

அவன் முகத்தைப் பார்க்க திராணியற்றவள் " நான்தான் அம்மு உங்க வீட்டில பார்த்திருக்க பொண்ணு நான்தான்" என்றதும் அவன் கோபப்பட்டு எதாவது சொல்வான் என்று நினைத்தவள் ஆனால் அவளைக் கூர்ந்து நோக்கியவன் எதுவும் பேசாமல் அவ்விடத்தைவிட்டு விறுவிறு என்று நடக்க ஆரம்பித்தான்..

செல்லும் அவனை தடுக்க தோன்றாமல் நின்றது ஒரு நொடிதான்.. அதன்பின் அவனுடனே சென்று எவ்வளவு சமாதானம் செய்ய முயன்றாலும் அவன் அதைக் காது கொடுத்து கேட்பதாய் இல்லை..தனது வண்டியை எடுத்தவன் அவளிடம் ஒரு வார்த்தையும் பேசாமல் திரும்பியும் பார்க்காமல் சென்று விட்டான்..

எவ்வளவுதான் கம்பீரமா இருந்தாலும் தன்மனம் கவர்ந்தவனின் இந்த ஒதுக்கும் அவளைப் பாடாய்ப்படுத்தி எடுத்தது.. எவ்வளவு நேரம் அப்படியே நின்றிருந்தாள் என்பது அவளுக்கு நினைவில்லை விக்ரமன் அவளின் அலைபேசிக்கு அழைக்கும் வரையில்..

தனது தந்தை அழைத்தவுடன் வீட்டிற்குச் சென்றவள் அங்கு நடந்த அனைத்தையும் சொல்லி முடித்தாள்..

இதற்கிடையில் தனது வீட்டிற்குச் சென்ற பிரதியமன் ஒருவரிடமும் பேசாது தனது அறையை நோக்கி சென்றான் கதவில் தனது கோபத்தினை காட்டினான்..

அங்கு என்ன நடந்தது என்று தெரியாத அவர்கள் எவ்வளவு முயற்சி செய்தும் கதவை திறந்தான் இல்லை..

பிரதியுமன் ஏன் இவ்வாறு செய்கிறான் என்று தெரியாத அவர்களோ அழைத்தது அம்புத்ராவுக்கு தான்.. அவள் அழைப்பை ஏற்காமல் போகவே விக்ரமனுக்கு அழைத்தனர்..

தெய்வானை," அண்ணா அம்மு எங்க போனே எடுக்கல என்ன நடந்ததுன்னு ஏதாவது உங்ககிட்ட சொன்னாளா?" என்றார் பதட்டமாக.

அவரும் அங்கு நடந்ததை விவரித்தார்..அதை கேட்டவர்கள் அவனின் கோபத்திற்கான காரணத்தை தெளிவாக புரிந்து கொண்டனர்.. சிறு வயதில் இருந்தே கோபம் வந்து விட்டால் அவன் அது குறையும் வரை கோபம் கொள்ள செய்தவரிடம் ஒரு வார்த்தை கூட பேச மாட்டான்.. இப்பொழுதும் அவன் அதையே தான் செய்து கொண்டிருந்தான்..

மைத்ரேயன் மனமோ, ' இதுக்கே இப்படின்னா அம்புத்ரா போலீஸ்னு தெரிஞ்சா இன்னும் என்ன நடக்குமோ' என்று யோசித்தவன் மறுநாள் கிளம்பி பெங்களூர் சென்றிருந்தான்.. அவனும் பிரதியுமனை தொடர்பு கொள்ளவில்லை.. மைத்ரேயனை பிரதியுமனும் அழைக்கவில்லை.

நிச்சய நாளும் வந்தது.. அதை தடுக்க அவன் எந்த ஒரு முயற்சியும் எடுக்கவில்லை.. இவர்களும் இது தான் சாக்கு என்று நிச்சய வேலைகளை செவ்வென செய்து கொண்டிருந்தனர்.

நீல நிற சேர்வானியில் ராஜ தோரணையாக வந்தவனை கண்கொட்டாமல் பார்த்தனர் அனைவரும்.. அவன் வருவதை தனது அறையின் ஜன்னலிலிருந்து அம்புத்ராவும் பார்க்கத் தவறவில்லை.. தனது மன்னவனின் அந்த கம்பீரம் அவளின்

மேலும் ஈர்த்தது..பல நாட்களாக பல வருடங்களாக அவனிடம் பழகவில்லை தான்..ஆனால் பார்த்த நொடியே பல யுகங்களாக அவனுடன் வாழ்ந்த உணர்வு அவளுக்கு ஏற்பட்டது.. பணி நிமித்தமாக கேரளா சென்றவள் கோழிக்கோடு பகுதியில் அவள் தேடும் நபர் இருப்பதாக தகவல் வரவே அங்கு சென்றாள் மப்டீயில் .. என்றும் இல்லாமல் அன்று தன்னை அலங்கரித்த தோன்றவே மிகவும் பிடித்த வெள்ளை நிற சுடிதாரில் தலையில் கொண்டை இடாமல் மூடியை லூஸாக விட்டு அது காற்றில் பறக்க வந்தவளை இமை கொட்டாமல் பார்த்தனர் உடன் வந்தவர்கள்..

"மேடம் நிங்களுடைய சுந்தரம் தேவலோகத்தில் உள்ள ஸ்ரீ கல் போல் உண்டு"என்றார் ஓர் அதிகாரி.*(மேடம் நீங்க தேவலோக பெண் போல இருக்கீங்க)*

அவர்களைப் பார்த்து சிரித்தவள்" ஹோ அதேயோ நிங்களுக்கு அவரை அறியுமோ? நிங்கள் அவரை கண்டிட்டு உண்டுனு பறயனு அல்லே?"*(ஓ அப்படியா அப்ப நீங்க அவங்கள பார்த்து இருக்கீங்கனு சொல்லுங்க)*

"ஐயோ மேடம் நான் வெறுத்தே பறஞ்சதா அங்க என்ன ஒன்னு மில்லா"*(அய்யோ மேடம் நான் சும்மா சொன்னேன்)*

அவர்களை ஒரு நொடி கூர்ந்து நோக்கியவள் "அப்போ சும்மா மிண்டதே போயிட்டு நமக்குண்ட பணியை நோக்காம்" *(அப்ப வெட்டி கதை பேசாம நம்ம வேலையை பார்க்கலாம்)* என்றாள்..

(மக்களே மலையாளம் வார்த்தைகள் தவறாக இருப்பின் இந்த பச்ச மண்ண மன்னிச்சு)

அவள் பேச்சுக்கு மறு பேச்சின்றி மற்ற படகுகளில் ஒவ்வொருவராக ஏற இவளும்
தனக்கிட்ட வேலைகளுக்காக ஒரு போர்ட் ஹவுசில் ஏறியவள் சுற்றும்முற்றும் பார்த்தாள் திடீரென்று ஒரு குழந்தை அழும் சத்தம் கேட்கவே என்னவென்று பார்க்க குழந்தை கையில் வைத்திருந்த பந்தை கடல் நீரில் போட்டுவிட்டு

இருந்தது..உடன் வந்திருப்பவர்கள் யாரும் அருகில் இல்லை போலும் அதனால் தண்ணீரில் இருந்து பந்தை எடுக்க கீழே குனிந்து கொண்டு இருந்தது நிலைமையின் விபரீதம் புரியவே நொடியும் தாமதிக்காமல் தண்ணீருக்குள் குதித்து விட்டாள் அவள்.. பந்தை கைக்கு எடுக்கப் போகும் சமயம் நீரின் வேகம் மற்ற படகுகளால் அதிகரிக்கவே சிறிது மூச்சு திணற ஆரம்பித்தது திடீரென்று எங்கிருந்தோ வந்த ஒரு கரம் அவளைத் தன்னுடன் சுற்றி வளைத்தது.. அந்த ஒரு நொடி அந்த ஒரு நொடி தான் அவனை அவள் பார்த்தது அவனும் அதே தான் யார் என்று தெரியாது ஊர் பெயர் என்னவென்று தெரியாது ஆனாலும் அவள் மீது காதல் கொண்டான்.. அன்று ஆரம்பித்த அந்த தேடுதல் ஒரு மாதம் முன்புதான் கிடைக்கப்பெற்றது..

இதோ நிச்சய நேரமும் வந்தது பெண்ணை அழைத்து வருவதற்காக அவளது தோழியும் அனன்யாவும் சென்றனர்.. நீல நிற டிசைனர் பட்டில் தேவதை என இருப்பவளை கண்டால் சத்தியம் செய்தாலும் இவள் ஒரு கம்பீரமான போலீஸ் அதிகாரி என்று யாரும் நம்பமாட்டார்கள்..

என்றுமில்லாமல் யாரையும் தலை நிமிர்ந்து பார்க்கும் எண்ணம் அவளுக்கு ஏழவே இல்லை.. முக்கியமாக பிரதியுமனை பார்க்க முடியவில்லை அது நாணமா அல்லது அவனின் கோபத்தை குறைக்க முடியவில்லையே என்ற குற்ற உணர்வா என்று அவள் அறியாள்..

நிச்சய நேரமும் வந்தது மற்றவர்களுக்காக பிரதி சிரித்தாலும் அது உண்மையான சிரிப்பாக அவன் குடும்பத்தாருக்கு தோன்றவில்லை மைத்ரேயன் நிலைமை அதைவிட மோசமாக இருந்தது.. இத்தனை வருடமாக மற்றவர்களிடத்தில் அவன் கோபம் கொண்டு இருக்கிறான் தான் ஆனால் இவனிடம் ஒருபோதும் அவ்வாறு நடந்தது இல்லை இப்பொழுது தன்னிடமும் ஒரு வார்த்தை பேசாமல் ஏன் முகத்தைக் கூடப் பார்க்காமல் இருக்கிறான்.. அதை அவனால் தாங்கிக் கொள்ள முடியவில்லை.. அதிலும் விக்ரமன் தான் அம்முவின் தந்தை என்று அறிந்த அவனுக்கு மேலும் ஒரு அதிர்ச்சி.. அதைப் புறந்தள்ளியவன் நிச்சயம் முடிந்தவுடன் பிரதியிடம்

எப்படியாவது பேசிவிட வேண்டும் என்று ஒரு முடிவில் இருந்தான்..

மாலை 5 மணி அளவில் இருவரும் மோதிரத்தை மாற்றி தங்கள் உறவை இணைத்துக்கொண்டனர்..ஒவ்வொருவராக வந்து வாழ்த்தி விட்டு செல்லும் வரை அவள் அருகில் இருந்தவன் அனைவரும் சாப்பிட செல்லும் நேரம் அவனுக்கென ஒதுக்கப்பட்ட அறைக்கு சென்று அமர்ந்தான்.. இதை கவனித்த அம்புத்ரா அவன் பின்னோடு சென்றாள்..

அவளை கண்டதும் எந்த ஒரு மலர்ச்சியும் முகத்தில் காட்டாமல் அமைதியாகவே இருந்தான்.. நீண்ட நாட்களாக அடக்கி வைத்திருந்த கோபம் துளிர் விட ஆரம்பித்தது அவளுக்கு.

"யுமன்" என்றாள் மென்மையாக.

அவள் அழைப்பிற்கு அவன் நிமிர்ந்து பார்த்தான் இல்லை..

கோபம்கொண்ட அவளோ" என் மேல இவ்வளவு கோபமா இருக்கறவர் எதுக்கு இந்த நிச்சயத்திற்கு சம்மதிச்சீங்க?"

அதுவரை அமைதி காத்தவன் அவள் கேட்ட கேள்விக்கு கண்டிப்பாக பதில் தந்தே ஆகவேண்டும் என்ற சூழ்நிலையில் இருந்தான்" எனக்கு உன் மேல கோபமில்லை வருத்தம் தான் இருக்கு"என்றான் அவள் முகம் பாராமல்.

" அப்புறம் ஏன் என் முகத்தை கூட பார்க்காமல் திரும்பி நின்னுட்டு இருக்கீங்க?"

"அம்புத்ரா நம்பிக்கை வச்சவங்க ஏமாத்தினா அதனுடைய வலி ஏமாறவங்களுக்கு தான் தெரியும்.. ஏமாத்துறவங்களுக்கு இல்லை" என்றவனை மிரட்சியோடு பார்த்தாள் அம்மு.

விளையாட்டாய் சொன்ன இந்த பொய்கே இவன் இப்படி சொன்னால்! இன்னும் இவள் அவனுக்கு பிடிக்காத காவல் துறையில் பணி புரிகிறாள் என்ற உண்மை தெரிந்தால்.?என்று

யோசிக்கும் போதே மலைப்பாய் இருந்தது அவளுக்கு.. இருந்தும் தன்னவன் அவன் மன சிக்கலிலிருந்து வெளி வர இந்த கோபத்தை எல்லாம் சமாளிக்கலாம் என்ற முடிவோடு அவனை நெருங்கினாள்..

அவளின் காலடி சத்தம் தன்னருகே வருவதை உணர்ந்ததும் திரும்பிப் பார்க்கலனான்..

அவன் எதற்காக தன்னருகே வருகிறாள் என்று குழம்பிய அவன் அதை முகத்தில் காட்டவும் தவறவில்லை..

அந்த மிரட்சி அவளுக்கு போதுமானதாக இருக்கவே அவனுக்கு மிக அருகில் சென்றவள் அவர் என் கையை பற்றி தன் நெஞ்சோடு அணைத்துக்கொண்டு" யுமன் நாம பார்த்து கொஞ்சநாள் இருக்கலாம் ஆனா உங்கள பார்த்து அந்த நொடியே பல யுகங்கள் உங்ககூட உணர்வு எனக்கு.. இது காதலா னு எனக்கு தெரியாது உங்க கூட எத்தனை ஜென்மம் எடுத்தாலும் வாழனும்னு தோணுது.. கனவுல உங்க கூட வாழ்ந்துகிட்டு இருந்த எனக்கு ஒரு நாள் இவள் தான் உன்னோட மாப்பிள்ளைனு உங்க போட்டோ காமிச்சா எப்படி இருக்கும்? உங்ககிட்ட பேசணும்னு கிளம்புற நேரம் தான் அத்தை எனக்கு கால் பண்ணுங்க நீங்க வேற ஒரு பொண்ணு விரும்பறதா சொன்னாங்க..இந்த விஷயம் மைத்ரேயன் மூலமாக தான் அவங்களுக்கு தெரிந்திருக்கு ஆனாலும் உங்கள் கிட்ட இதைப்பத்தி பேசிக்காம இருந்திருக்காங்க.."

"நீங்க வேற பொண்ண விரும்பறத கேள்விபட்டதும் எனக்கு மனசு தூள் தூளாக உடைஞ்ச ஒரு ஃபீல்.. அதுக்கப்புறம் உங்கள பாலோ பண்ண ஆரம்பிச்சேன் உங்க கூட வேலை செய்யற அஸ்வின் இருக்கார் இல்லையா அவர் என்னோட ஃப்ரெண்டோட அண்ணன்.. சோ அவர் மூலமா நீங்க விரும்புற பொண்ணு யாருன்னு தெரிஞ்சுகிட்டேன்.. அந்த நொடி நான் எப்படி உணர்ந்தேன்னு தெரியுமா? மலையை கொடுத்தால்கூட உடைக்கிற வேகம் இருந்தது..கனவிலும் நனவிலும் உங்களை ஆட்டிப் படைக்கிற அந்த பொண்ணு நான் தான்னு

தெரிஞ்சப்புறம் கூட உங்களை நெருங்குகறது எனக்கு கஷ்டமா இருந்தது"

"உங்களோட ஒவ்வொரு அசைவையும் நான் என்னுள் கிரகிச்சேன்.. எதேச்சையா நீங்க என்ன அன்னிக்கி பார்த்தீங்க உங்ககிட்ட உண்மைய சொல்லாம்னு வந்தபோதுதான் இந்தக் கிறுக்குத்தனமான எண்ணம் வந்தது.. ப்ளீஸ் யுமன் என்னை திட்டக் கூட செஞ்சுடுங்க ஆனா பேசாம இருக்காதிங்க எனக்கு ரொம்ப கஷ்டமா இருக்கு" என்றவன் கண்களில் வந்தது கண்ணீரா?

அவன் பதறியபடி" அச்சச்சோ அம்பு நீ அழாத எனக்கு ரொம்ப கஷ்டமா இருக்கு"என்று தன்னோடு சேர்த்து அணைத்துக் கொண்டான்.

அந்த அணைப்பு அவளுக்கு சகலமும் வென்றுவிட்ட திருப்தியை அளித்தது..

கூடவே அவள் மனமோ' அப்பாடா ஒரு வழியா எதை எதையோ சொல்லி இப்போதைக்கு சமாளிச்சு.. உஷாராய் இரு அம்புத்ரா' என்று வராத கண்ணீரைத் துடைத்து விட்டவள் அவன் கண்ணோடு கண் பார்த்து" ஐ லவ் யூ யுமன்" என்றால் மொத்த காதலையும் கண்களில் தேக்கி.

அவனும்" ஐ டூ லவ் யூ அம்பு" என்று அவளின் செவ்விதழை சிறை பிடிக்க ஆரம்பித்தான்.. நிமிடங்கள் கரைய இருவரும் அந்த மோனநிலை விட்டு வெளிவர விரும்பவில்லை என்பது அவர்களின் இதழ் யுத்தம் நீண்டதிலேயே இருவருக்கும் புரிந்தது..

அதேநேரம் இருவரும் இருந்த அறையின் கதவை தட்டப்படும் ஓசை கேட்கவே பிரிய விருப்பம் இல்லாமல் பிரிந்தனர்..

என்னவென்று பார்க்க அங்கே மைத்ரேயன் " என் வாழ்க்கையே கெடுத்துட்டு நீ இங்க ரொமான்ஸ் பண்ணிக்கிட்டு இருக்கியா அம்புத்ரா" என்று அடிக்குரலில் சீறினான்..

அம்புத நல்லாள் - 14

அம்புத்ராவும் பிரதியுமனும் ஒர் அறையில் இருக்க அவர்களின் மோன நிலையை கலைக்குமாறு கதவு தட்டப்படும் ஓசை கேட்டது யார் என்று பார்க்க கதவை திறந்ததும் ஆங்காரமாய் நின்றிருந்தான் மைத்ரேயன்..

" என் வாழ்க்கையை கெடுத்துட்டு நீங்க நிம்மதியா இவன் கூட ரொமான்ஸ் பண்ணிட்டு இருக்கியா?" என்றான் அம்புத்ராவை பார்த்து.

அதைக் கண்டு பதறியவனாய் பிரதியுமன் "என்ன மைத்து என்ன ஆச்சு எதுக்கு அம்புவ இப்படி பேசுற?"

"வாடா வா இரண்டு நாளா என்கிட்ட பேசினியா? இப்ப இவள பற்றி பேசும் போது வந்து நிக்குற? "என்று கறுவினான்.

அவன் ஏன் இவ்வாறு பேசுகிறான் என்று தெரியாமல் "ஏய் என்ன இப்படி பேசுற? என்ன பிரச்சனை?" என்றான் அவனும் கோபமாய்.

இதை கவனித்த அம்புத்ரா" மைத்து ப்ளீஸ் ரீலாக்ஸ் என்ன பிரச்சனை.. தெளிவா பேசுங்க.. நான் என்ன செஞ்சேன்?"என்றாள் பொறுமையாக

அவள் பொறுமையாக பேசவும் ஆசுவாசம் அடைந்தவன் " என் வாழ்க்கையே இப்ப பிரச்சனைல இருக்கு"

அதைக் கேட்டு மேலும் குழம்பியவளாய் " என்ன பிரச்சனைன்னு தெளிவா சொன்னா தானே எங்களுக்கும் புரியும்"

" நான் ஒரு பொண்ண லவ் பண்றேன் அவளை பொண்ணு பார்க்க வராங்களாம்.. அதுக்கு காரணம் நீ தான்" என்றான் குற்றம் சாட்டும் தோரணையில்.

" என்ன"என்றாள் அதிர்ச்சியாய்

" ஆமாம் நீ தான் நிர்குணாக்கு மாப்பிள்ளை பார்த்துச் சொல்லி இருக்க அதுவும் உன் கூட வேலை செய்யுற இன்ஸ்பெக்டர் கதிருக்கு"

" ஆமா.. நிர்குணா என்னோட ஸ்கூல் மேட் சோ அவங்க அம்மா அப்பா எங்க பேமிலிக்கு ரொம்ப குளோஸ் அப்பா கிட்ட கேட்டாங்க நான் கதிருக்கு வரன் தேடவும் குணாவ சொன்னேன் இதுல தப்பு என்ன இருக்கு?"

இவர்கள் பேசுவதை கவனித்த பிரதி" ஹேய் ஒரு நிமிடம் இவ கூட வேலை பார்க்குற இன்ஸ்பெக்டரா?என்ன சொல்ற நீ?" என்று கூரிய விழியால் அவனைப் பார்க்க ஆரம்பித்தான்.

அதிர்ச்சியான இருவரும்" நான் அப்படியா சொன்னேன்? இனிஷியேட்டர்னு தானே சொன்னேன்?"என்றான் தன்னை சமாளித்துக் கொண்டு.

அவனை நம்புவதா வேண்டாமா என்று யோசித்தவனை மேலும் சிந்திக்க விடாமல் செய்தது அம்புத்ரா தான்.

" யுமன் இது இப்ப முக்கியமா? அவர் நிர்குணாவ லவ் பண்றேன்னு சொன்னாரே அது என்னனு கேளுங்க.. அவ கூட யாரோ ஒரு சிடுமூஞ்ச லவ் பண்றதா சொன்னா ஆனா அது மைத்ரேயன்னு தெரியாம போச்சு" என்றாள் அவனைப் பார்த்தபடி.

அவனும் அதை ஆமோதித்த பிரதியோ(ஐயோ இவன் ஏன் இவ்வளவு நல்லவனா இருக்கான்)

"ஹேய் மைத்து நீ நிர்குணாவ லவ் பண்றீயா? நீ தான் அவ தைரியமா இல்ல அப்படி இப்படின்னு சொல்லிட்டு இருந்த? யாரோ அசிஸ்டெண்ட் கமிஷனர் மாதிரி இல்லன்னு வேற சொன்ன?"

அவன் சொன்னதும் அம்புத்ராவும் மைத்ரேயனும் ஒரு நொடி அமைதியானவர்கள் மறுநொடி "ஆமா சொன்னேன்.. நான் நினைச்சா மாதிரி இல்லடா நிர்குணா ரவுடிகளை அடி பின்னிட்டா"என்று அன்று நடந்ததை முழுவதும் சொன்னான்.

" பார்ரா நிர்குணா ரொம்ப பயந்த சுபாவம்னு நினைச்சேன் அடிக்க எல்லாம் செய்யுறலா?"

"ஆமா பிரதி அன்னைக்கு எனக்கு ரொம்ப ஆச்சரியம் மறுநாள் அவகிட்ட என்னோட காதலை சொல்லி புரிய வைக்கலாம்னு நினைச்சேன் அதுக்குள்ள இந்த மாமி பண்ண வேலையால அவகிட்ட இதுவரைக்கும் பேசவே இல்லை" என்றான் தன்னை நொந்து கொண்டவனாய்.

" சரி சரி விடு.. முடிஞ்சத பற்றி பேசி எந்த பிரயோஜனமும் இல்ல" என்றது அம்புத்ரா தான்.. ஏனெனில் அந்நிகழ்வினை நினைவுப்படுத்தியதும் அவனின் முகம் போன போக்கை இவள் கவனித்து இருந்தாளே.

" நீ சொல்றதும் சரி தான் நாளைக்கு காலையில நான் அங்க இருக்கணும்.. சோ நான் நைட் பிளைட் இருக்கான்னு பார்க்குறேன் இல்ல அம்மு அப்பா காரை எடுத்துட்டு ஆன் ரோடு போறேன் பட் நான் அவகிட்ட பேசியே ஆகணும்" என்றான் தீவிரமாய்.

"டேய் நீ காரை எடுத்துட்டு போனா அவங்க எப்படி அங்க வருவாங்க?"

" நோ ப்ராப்ளம் மைத்து நீங்க கிளம்புங்க நாங்க பிளைட்ல வரோம்"

அவனும் அதை ஆமோதிக்க "சரி நான் அப்பா அம்மாகிட்ட சொல்லிட்டு கிளம்புறேன்"

"என்னன்னு சொல்ல போற மைத்து?" என்றான் பிரதி.

"வேலை இருக்குன்னு சொல்லிட்டு தான்டா போவேன்.. வேற என்ன சொல்ல சொல்ற?"

"சரி நீ கிளம்பு நான் சமாளிச்சுக்கிறேன்"

அதன்படி அவனும் 7 மணி அளவில் விக்ரமனின் காரை எடுத்துக்கொண்டுச் சீறிப் பாய்ந்தான் பெங்களூரை நோக்கி..

அவன் சென்ற பிறகு பிரதியுமனிடம் வந்த கந்தசாமி" எங்க மேல இருக்க கோபம் குறைந்ததா?"

"அப்பா உங்க எல்லார் மேலயும் எனக்கு வருத்தம் தான் இருந்தது கோவம் இல்ல.. எதுக்காக இந்த நாடகம் ஆடணும் இவ தான் சின்ன பொண்ணு உங்களுக்கு என்ன? இதுல அம்மா வேற ஒரு படி மேலே போயாச்சு" என்றான் முறைத்தவாறே.

"சரி சரி அது தான் இப்ப எல்லாம் சமாதானம் ஆயாச்சு இல்லையா திரும்பவும் அதை பத்தி பேசி நீ எதுக்கு அவனை கோவப்படுத்துறீங்க? என்றது தெய்வானையே.

அவன் திரும்பி முறைத்ததில் கப்சிப்பென்று காரில் ஏறி விட்டார்..

தனது வீட்டிற்கு கிளம்பும் முன் அம்முவை பார்த்து சொல்லிவிட்டு வா என்று அவன் தந்தை சொல்லவும் இதுதான் சாக்கு என்று ஓடிவிட்டான் அவளது அறைக்கு.

இவனுக்கு ஜன்னல் வழியே நின்று கை அசைக்கலாம் என்று நினைத்தவள் கதவு திறக்கும் ஓசை கேட்டு திரும்பிய நொடி பின்னாலிருந்து அணைத்து இருந்தான் அவளது கள்வன்.

அதனை அவள் சற்றும் எதிர்பார்க்கவில்லை என்பது அவள் உடலின் அதிர்வே அவனுக்கு சொல்லியது..

"என்ன அம்பு எனக்கு வெளில வந்து பாய் சொல்ல மாட்டியா?" என்று அவள் காதோரம் அவன் குரல் கிசுகிசுப்பாக கேட்கவும் பெண்ணவளுக்கு என்றுமில்லாமல் நாணம் தலைதூக்கியது..

அவன் கையில் இருந்து வெளிவர போராடிய போராட்டமெல்லாம் வீணென்று சில நொடிகளிலேயே புரிந்துகொண்டாள்.. அவளால் அவனிடமிருந்து வெளிவர முடியாமல் இல்லை வெளி விருப்பமில்லை என்பதுதான் உண்மை.

"நான் கேட்டதுக்கு இன்னும் நீ பதில் சொல்லவே இல்ல"என்றான் மேலும் இறுக்கியபடி.

"யுமன் ப்ளீஸ் விடுங்க யாராவது வந்துரப் போறாங்க"

"யாராவது வருவாங்கன்றது உனக்கு இப்பதான் ஞாபகம் வருதா அப்போ எனக்கு கிஸ் பண்ணியே அப்ப வரலையா?"

அதைக்கேட்டதும் சினுங்கியவள் " வேண்டாம்னா திருப்பி குடுத்துட்டு போங்க சும்மா பேசிக்கிட்டு" என்று முகத்தை திருப்பிக் கொண்டாள்.

"அடிப்பாவி இதுக்குதான் இவ்வளவு நேரம் அமைதியா இருந்தியா? அப்பவே சொல்லியிருந்தா இவ்வளவு நேரம் பேசிக்கிட்டு இருக்க மாட்டேனே இப்ப அவசர அவசரமா உனக்கு திருப்பி கொடுக்க வேண்டியிருக்கும்" என்றவன் அவள் பேச வாய் எடுக்கும் முன் அவள் இதழ்களோடு இதழ் பொருத்தினான்.. ஸ்ட்ராபெரியின் சுவையோடு இருந்த அதரங்கள் அவனை வெளிவர விடாமல் செய்தனர்..

தன்னிலை அடைய இருவருக்கும் விருப்பமில்லை ஆனாலும் கீழிருந்து கேட்ட குரல்களால் பிரிய மனமின்றி பிரிந்தனர் ஒரு சிறிய சிரிப்போடு..

" லிப்ஸ்ல ஸ்ட்ராபெர்ரி வாசம் வருமா பழம் ஏதாவது சாப்டியா?"என்று அவன் கேட்டதும் அடக்கமாட்டாமல் சிரித்தாள் பெண்ணவள்..

"ஐயோ யுமன் இது லிப்கேர்.. இவ்வளவு அப்பாவியா இருக்கீங்களே"என்று கன்னத்தில் கைவைத்து சொல்லிக்கொண்டு இருந்தவளை ஒரே வார்த்தையில் மிரட்சி ஆக்கினான் பிரதியுமன்..

"இனி இந்த லிப்கேர் யூஸ் பண்ணாத அந்த லிப்புக்கு இனி நான் கேர்.. வறண்டு போன தானே லிப் கேர் தேவைப்படும்?"என்றான் புருவத்தை உயர்த்தியவாறு.

அவன் கேட்டதின் அர்த்தத்தைப் புரிந்து கொண்டவள் " நீங்க கிளம்புங்க டைமாச்சு நாம அங்க மீட் பண்ணலாம்" என்று அறையில் இருந்து தள்ளாத குறையாக வெளியே அனுப்பினாள்..

பின்னர் தன் முகச்சிவப்பை மறைத்து கொண்டு அவர்களை வழியனுப்பி வைத்தாள்..

மறுநாள் விக்ரமன் குடும்பம் விமானத்தில் கிளம்ப பிரதியுமன் தனது பைக்கில் கிளம்பினான்.. முன்னாள் கிளம்பிய மைத்ரேயனுக்கு தூக்கம் பிடிபடவில்லை இரவு முழுவதும்.. இரவு கிளம்பியவன் 12 மணியளவில் பெங்களூரை அடைந்திருந்தான்.. அதன் பிறகும் அவன் நிர்குணாவை பற்றியே நினைத்துக் கொண்டிருந்தான்..

ஐந்து வருடத்திற்கு முன்,
அவன் வேலைக்கு சேர்ந்த புதிதில் அவள் படிக்கும் மருத்தவ கல்லூரி டீனை பேட்டி எடுக்க சொல்லி விக்ரமன் அவனுக்கு உத்தரவிட்டு இருந்தார்.. முதல் வேலை என்பதால் மிகவும் கவனமாக தயாரானான்.. கல்லூரி வாசலில் பயபக்தியுடன் அடியெடுத்து வைத்த அடுத்த நொடி அவன் உடை முழுவதும் கலர் பொடி தூவப்பட்டது..தன் முதல் நாள் பணியில் இவ்வாறு நிகழ்ந்ததை பார்த்து கோபம் கொண்டவன் நிமிர்ந்து

நோக்கியவனின் எதிரில் முகம் முழுவதும் தெரியாதவாறு ஒரு பெண் பயத்தோடு நின்றிருப்பதைக் கண்டான்..

"ஏய் உனக்கு கண்ணு தெரியல? இப்படி தான் போற வரவங்க மேல எல்லாம் கலர் போட்டு விளையடுவீயா? படிக்க தானே வந்த? சராமரியாக திட்டினான் அவன்.

அவன் திட்டியதைக் கேட்டதும் தன் குண்டு விழிகளை காட்டி முறைத்தவள் அதில் எட்டி பார்த்த கண்ணீரை துடைத்து கொண்டு" சாரி" மட்டும் சொல்லி விட்டு தன் அருகில் இருந்த நண்பனின் கையில் பணத்தை திணித்தவள் அவனிடம் செய்ய வேண்டிய செயலையும் சொல்லி விட்டு சென்று விட்டாள்.

செல்லும் அவளை வெறுப்போடு பார்த்தவன் "சர்" என்ற அழைப்பில் மறுபுறம் திரும்பியவன் என்னவென்பது போல் புருவத்தை உயர்த்தினான்.

"குணா உங்களுக்கு வேற சட்டை வாங்கி குடுக்க சொன்னா சர்.. நீங்க இங்க எதுக்கு வந்தீங்கனு எங்களுக்கு தெரியாது ஆனா ஏதாவது வேலையா இங்க வந்திருப்பீங்கனு மட்டும் புரியுது"

அவன் சொன்னதை பொறுமையாக கேட்டவன் "பிரதர் எனக்கு உங்க பிரண்ட் வாங்கி குடுக்குற சட்டை எல்லாம் வேண்டாம் நீங்க போங்க"என்றான் அடக்கப்பட்ட கோபத்துடன்.

" சர் அவ வேணும்னு எதையும் செய்யல.. என் மேல அடிக்க வந்தா நான் தப்பிக்க நகரவும் உங்க மேல பட்டுருச்சு.. இன்னைக்கு எங்க காலேஜ்ல ஹோலி சர் அதனால தான்"என்றான் அவன்.

மைத்ரேயன் அவனை பார்த்து புன்முறுவல் பூத்தவாறு " பிரதர் நோ ப்ராப்ளம் எனக்கு இன்னும் டைம் இருக்கு சோ நான் போய் வேற டிரஸ் வாங்கி போட்டுகிறேன்.. நீங்க போய் என்ஜாய் பண்ணுங்க"

அவனும் சரி என நகர" பிரதர் உங்க பிரண்ட் கிட்ட நான் சாரி சொன்னேன்னு சொல்லிடுங்க அந்த நேரம் கோபம் சோ ஹார்ஷா பேசிட்டேன்"

அவன் சிரித்தபடி" சர் உங்க பெயர் என்ன? எதுக்காக இங்க வந்து இருக்கீங்கனு தெரிஞ்சிக்கலாமா? நான் இந்த காலேஜ் சேர்மன்.. என் பெயர் அகிலேஷ் என்னால முடிஞ்ச ஹெல்ப் கண்டிப்பா செய்யுறேன்"

"ஓஓ சூப்பர் நான் உங்களோட டீனை நான் இன்டர்வியூ பண்ண வந்து இருக்கேன் இன்னும் ஒரு மணி நேரம் கழிச்சி தான் எனக்கான அப்பாயின்மென்ட்"

" பைன் சர் நானும் அவரோட ஒரு கேஸ்க்கு ஹெல்ப் பண்ண போறேன் அவர் ப்ரீ ஆனதும் நான் உங்களுக்கு கால் பண்றேன் மொபைல் நம்பர் மட்டும் தாங்க"

இருவரும் தனது அலைபேசி எண்ணை பரிமாறிக் கொண்டனர்.

அவன் வந்து சென்று ஒருவாரம் ஓடியிருக்க எதேச்சையாக நிர்குணா அவனை ஒரு ஹோட்டலில் பார்த்தாள் உடன் மற்றொரு வாலிபன் இருப்பதையும் இருவருக்கும் முக சாயல் ஒத்திருப்பதை போல் அவளுக்கு தெரிந்தது.. அவனிடம் பேசி விட வேண்டும் என்ற முனைப்பில் இருந்த அவள் எதைப்பற்றியும் கவலைப்படாமல் நேராகச் சென்று நின்றாள் அவன் அமர்ந்திருக்கும் இடத்திற்கு அருகில்.

அருகில் ஏதோ அசைவு தென்படுவும் நிமிர்ந்து பார்த்தான் பிரதியுமன்.. ஒரு பெண் அமைதியாக நிற்கவும் என்னவென்று புரியாமல் எதிரில் இருப்பவனை சுரண்டினான்.. அதேநேரம் மைத்ரேயன் நிமிர்ந்து நோக்கவும் அவள் புன்முறுவல் பூத்தாள்.

அப்பெண் யாரென்று அவனுக்கு தெரியவில்லை எதற்காக தன்னை பார்த்து புன்முறுவல் போகிறாள் என்பதும் அவனுக்கு விளங்கவில்லை.

அவன் பேச வாய் எடுக்கும் முன்" ஹலோ சார் எப்படி இருக்கீங்க நல்லா இருக்கீங்களா? அப்புறம் சார் அன்னிக்கு நடந்த விஷயத்துக்கு என்ன மன்னிச்சிடுங்க நான் வேணும்னு எதையும் செய்யல"

அவள் எதைப் பற்றி பேசுகிறார் என்று புரியாதவன்" யார் நீங்க இதற்கு முன்னாடி நான் உங்களை பார்த்து இருக்கேனா என்னை உங்களுக்கு தெரியுமா?"(கலர்பொடி முகத்தில் அன்று இருந்ததால் இன்று அவள் யார் என்று அவனால் கண்டுபிடிக்க முடியவில்லை)

"ஆமாம் சார் அன்னைக்கு எங்க காலேஜ் வந்தீங்க இல்லையா அப்போ உங்க மேல கலர் பொடியை போட்டுடேனே அது நான்தான்."

இவர்கள் பேசுவது பிரதியுமனுக்கு சுத்தமாக புரியவில்லை" ஹேய் மைத்து யார் இவங்க எதை பத்தி பேசுறாங்க உனக்கு இவங்கள தெரியுமா?"

"இல்லடா அன்னைக்கு ஃபர்ஸ்ட் டைம் ஒருத்தரை இன்டர்வியூ பண்ண போன அன்னைக்கு கலர் பொடிய ஒரு பொண்ணு மேலே தூவி டென்ஷன் பண்ணானு சொன்னேன் இல்லையா அந்த பொண்ணுதான்.. அன்னைக்கு ஃபேஸ் புல்லா கலர் இருந்துனால இப்போ அடையாளம் தெரியல"

இவனிடம் பேசிவிட்டு அவளிடம் "அன்னைக்கு நடந்த விஷயத்தை நான் எப்பவோ மறந்துட்டேன் இப்போ நீங்க வந்து சொல்லிதான் எனக்கு ஞாபகம் வந்தது சோ டேக் இட் ஈஸி கம் ஜாயின் வித் ஹஸ்"

நிற்குணா எந்த ஆட்சேபனையும் சொல்லவில்லை நேராக அவன் கண்ணை பார்த்தவாறு எதிரில் அமர்ந்து விட்டாள்.

சில நொடிகள் மிகவும் அமைதியாகவே கழிந்தது முதலில் பேச ஆரம்பித்தது நிர்குணா தான்.." உங்ககிட்ட ஒரு விஷயம் பர்சனலா பேசணும் இப்ப பேசலாமா?"

"தாராளமா.. இவன் என்னோட கசின்.. எங்களுக்குள்ள ஒளிவுமறைவு எதுவும் இல்லை சோ நீங்க பேசலாம்"

சில நொடிகள் தயங்கியவள்" எனக்கு உங்களை ரொம்ப பிடிச்சிருக்கு உங்கள கல்யாணம் பண்ணிக்க ஆசைப்படுறேன் உங்க முடிவு என்ன நான் தெரிஞ்சுக்கலாமா?" எனப் படபடவென அனைத்தையும் சொல்லி முடித்தாள்.

இதைக் கேட்டுக்கொண்டிருந்த பிரதியுமன் சிலைபோல் இருக்க மைத்ரேயன் கண்களில் கோபம் அப்பட்டமாக தெரிந்தது.

சுற்றம் பார்க்காமல்"ஏய்" எனக் கத்தியவன் பிரதி அவன் கையை பற்றி அழுத்தவும்" சாரி" என்றான் அவள் முகம் பார்க்காமல்.

"ஏய் என்னைப் பற்றி உனக்கு என்ன தெரியும் என்னோட பெயராவது தெரியுமா எதுவுமே தெரியாமல் இந்த மாதிரி வந்து பேசிக்கிட்டு இருக்க? எத்தனை நாள் என்னை பார்த்த? அன்னைக்கு ஒருநாள் பார்த்தவுடனே காதல் பொங்கிடுமா இதுக்குதான் உன்னை காலேஜ் அனுப்பி வச்சாங்க அப்போ போய் படிக்கிற வேலையை பாரு" என்றான் காட்டமாக.

அவளிடம் அமைதியோ அமைதி அதில் மேலும் கோபம் கொண்டவன்" சொல்லிட்டே இருக்கேன் இல்ல இங்க இருந்து முதல்ல கிளம்பு படிக்கிற வயசுல இதெல்லாம் உனக்கு தேவையா கெட் லாஸ்ட்"

"மைத்து ஷட் ஆப் ஒரு பொண்ணுகிட்ட பப்ளிக் ப்ளேஸ்ல இப்படி தான் பேசுவியா?அவ அவ மனசுல இருக்குறத சொன்னா உனக்கு பிடிச்சிருக்கு இல்ல சொல்லிட்டு போ அவ அவ வேலைய பார்த்துட்டு போவா தேவையில்லாத பேசாத"என்றது பிரதியுமன் தான்.

"சி நான் பொறுமையாவே உன் கிட்ட சொல்றேன் நீ சின்ன பொண்ணு உனக்கு இந்த வயசுல நிறைய பேர் மேல கிரஷ் வரும் அதெல்லாம் உண்மை கிடையாது உனக்கு மெச்சூரிட்டி

லெவல் வரும்போது ஒருத்தர் கிடைப்பார் உன்னை நல்லா புரிஞ்சிக்கிற உன் மனசு புரிஞ்சு நடந்துக்கிற ஒரு நல்ல பையன் உனக்கு கிடைப்பான் என்னால உன்னை லவ் பண்ண முடியாது இப்ப இங்க இருந்து கிளம்புறீயா?" என வார்த்தைகள் வெளிவந்தது அடக்கப்பட்ட கோபத்துடன்.

"மைத்ரேயன்" என்றது வேறுயாருமில்லை நிர்குணா தான்.

இத்தனை பெயர் சொல்லி அழைக்கவும் ஒரு நொடி அதிர்ந்தவன்" என்னோட பெயர் உனக்கு தெரியுமா?"

"உங்க பெயர் மைத்ரேயன் இவர் பிரதியுமன் நீங்க ரெண்டு பேரும் இங்க கொஞ்ச நாளைக்கு முன்னாடி தான் வந்தீங்க.. ரிலேட்டிவ்.. தனியா ஒரு அபார்ட்மென்ட் எடுத்து தங்கி இருக்கீங்க.. இவர் சாப்ட்வேர் என்ஜினீயர் நீங்க பிரஸ்.. உங்க ரெண்டு பேருக்கும் ஒரே வயசு தான்.. இது வரைக்கும் எந்த பொண்ணையும் லவ் பண்ணல சோ நீங்க ரெண்டு பேரும் சிங்கிள்.. அப்புறம் மைத்ரேயன் உங்களோட ஜாதகப்படி உங்களுக்கு உங்க வாய் தான் எதிரி யார்கிட்டயாவது ஏதாவது பேசி அடி வாங்கிட்டு வருவீங்க" என்றவள் இது போதுமா என்பதுபோல் அவனை நோக்கி புருவத்தை உயர்த்தினாள்.

இவள் சொன்னதைக் கேட்ட பிரதி " ஹே வாவ் உனக்கு எப்படி எங்களை பற்றி தெரியும் அண்ட் மோர் அவர் உன்னோட பேரை நான் இதுவரைக்கும் கேட்கல"

"என்னோட பெயர் நிர்குணா நான் தெர்ட் இயர் மெடிக்கல் படிக்கிறேன்.. என்னோட அண்ணா உங்க கூட தான் வேலை செய்யறாங்க.. பெயர் அஸ்வின்.. பட் அவன் சொல்லி எனக்கு இதெல்லாம் தெரிய வேண்டியதில்லை இல்லை.. பிரைவேட் டிடெக்டிவ் வச்சு தெரிஞ்சுகிட்டேன்.. என்றவள் மைத்ரேயன் பக்கம் திரும்பி உங்கள அன்னைக்கு காலேஜ்ல பார்த்தபோதே எனக்கு ரொம்ப புடிச்சது ஏன்னு கேட்டா சுத்தமா தெரியாது உங்க கிட்ட பேசணும் பழகுணும்னு ஆசையா இருந்தது சோ என்னோட கசின் அகிலேஷ் கிட்ட இருந்து உங்களோட மொபைல் நம்பர் வாங்கினேன் வாங்கி ஒரு வாரம் ஆகுது

ஆனாலும் பேச ஒரு தயக்கம்.. இன்னிக்கு நேரில் பார்க்கவும் என்னையுமறியாமல் வந்ததுதான் இந்த வார்த்தை ஆனால் அது பொய்யில்லை" என்றவள் தனது இருக்கையை விட்டு எழுந்தவள்" என்னை நீங்க இப்ப லவ் பண்ணலனாலும் ஒரு நாள் என்னை உங்களுக்கு பிடிக்கும் அதுவரை நான் காத்திருப்பேன் ஆனா அதுக்காக பேசாம எல்லாம் இருக்க மாட்டேன்.. ஓகே ரேயன் பாய்.. பாய் அண்ணா" பேச வந்ததை பேசி விட்டவள் போல் அவனை பார்த்து புன்னகைத்தவாறே ஒரு பறக்கும் முத்தத்தை கொடுத்தவள் சென்று விட்டாள்.. அன்று தொடங்கியது இன்று வரை அவள் மாறவே இல்லை என்று தான் நினைத்து இருந்தான்..

சில நாட்களில் முன்னர் வரை அவள் அவனுக்காக பார்த்து பார்த்து அனைத்தையும் செய்தது அவன் மனதில் சந்தோஷத்திற்கு மாறாக அச்சத்தை விளைவித்தது.. சில மாதங்களாக அவன் வேலையால் பல இடங்களில் மாட்டி கொண்டு இருந்தான் அவனால் முடிந்த வரை சமாளிப்பான் ஆனால் பிரச்சனையின் ஆரம்பத்திலேயே பிரதியுமனுக்கு அழைத்திருப்பான் அவனும் ஹீரோ போல் வந்து காத்து விடுவான்..இந்நிலையில் அவன் அவளது காதலை ஏற்பது மைத்ரேயனுக்கு சரியாக தோன்றவில்லை அதன் காரணமாகவே அவளுக்கு மிகவும் சாது அவள் வேண்டாம் என்றான்.. ஆனால் அந்த சம்பவம் நடந்து அவளின் தைரியத்தை கண்ட பிறகு தன்னை விட இவளால் நன்றாக எதிரிகளை சமாளிக்க முடியும் என தோன்றிய பிறகு ஏதேதோ நிகழ நிர்குணாவிடம் தன் காதலை வெளிப்படுத்த முடியாத சூழல் உண்டானது.. அப்படி இருந்தால் கூட அதற்குள் இவள் எப்படி இந்த கதிரைப் பார்க்க சம்மதம் சொன்னாள்? இதற்கெல்லாம் தீர்வு அவளிடம் பேசுவது தான்.

இரவு முழுவதும் யோசித்து ஒரு முடிவை எடுத்தவன் விடியும் முன் கிளம்பலாம் என வாசலில் தனது வண்டியை எடுக்க போகும் சமயம் பிரதியுமன் வந்து நின்றான்.

"ஏய் இவ்வளவு சீக்கரம் எங்க கிளம்பிட்ட?"

"வாடா ஏன் இவ்வளவு நேரம்?"

"வர வழியில தூக்கம் வந்திருச்சு சோ நம்ம அத்தை வீட்ல நைட் கொஞ்ச நேரம் தூங்கிட்டு 3 மணி போல கிளம்பிட்டேன்"

"ஓ ஒகே சரி நீ போய் ரெஸ்ட் எடு நான் நிர்குணா வீடு வரை போயிட்டு அவ மனசுல என்ன இருக்குனு கேட்டுட்டு வரேன்" எனத் தனது வண்டியை கிளம்பினான்.

" ஏய் ஏய் இரு மைத்து இது அன் டைம்டா இன்னும் முழுசா விடிய
கூட இல்ல.. விடியட்டும் நீயும் நானும் போகலாம் வா உள்ள வந்து கொஞ்ச நேரம் தூங்கு உன்னை பார்த்தாலே தெரியுது நீ நைட் முழுக்க தூங்கவே இல்லன்னு"

மைத்ரேயன் கோபமாக "முடியாதுடா அவ மனசுல என்ன நினைச்சிட்டு இருக்கா? இத்தனை நாளா நான் லவ் பண்ணா தான் ஆச்சுன்னு என் பின்னாடியே சுத்தி சுத்தி வந்தா திடீர்ன்னு எவனோ ஒருத்தன கல்யாணம் பண்ணிக்க ஓகே சொல்வாளா?"

" டேய் பொண்ணு பார்க்க தான் வராங்க கல்யாணம் ஆக போறது இல்ல"

"எதுவோ ஒன்னு.. நான் அவ கிட்ட பேசியே ஆகணும்.. டாட்"

" அப்படியே ஒன்னு வச்சேன் காதுல டாட் குத்திகணும்.. பேச வந்த போது மூஞ்ச அரை கிலோ மீட்டர் தூக்கி வச்சிக்கிட்டு சுத்திட்டு இப்ப நிர்குணா நிர்குணானு பாட்டு பாடினா வா ராசானு கொஞ்சனுமோ மவனே நீ அங்க போனலே அவ எட்டி மிதிப்பா பார்த்துக்க" என்றான் கோபத்துடன்.

" அடிச்சாலும் மிதிச்சாலும் குணா குணா தான்"என்றான் காதல் கொண்டேன் பாணியில்.

" அடிச்சி எருமை மாடு வந்து தொலை ஒரு ஒன்பது மணிக்கு போலாம் நானும் வரேன்" என எதை எதையோ பேசி அவனை உள்ளே அழைத்து சென்றான்.

" ஒன்பது மணிக்கு செல்லலாம்" என கூறி உறங்க சென்றவன் பத்து மணியாகியும் எழுந்தபாடில்லை.

" மைத்து தடிமாடு எழுந்து தொலைடா அம்பு கால் பண்ணா நிர்குணா வீட்டுக்கு கதிர் வீட்ல இருந்து எல்லாரும் வந்து பேசிட்டு இருக்காங்கலாம் நீ இப்படியே கும்பகர்ணன் மாதிரி தூங்கிட்டு இருந்தன்னா அப்பறம் அபிராமி அபிராமினு பாட்டு பாட வேண்டியது தான்" என ஓங்கி மிதித்தான் பிரதியுமன்.

அவன் மிதித்ததில் தூக்கம் கலைத்தவன் மணியை பார்த்து விட்டு அரக்க பரக்க ஒரு உடையை அணிந்து கொண்டு இருபது நிமிடங்களில் நிர்குணா வீட்டை அடைந்திருந்தனர்..

அங்கே..

அம்புத நல்லாள் - 15

நிர்குணாவிடம் பேசியே ஆகவேண்டும் என்ற முடிவோடு அவள் வீட்டை அடைந்தனர் பிரதியும் மைத்ரேயனும்.

அங்கே இருந்த சூழ்நிலை அவர்களை அடுத்த அடியை எடுத்து வைக்க முடியாமல் செய்தது.

"என்னங்க எங்களை வரச் சொல்லிட்டு விளையாடுறீங்களா?"என்றார் வயதில் மூத்தவர் ஒருவர்.

"ஐயையோ அப்படி எல்லாம் இல்ல இப்ப கொஞ்ச நேரம் முன்னாடி கூட இங்கதான் இருந்தா பக்கத்துலதான் எங்கேயாவது போய் இருப்பா நீங்க உட்காருங்க பேசிக்கலாம்" என்றது நிர்குணாவின் தந்தை விஜயன்.

"இவ்வளவு நேரம் இங்கே இருந்த பொண்ணு இப்ப திடீர்னு காணாம போயிருக்கன்னா அதுக்கு என்ன அர்த்தம் இந்த கல்யாணத்துல அவளுக்கு சம்மதமில்லை என்று தானே அர்த்தம்?"

அஸ்வின் கதிரிடம்" சாரி சார் நாங்க இத எதிர்பார்க்கல ஆனா உங்க கிட்ட ஒரு விஷயத்தைச் சொல்ல மறந்து விட்டோம்"என்றான் பீடிகையுடன்.

"என்னத்த மறைச்சீங்க சீக்கரம் சொல்லு தம்பி" என்றது கதிரின் தாயார்.

தயங்கியவாறே"அதாவது ஆன்ட்டி என்னோட தங்கச்சி ஒரு பையன விரும்பினா ஆனால் அந்தப் பையன் இவள விரும்பல.. ஒருவேளை அவனைத் தேடி போயிருக்களோ என்னவோ".

"என்ன தம்பி இந்த மாதிரி பேசிட்டு இருக்கீங்களா இது தான் நீங்க கத்துக்கிட்ட மரியாதையா? உங்க தங்கச்சி இன்னொரு பையனை விரும்பி அதை பொண்ணு பார்க்க வந்தவங்க

கிட்டயே சொல்றீங்களே உங்களுக்கே அசிங்கமா இல்லையா" என்று கடிந்துக் கொண்டார் கதிரின் தந்தை.

விஜயனோ" ஐயையோ சம்மந்தி அப்படி எல்லாம் பேசாதீங்க என் பொண்ணு ரொம்ப நல்லவ இங்க பக்கத்துல தான் போயிருப்பா இவன் எதையோ உளறிகிட்டு இருக்கான்"

"இத்தனை நாளா என்னை திட்டாத நீங்க இன்னிக்கி எவனோ ஒருத்தனால திட்டுறீங்க இதுக்கெல்லாம் காரணம் அவன் தான்" என திரும்பிய நேரம் மைத்ரேயன் செய்வதறியாது நின்றிருந்தான்.

அவனைப் பார்த்த அந்த நொடி வேக ஏட்டுகளில் அவனிடம் சென்றவன்" டேய் என் தங்கச்சி எங்கடா அவளை எங்க ஒளிச்சு வச்சு இருக்க நீதான அவ வேண்டாம்னு ஒதுங்கிப்போன இல்ல இப்ப எதுக்கு இந்த நல்ல காரியம் நடக்கும் போது இங்க வந்து நிற்குற அவளை என்ன பண்ண?" அவன் சட்டையை பற்றியபடி.

அவன் எதுவும் பேசாமல் இருக்கவும் பிரதியுமன் தான் அஸ்வினின் கையை தட்டிவிட்டு" அஸ்வின் என்ன செஞ்சுக்கிட்டு இருக்கனு உனக்கு புரியுதா இவன் உன்னோட தங்கச்சியை பார்க்க தான் இங்க வந்தான் அவ இங்கே இருந்து போனதுக்கு இவன் எந்த விதத்திலும் காரணம் கிடையாது"

"இவனைத் தவிர வேற யாரும் இருக்க முடியாது ஏன்னா அவளோட மொபைல் ரீச் ஆகல ஹாஸ்பிடல் போகல பின்ன வேற எங்க போயிருப்பா அவளை கடத்தி வைத்து விட்டு இங்கு வந்து நல்லவன் வேஷம் போடுகிறானா இவன்?"

அதேநேரம் அம்புத்ரா அங்கு வரவும் அதை கவனித்த அஸ்வின்" அம்மு குணா உன்கிட்ட ஏதாவது சொன்னாளா?" என பதட்டமாக.

"இல்லையே அஸ்வின் நானே இப்ப அவளை பார்க்க தான் இங்க வந்தேன் காலையிலிருந்து அவளோட மொபைல் ரீச்

ஆகல..சரி இங்க வர போறமேனு நான் அதை பத்தி பெருசா எடுத்துக்கல என்ன நடந்தது தெளிவா சொல்லுங்க"

அவனும் அங்கு நடந்த அனைத்தையும் அவளிடம் சொல்லி முடித்தான்.

"டோன்ட் வொர்ரி அஸ்வின் நான் என்னன்னு பார்க்குறேன்"

அவள் சொன்னதும் அம்முவின் கையை பற்றி அவளை தனியே அழைத்துச் சென்றான் மைத்ரேயன்.. இதை கவனித்த பிரதியும் அவர்களுடனே சென்றான்.

"அம்மு ப்ளீஸ் ஏதாவது செய் நீதான் அவளை எப்படியாவது கண்டு பிடிக்கணும்..இத்தனை நாள் அவளைப்பற்றி புரிஞ்சுக்காம நான் பண்ணது எல்லாம் தப்பு தான் அவளை எப்படியாவது ஒரு தடவை நான் பார்த்து மன்னிப்பு கேட்டே ஆகவேண்டும்"

"ஏய் நீ என்னடா இவ கிட்ட ஹெல்ப் கேட்டுட்டு இருக்க நீயும் அவளும் ஒரே ஆபீஸ்ல தானே வேலை பார்த்துக்கிட்டு இருக்கீங்க.. உனக்கு தெரியாத ஆபீஸரா நீயே யாரிடமாவது கேட்க வேண்டியதுதானே இல்லை இவங்க அப்பா கிட்ட சொன்னாலாவது பரவாயில்லை இவ சின்ன பொண்ணுடா?"

அவன் என்ன சொல்வது என புரியாமல் முழிக்க,

அம்மு சுதாரித்தவளாய் "அது ஒன்னும் இல்ல பிரதி இப்ப இருக்க சூழ்நிலைல அவரால எதுவும் யோசிக்க முடியல அதான் என்னை பார்க்க சொல்றாரு.. நீங்க மைத்ரேயன பார்த்துக்கோங்க உங்களுக்கு தெரிஞ்ச சோர்ஸ் மூலமாகவும் தேடி பாருங்க நானும் அப்பா கிட்ட சொல்லி ஹெல்ப் கேட்கிறேன்" என்றவள் தனது காரை எடுத்து புறப்பட்டாள் அதி வேகத்தில்.

காரை எடுத்தவள் நேராக சென்றது கண்ட்ரோல் ரூமுக்கு தான்.. இவளின் வருகையை எதிர்பார்க்காத அவர்கள் பதறியபடி இருக்கையை விட்டு எழுந்தனர்.

" மேடம் நீங்க இங்க என்ன விஷயம்?" என்றார் ஒரு அதிகாரி வார்த்தையை முழுங்கியவாறு.

"எனக்கு ஒரு நம்பரை டிரேஸ் பண்ணனும் இப்ப எங்க இருக்குன்னு தெரியனும்"

"செஞ்சிடலாம் மேடம் நீங்க நம்பர் குடுங்க"

அவளும் நிர்குணாவின் என்னை அவரிடம் கொடுக்கவும் நொடியில் ஆரம்பமானது அவர்களை தேடும் பணி.

அவளின் பின் கடைசியாக அணைத்து இருந்த பகுதி பிரதியுமன் இருக்கும் அந்த பகுதி.. ஒருவேளை இவர்களை தேடி அவள் சென்ற இருப்பாரோ என்ற எண்ணம் மேலோங்க உடனடியாக அழைப்பு எடுத்திருந்தாள் அவனுக்கு.

" யுமன் நிர்குணாவோட நம்பர் உங்க ஏரியா கிட்ட தான் சுவிட்ச் ஆப் ஆகி இருக்குனு சொல்றாங்க எனக்கு என்னவோ அவ அங்கே இருப்பானு தோணுது"

அவர்களும் இவள் சொன்ன அடுத்த நொடி கிளம்பி வந்தனர் அப்பார்ட்மெண்டை நோக்கி.

இதில் கதிரின் நிலைதான் மிகவும் மோசம்..' நானா இந்த பொண்ண கேட்டேன் இவங்களா போய் பாருன்னு சொன்னாங்க இப்ப இவங்களே இன்னொருத்தன் கூட சேர்த்து வைக்க துடிக்கிறாங்க..இதை போய் நான் கேட்க முடியுமா? கேட்டா தான் என்ன என்னோட வாழ்க்கைல இது எனக்கு அசிங்கம் தானே!' என யோசித்தவன் அவரின் பெற்றோர்களை அவர்கள் வீட்டுக்குச் செல்லுமாறு பணித்து விட்டு மைத்ரேயன் பின்னால் தனது வண்டியை எடுத்துக் கொண்டு கிளம்பினான் கதிர்.

அரக்கப்பரக்க 20 நிமிடங்களில் அவர்கள் வீட்டை அடைந்த நேரம் வாசலில் தனது மொபைலில் கேம் ஆடிக்கொண்டிருந்தாள் நிர்குணா.

அதைக் கண்டதும் ஆத்திரம் மேலோங்க நேராக அவளிடம் சென்ற மைத்ரேயன் " ஏன் இங்க என்ன பண்ணிகிட்டு இருக்க அறிவு இருக்கா உனக்கு?"வார்த்தைகள் அனலாய் விழுந்தன

தன்னவனின் குரல் கேட்டதும் அனிச்சையாய் மலர்ந்த முகம் அவன் கேட்ட கேள்வியில் நொடியில் சுருங்கியது.

" என்ன ரேயன் இப்படி கேக்கறீங்க உங்களுக்கு தெரியாதா?"

"அடிச்சேன்னா பாரு அங்க எல்லாரையும் உட்கார வைத்துவிட்டு இங்க என்னடி பண்ணிக்கிட்டு இருக்க?"

"வீட்டுக்கு வந்தவங்கள வாசல்ல நிக்க வச்சு பேசறது தான் உங்கள் எண்ணமா?" என்றதும் பிரதியுமன் தான் இருவரையும் உள்ளே அழைத்துச் சென்றான்..

அவர்கள் உள்ளே செல்லும் நேரத்தில் அம்புத்ராவும் வந்து சேர்ந்து கொள்ள அங்கே சில நொடிகள் அமைதியாகவே கழிந்தது.. அந்த நிசப்தத்தை கலைக்கும் விதமாக பிரதியுமன் " நிர்குணா ஏன் இப்படி பண்ண உனக்கு பிடிக்கலைனா புடிக்கலைன்னு நேரடியா சொல்ல வேண்டியதுதானே ஏன் அப்பா அம்மாவை அசிங்கப்படுத்தி பார்க்கிற?"

"எனக்கு பிடிக்கலன்னு சொல்ல முடியல ஏன்னா எங்க வீட்ல ஒரு ஒருத்தரும் ஒவ்வொரு மனநிலை இருந்தாங்க நானும் எத்தனை நாள் தான் கல்யாணம் வேண்டாம்னு தட்டிக் கழிச்சிட்டு வரர்து.. அதனால அப்போதைக்கு சரின்னு சொல்லிட்டேன்" எனும் போது மைத்ரேயன் முறைத்ததை பார்க்க வேண்டுமே..

இதை கவனித்த பிரதியுமன் " அங்கு என்ன முறைப்பு வேண்டி கிடக்கு நீ அவள லவ் பண்றேன்னு சொல்ல மாட்ட

பண்ணலனும் சொல்ல மாட்ட அவ கல்யாணம் பண்ணிக்க சம்மதம் சொன்னா மட்டும் உனக்கு கோபம் வருதா இது என்னடா நியாயம்? கண்ண நோண்டி கையில கொடுத்திடுவேன் பார்த்துக்க"

அவன் சொன்னதில் கோபம் கொண்டவன் எதையும் பேசாது சோபாவில் சென்று அமர்ந்தான்.
என்னவோ பேசி தொலைங்க என்பது போல்.

நிர்குணா தனது பேச்சை தொடர்ந்தாள்" சம்மதம் சொல்லி விட்டேனே தவிர என்னால அதை முழு மனசோட ஏத்துக்க முடியல இப்படியும் போகமுடியாமல் அப்படியும் போகமுடியாமல் மதில் மேல் பூனை மாதிரி காலையில வரையும் இருந்தேன்.. அப்ப அப்ப மனச மாத்திக்கிற குணம் எனக்கு இல்ல அண்ணா" என அழுத்தமாக இந்த கடைசி வரிகள் அவனுக்கு தான் என்பது மைத்ரேயன் அறியாமல் இல்லை.

" குணா உங்க வீட்ல உனக்கு எவ்வளவு பீரிடம் கொடுத்து இருக்காங்க நீ மைத்துவ தான் லவ் பண்றேன்னு உன்னோட பேரண்ட்ஸ் கிட்ட சொல்லி இருக்கலாமே அட்லீஸ்ட் என்கிட்டயாவது சொல்லி இருக்கலாம் இல்லையா.. இத்தனை நாள் நீ யார லவ் பண்றனு கேட்ட போது எதுவுமே சொல்லாம இப்ப இந்த மாதிரி பண்ணிட்டு வந்து இருக்க வீட்ல இருக்கவங்க நிலையை யோசிச்சியா?" என்றது அம்புத்ரா.

"என்ன அம்மு இப்படி பேசுற உன்கிட்ட எத்தனை தடவை சொல்லி இருக்கேன் இந்த லூசு என்கிட்ட ஒரு முடிவ சொன்னா தானே நான் என் அப்பா அம்மா கிட்ட பேச முடியும்..எனக்கே முடிவு தெரியாத போது உன்கிட்ட சொல்லி என்ன செய்ய அண்ட் நான் லவ் பண்றேன் கல்யாணம் பண்ணி வையுங்க சொல்றேன்னு வச்சிக்கோ இவர் கிட்ட வந்து கேட்டா இவர் சரின்னு சொல்லுவாரா இல்ல வேண்டாம்னு சொல்லுவாரானு தெரியாம என்னால எங்க அப்பாவ அசிங்கப்படுத்த முடியாது"

" ஆமா இப்ப மட்டும் அவங்க ஜாலியா டான்ஸ் ஆடிட்டா இருக்காங்க போவீயா அங்க எல்லாரையும் வர சொல்லிட்டு இங்க வந்து கதை பேசிட்டு இருக்கா" என்றது மைத்ரேயன்.

" உன்னை லவ் பண்ணா இப்படி தான் ஓடி வரணும்.. என்னால அந்த அம்மாஞ்சி கதிரலாம் கல்யாணம் பண்ணிக்க முடியாது"

அவ்வளவு நேரம் அமைதியாக வாசலில் நின்று கேட்டு கொண்டு இருந்த கதிர் நிர்குணா சொன்ன வார்த்தைகளில் பொறுமை காற்றோடு கரைய " ஏய் யார பார்த்து அம்மாஞ்சினு சொல்ற?"என்றான் கோபமாய்.

கதிரை அங்கே எதிர்பார்க்கவில்லை என்பது அவர்கள் முகத்தில் அப்பட்டமாக தெரிந்தது.
" நான் ஒரு இன்ஸ்பெக்டர் என்னையே நீ இப்படி பேசுற? நான் உன்னை பார்த்து கல்யாணம் பண்ணிக்கிறேன்னு எப்ப சொன்னேன்? ஓடி வந்தியே அதை நேத்து நைட் வந்து தொலைய வேண்டியது தானே நீயெல்லாம் ஒரு டாக்டர் இப்படி தான் உன்னை நம்பி யாராவது வந்தாங்கன்னா இப்படி தான் காரணம் சொல்லாம பாதியிலேயே வந்துடுவீயா?" என்றவனது முகத்தில் கோபம் கொப்பளித்தது.

அவள் செய்தது தவறு என்பது நால்வரும் உணர்ந்து தான் இருந்தனர்.. அதனால் தான் கதிர் பேசுவதற்கு பதில் சொல்ல முடியாமல் அமைதி காத்தனர்.

அம்புத்ரா" சாரி கதிர் இது எல்லாம் என்னால தான் இவ என்கிட்ட ஒருத்தர லவ் பண்றேன் அவர் ஓகே சொன்னதும் இன்ட்ரோ பண்றேன்னு சொன்னா பட் அது மைத்ரேயன்னு எனக்கு தெரியாது.. இவளும் ரீசண்டா இவர பற்றி எதுவும் பேசல சோ நான் தான் தப்பு பண்ணிட்டேன்" என மன்னிப்பு வேண்டும் தோரணையில்.

"மேடம் தப்பா நினைச்சிக்காதீங்க இந்த விசயத்துல என்னால என் கோவத்தை கண்ட்ரோல் பண்ண முடியல.. அட்லீஸ்ட் இனிமேல் எனக்கு நல்லது செய்யுறேன்னு இந்த மாதிரி எதுவும்

செய்யாதீங்க" என்றவன் மற்றவர்களை முறைத்து விட்டு சென்ற நேரம் எதிரே வந்த ஒரு பெண் மேல மோத "ஏய் பார்த்து வர மாட்ட? கண்ணு என்ன பின்னாடியா இருக்கு.. இரீடேடிங்"என அவள் முகத்தை கூட சரிவர பாராமல் நொடியும் நிற்காது தனது வண்டியோடு சீறி பாய்ந்தான் தனது இல்லம் நோக்கி.

அந்த பெண்ணோ " அரை மெண்டலா இவன் என் மேல வந்து இடிச்சிட்டு என்னையே திட்டிட்டு போறான் என்கிட்ட மாட்டாமயா போவான் இருக்கு அவனுக்கு" என கறுவி கொண்டு சென்றாள் அவள் இல்லத்திற்கு.

கதிர் பேசி சென்ற பிறகு மறுபடியும் நிசப்தத்தை சூடி கொண்டிருந்தது பிரதியுமனின் இல்லம்.

பெருமூச்சு ஒன்றை பிடித்து பேச ஆரம்பித்தது அம்மு தான்" இப்படி பேசாம இருந்தா என்ன செய்வதாக உத்தேசம்?"

" நான் வீட்டுக்கு கிளம்புறேன்" இதை சொன்னது வேற யாராவது இருக்கும் நிர்குணா தான்.

அவள் அவ்வாறு சொன்னதும்" ஏய் என்ன நினைச்சுகிட்டு இருக்க உன் மனசுல? நீயா வருவ லவ்வ சொல்லுவ இப்போ வீட்டை விட்டு வெளியே வந்து திரும்பிய வீட்டுக்கே போறேன்னு சொன்னா உன்னை என்னனு நான் எடுத்துக்கறது?" இதை கேட்டது மைத்ரேயன்.

" இங்க பாருங்க நீங்க என்னை லவ் பண்றதும் பண்ணாம இருக்கறதும் உங்களோட இஷ்டம்..ஆனா என்னோட மனசுல நீங்க மட்டும் தான் இருக்கீங்க என்னால வேற யாரையும் கல்யாணம் பண்ணிக்க முடியாது..அதுக்காக உங்க கிட்ட கெஞ்சிகிட்டு இருக்கணும்னு இனி எந்த அவசியமும் எனக்கு இல்லை" என சொன்னவளின் கண்களில் தான் அப்படி ஒரு கனல்.

அதை கண்ட பிரதியுமன் எப்படியாவது சமாதானம் ஆகட்டும் என எண்ணியவனாய் அம்புத்ராவை அழைத்துக் கொண்டு வெளியே சென்று விட்டான்..

" யுமன் என்ன செய்றீங்க அவங்க ரெண்டு பேரையும் தனியா விட்டுட்டு வரது எனக்கு நல்லதா படல"

" அம்பு இப்ப இருக்க சிசுவேஷன்ல அவங்கள தனியா விட்டுட்டு வர்றதுதான் எனக்கு சரியா படுது எத்தனை நாள்தான் இந்த மாதிரி பேசிக்கிட்டு இருக்க முடியும் உனக்கும் எனக்கும் இருக்க காதல் சொல்லி புரிய வேண்டியது இல்ல ஆனா அவங்க ரெண்டு பேர் மனசுல இருக்குறது பேசினா மட்டும் தான் சரியாகும்.. எப்படியாவது அடிச்சு புடிச்சு சேரட்டும் விடு.. ரெண்டு பேர்ல யார் மண்டை உடைந்தாலும் பரவால்ல நாம போலாம் வா"

" ஆனா அவங்க ரெண்டு பேரும் பாவம்"

" அடியே உனக்கு மனசாட்சி ஒன்னு இருக்கா இல்லையா?" அவன் கேட்டதும் திருதிருவென முழித்தாள்

" என்ன சொல்றீங்க நீங்க எனக்கு எதுவும் புரியல"

" உனக்கும் எனக்கும் நிச்சயம் கூட முடிஞ்சிருச்சு ஆனால் இதுவரைக்கும் உருப்படியா ஒரு லவ் சீன் கூட இல்லை நீயும் நானும் இப்படியே எத்தனை நாள் சுத்திக்கிட்டு இருக்க முடியும் நானும் பாவம் தானே?" என்ற தோனியில் முத்துப் பற்கள் தெரிய கலகலவென சிரிக்க ஆரம்பித்தாள்.

அதன்பின் அவர்கள் இருந்த சூழ்நிலை மறந்து போனது இருவர் மட்டும் இருக்கும் உலகத்தில் இருப்பதை உணர்ந்தனர் உடலோடு உரசுவதால் மட்டுமே பெண்மை தூண்டுமா என்ன? சிறு விரலின் ஸ்பரிசம் கூட அவளின் பெண்மையை கிளர்ச்சியடையச் செய்யும்.. அவனோடு அவள் விரல்கள் கோர்த்து கொண்டிருந்த நேரம் இத்தனை நாளும் எங்கே ஒளிந்து

இருந்தாய் எனக் நாணத்தை வசை பாடிக் கொண்டிருந்தாள் மனதிற்குள் தான்.

அவனின் நிலையும் இதில் ஒத்துப்போவதாக இருந்தது எந்த பெண் மீதும் இல்லாத அந்த ஒரு மயக்கம் இவளிடம் மட்டும் ஏன் வந்தது என்று எவ்வளவு யோசித்தும் அவனால் அறிய முடியவில்லை இவளே வாழ்க்கை என்று பார்த்த அந்த நொடி எப்படி என்னால் தீர்மானிக்க முடிந்தது என்று இன்றளவும் விளங்கவில்லை..

வெளியே வந்தவர்கள் எவ்வாறு மறுபடியும் இல்லத்திற்கே சென்றது தான் புரியாத ஒன்று.

இருவரும் வெளியே சென்ற பிறகு மைத்ரேயன் சிறிது நேரம் அவளை முறைத்து பார்த்தபடி நின்றிருந்தான் திடீரென்று அவள் பாதம் பணிந்து " தயவுசெஞ்சு என்ன கல்யாணம் பண்ணிக்கோ நீ இல்லாம என்னால வாழ முடியாது இத்தனை நாள் உன்னை ஒதுக்கி வைத்துதற்கு காரணம் உனக்கு எதுவும் ஆகக்கூடாது என்ற எண்ணம் தான் இனி நீதான் என்னை காப்பாத்தனும்.. ப்ளீஸ் என்னை ஏற்றுக்கொள் ஐ லவ் யூ ஐ லவ் யூ சோ மச்.. என்னை கண்கலங்காம பார்த்துக்கிறது இனி உன்னோட பொறுப்பு" என்றது அவள் ஒரு நொடி அதிர்ந்தாலும் மறுநொடி கலகலவென சிரிக்க ஆரம்பித்தாள்..

அவள் பதில் சொல்லும் வரை அவள் காலடியை விட்டு எழுந்திருக்க மாட்டேன் என்று அவன் அடம் பிடிக்கவும் இவளுக்கு அவனுடன் சிறிது விளையாடிப் பார்க்க எண்ணம் வந்தது" இங்க பாருங்க இந்த மாதிரி சிம்பதில வர லவ் எனக்கு வேண்டாம் மனசார நீங்க என்கிட்ட வரணும்.. சோ நல்லா யோசிங்க இன்னும் எத்தனை வருஷம் ஆனாலும் பரவாயில்லை"

"ஐயையோ இதுக்கு மேல என்னால தாங்க முடியாது இதுக்கு மேல சிங்கிளா இருந்தா என் மனசாட்சியை என்ன காரித்துப்பும்.. எங்க அம்மாக்கு இவ்வளவு பெரிய பையன் வீட்ல இருக்கான் என்ற எண்ணம் சுத்தமாக இல்லை எனக்கும்

கல்யாணம் பண்ணி வச்சா தானே நானும் குடும்பம் குட்டின்னு சந்தோஷமாக இருக்க முடியும்.. லேட்டா வந்தாலும் லேட்டஸ்ட்டா நிச்சயம் வரை பண்ணிருக்காங்க அவங்க ஆனால் நம்ம கதை அப்படி இல்லை அதனால என்னை ஏற்றுக்கொள் ப்ளீஸ்"

" நான் கொஞ்சம் யோசிச்சு சொல்றேன் எனக்கு வழி விடுங்க நான் வீட்டுக்கு போகணும்" என்று கிளம்ப எத்தனித்தவளின் எதிரே வெளியே சென்று இருவரும் வந்து நின்றனர்..

இருக்கும் சூழ்நிலை மறந்து வேறொரு உலகத்தில் இருப்பதாய் உணர்ந்து கொண்டு இருக்கிறார்களோ இவர்கள் என பார்க்கும் எவரும் கண்டு கொள்வர்.. திரும்பி மைத்ரேயனை பார்த்தவள் " நீங்க என்ன விரும்புவதை சொல்லி புரிய வைக்கணும்னு எந்த அவசியமும் இல்ல உங்க கண்ண பார்த்தா உடனே எனக்கு புரிஞ்சுது.. அப்பா அம்மாவ கூட்டிக்கிட்டு சீக்கிரம் என்ன உங்க கூட கூட்டிட்டு வந்துடுங்க" என வெட்கத்தில் சொல்லி செல்லும் அவளை தடுத்தவன் இடம் பொருள் பாராமல் இதழோடு இதழ் பொருத்தி இருந்தான்.. இழுத்த இழுப்பில் நிர்குணா பிரதி மேல் மோதி செல்ல அப்பொழுதுதான் இருக்குமிடத்தை கவனித்தான் அம்முவை சொடுக்கிட்டு அழைத்தவன் அங்கே இருவர் நின்ற கோலம் அதிர்ச்சியை தந்தது" டேய் நாங்க இரண்டு பேரும் இங்க இருக்கோம்டா" என்றதும் அவனை தள்ளி விட்டு தலை குனிந்தவாறு ஓடி விட்டாள் நிர்குணா.

"பாவி பயலே ஒரு மனசாட்சி வேணாம் நடு ஹால்ல அதுவும் இரண்டு உருவம் இருக்கறத கூட மறந்துட்டு அப்படி என்ன ரொமேன்ஸ் உனக்கு?"

இதற்கு அவன் எதாவது பேசுவான் என எதிர்பார்த்த அம்புத்ரா மைத்ரேயன் செய்த செய்கையில் "அடச்சே லூசுங்களா" என கத்தியே விட்டாள்.

அம்புத நல்லாள் - 16

நிர்குணா சென்ற பிறகு "அடேய் நாங்க இருக்கறத கூட மதிக்காம என்ன வேலை செஞ்சிட்ட? இவ்வளவு பெரிய உருவம் இருக்கறது கூடவா உன் கண்ணுக்கு தெரியல?"

மைத்ரேயனோ எதுவும் பேசாது கால்களால் தரையில் கோலம் போட்டு கொண்டிருந்தான்..

"ஏய் லூசு பயலே என்னடா கருமம் இதெல்லாம்? புதுசு புதுசா எதுவோ பண்ற? இந்த வெட்கம் நிர்குணாக்கு வரணும்" அவன் சொல்லி கூட முடிக்கவில்லை ஓடிச் சென்று பிரதியை கட்டி கொண்டு கன்னத்தில் இச் இச் என முத்தம் வைத்து கொண்டு இருந்தான்.. இதை எதிர்பார்க்காத அம்புத்ராவோ "அடச்சே லூசுங்களா என்ன வேலை இது?"

அதில் விலகி நின்றவர்கள்" பிரதி ஒரு வழியா கமிட் ஆயிட்டேன்டா இனி நானும் கமிட்டேட்னு காலர தூக்கி சொல்லுவேன்" என்றான் சிரித்தவாறு.

"மைத்ரேயன் உங்கள கேட்டது நான்.. எதுக்காக இப்படி செய்யறீங்க யாராவது பார்த்தா என்ன நினைப்பாங்க?" அம்புத்ராவின் வார்த்தைகள் கோபமாக வந்து விழுந்தது.

"சாரி அம்மு அக்ஷு வலி நான் என்னோட சந்தோஷத்தை இப்படி தான் காட்டுவேன்.. மோஸ்ட்லி அம்மா தான் மாட்டுவாங்க இப்ப இங்க வந்ததுல இருந்து இவன் தான் மாட்டிக்கிட்டு முழுக்கிறான்"

"அதுக்கு இப்படியா?"

" எஸ் எனக்கு அண்ணன் இல்லை அம்மு அது உனக்கே தெரியும் இவன் என்னைவிட மாசக்கணக்குல தான் பெரியவன் பட் மெர்சூர்ட்டா(*matured*) இருப்பான் சோ எனக்கு நல்லது கெட்டது எல்லாம் இவன் தான் சொல்லுவான் பட் உன்னை பார்த்துட்டு

வந்த அப்பறம் சர் டோட்டல் டேமேஜ் நான் அட்வைஸ் பண்ணா கூட கேட்டான்னா பாரேன்

பிரதி கூட எனக்கிட்ட இந்த பழக்கத்தை மாத்திக்க சொல்லி இருக்கான் பட் என்னால அது மட்டும் முடியல.. ஒவ்வொருத்தரும் ஒவ்வொரு மாதிரி தன்னோட சந்தோஷத்தை எக்ஸ்போஸ் பண்ணுவாங்க நான் இப்படி செய்யறேன்.. இது இவங்களுக்கு தப்பா படல உனக்கு அப்படி தோணிச்சுன்னா டோண்ட் வொர்ரி இனி என் அம்மாவும் நிர்குணா தான் மாட்டிகிட்டு முழிப்பாங்க இவனை விட்டுறேன் பட் ஐ நீட் சம் டைம்''

அவன் சொன்னதும் பதறிய பிரதியை தடுத்த அம்புத்ரா'' மைத்து இந்த விசியத்தில் நான் தலையிட மாட்டேன் நீங்க தானே சொன்னீங்க இவர அண்ணானா பார்க்கிறேன்னு சோ உங்க இரண்டு பேருக்கும் நடுவுல நான் எப்பவும் வர மாட்டேன்.. இது அவர் உங்களுக்கு கொடுத்து இருக்க உரிமை அதை நான் தட்டி பறிக்க மாட்டேன்''

அவள் சொன்னதும் இருவருக்கும் அளவில்லா மகிழ்ச்சி'' தாங்க்ஸ் அம்மு''என்றனர் இருவரும் ஒருசேர.

நாட்கள் அதன் போக்கில் சென்று கொண்டு இருக்க மைத்ரேயன் காதல் விசயத்தை பிரதியுமன் தான் தன் குடும்பத்தாரிடம் சொன்னான் முதலில் மறுத்தவர்கள் பின்னர் அவனின் உறுதியால் ஒத்துக் கொண்டனர்.

ஓர் நல்ல நாளில் மைத்ரேயன் – நிர்குணா ஜோடிக்கு நிச்சயம் இனிதே நடைபெற்றது.

இதற்கிடையே அம்புத்ராவின் மான்ஸ்டரின் குழுவை பிடிக்க போடப்படும் திட்டமும் முழுவீச்சில் செயல்பட இவள் பிரதியுமனை முடிந்த வரை சமாளித்து விட்டு கேரளா சென்று வருவாள்.. கதிர் முன் போல் பேசவில்லை என்றாலும் பணி நிமித்தமாக அவளிடம் பேசி கொண்டு தான் இருந்தான்.

அதுவே அவளுக்கு தற்போது போதுமானதாக இருக்க அவனிடம் மேற்கொண்டு எதுவும் பேசாமல் ஓர் உயர் அதிகாரியாய் மட்டும் இருந்தாள்..

அன்றும் அப்படி தான் அம்புத்ரா அவனுக்கு மருத்துவமனையில் சில கோப்புகளை வாங்கி வர பணித்திருந்தாள்..

கொளுத்தும் வெயிலில் சிக்னலில் நிற்பது பெரும் கொடுமை அதிலும் இருந்த மொத்த சிக்னலிலும் மாட்டி நொந்து நூடுல்ஸ் ஆகி வந்து கொண்டிருந்தான்.. "ச்சே நான் அன்னைக்கு பேசுன பேச்சுக்கு என்னை வேணும்னே இந்த மாதிரி இடத்துக்கு எல்லாம் போக சொல்றாங்க.. நான் தப்பா என்ன பேசுனேன் வீட்டுக்கு கூப்பிட்டு அசிங்கப்படுத்தினா எதுவும் பேசாம ஈஈஈஈன்னு இளிச்சிக்கிட்டு டாட்டா காமிச்சிட்டு வரணுமா என்னால முடியாது" என தனக்குத் தானே பேசியபடி மருத்தவமனையை அடைந்திருந்தான் கதிர்.

புலம்பியபடியே வந்தவன் திடீரென்று எதன் மீதோ மோத அதில் நிலை தடுமாறி கீழே விழுந்தான்.. ஏற்கனவே கோபத்தில் இருந்தவன் கீழே விழவும் கோபத்தில் கத்த நினைத்தவன் பேச்சற்று நின்றான் எதிரில் இருந்த நபர் பேசிய பேச்சில் "ஏங்க உங்களுக்கு கண்ணு தெரியுமா தெரியாதா எப்ப பார்த்தாலும் என் மேல மோதுறதையே வேலையா வச்சி இருக்கீங்க இதுல என்னை கோபமா வேற முறைக்கிறீங்க.. உங்க மேல தப்பு இருக்கும் போது அடுத்தவங்கள நீங்க திட்டுவீங்களா? நல்லா இருக்கு சர் உங்க நியாயம்" என்றது விஷாலி.

"வெயிட் வெயிட் என்ன பேசுறீங்க நீங்க? யார் நீங்க? நான் எப்ப உங்கள திட்டுனேன்?"

"என்னது எப்ப திட்டுனீங்களா? நீங்க என்ன அம்னீஷியா பேஷண்டா? என்று அன்று நடந்ததை சொன்னாள்.. அதைக் கேட்டதும் அன்றைய நினைவுகள் நிழலாட "சாரி நான் கவனிக்கல" என்பதோடு மேலும் நிற்காமல் தன் பணியை பார்க்க சென்றுவிட்டான்.

அவனை விடும் எண்ணம் அவளுக்கில்லை "சார் சர் இருங்க நான் பேசிட்டு இருக்கும் போதே எங்க தப்பிச்சு ஓடுறீங்க?" அவன் முன்னே சென்று நின்றாள்.

அதில் எரிச்சலுற்றவன் "ஏய் என்ன பிரச்சனை உனக்கு அதான் சாரி சொல்லிட்டேன்ல போ வேற வேலை இருந்தா பாரு"

"உங்கள சுத்தறது மட்டும் தான் என் வேலை" என தனக்குள் முனுமுனுத்துக் கொண்டாள்.

" வாட் கம் அகைன்? சீ உனக்கு வேலை இல்லாம இருக்கலாம் ஆனா எனக்கு இருக்கு சோ கெட் அவுட்"

"ஹலோ இன்ஸ்பெக்டர் சர் உங்களுக்கு வேலை இருக்குன்னு எனக்கு தெரியும் வேலையோடு என்னையும் சேர்த்து பார்க்க சொல்றேன்.. அவ்வளவு தான்" என கண்ணத்தடித்தவளை ஆச்சரியமாக பார்த்து இருந்தான் கதிர்.

" ஆச்சரியமா இருக்கா? உங்க வேலைய முடிச்சிட்டு வாங்க நான் வெளியே வெயிட் பண்றேன்.. பேசலாம்" என நகர்ப்பவளை வைத்த கண் வாங்காமல் பார்த்து இருந்தான்.

அதைக் கண்டு கொண்டளோ எண்ணவோ" சீக்கரம் வாங்க சர் என்னையே பார்த்துட்டு இருந்தா உங்க வேலை தான் லேட் ஆகும்"

அவள் சொன்னதும் தான் எதற்காக அங்கு வந்தோம் என நினைவு வர உடனடியாக மருத்துவரை பார்த்து விட்டு கோப்புகளை வாங்கி கொண்டு இவளை காண சென்றான்.

"சொல்லு என்ன விசியம்?"

சிர்த்தவாறே"அவ்வளவு அவசரமோ?"

" டைம் ஆச்சு.. உன் பெயர் என்ன? என்ன என்னவோ சொல்ற?"

“ என் பெயர் விஷாலி, பிரதி குடியிருக்க பிளாட்க்கு எதிர்ல தான் நாங்க இருக்கோம்.. அன்னைக்கு என்ன பிரச்சனைன்னு தெரியல பட் நீங்க கோபமாக போனீங்க உங்கள பார்க்கும் போது என்னவோ மாதிரி இருந்தது இனம் புரியாத கவலை உங்க முகத்தைப் பார்க்கும் போது இதுவரை எனக்கு அப்படியான உணர்வு வந்ததே இல்ல.. அதுக்கு அப்பறம் உங்கள பற்றி தெரிஞ்சிக்க ஆரம்பிச்சேன்.. உங்கள பத்தி ஒவ்வொரு விஷயமும் தெரிய வரும்போது எனக்குள்ள ஆயிரம் பட்டாம்பூச்சிகள் பறக்குற ஒரு உணர்வு இதுக்கு பேரு என்னென்ன என்னால சொல்ல முடியல ஆனா உங்க கூட கடைசிவரை இருக்கணும்னு தோன ஆரம்பித்தது பிரதி கூட சொன்னாரு எனக்கானவன் ஒருநாள் வருவான்னு அது நீங்க தான்னு எனக்கு தோணுது”

“ஓ மேடம் எதை வச்சி நீங்க டிசைட் பண்ணி இருக்கீங்கனு என்ன தெரிஞ்சுக்கலாமா? என்றதில் கேலியே மேலோங்கியிருந்தது.

“நீங்க கிண்டல் பண்றீங்க ன்னு நல்லா தெரியுது ஆனா உங்களை எனக்கு பிடிச்சுருக்கு இத என் அப்பா கிட்ட கூட நான் சொல்லிட்டேன் வாழ்ந்தா உங்க கூட தான் வாழ்வேன்”

“ லூசா நீ ஏதாவது உளறி கிட்டு இருக்காத..என்கிட்ட இதுவரை நீ பேசினதே இல்ல என்னை பத்தி உனக்கு அப்படி என்ன தெரிஞ்சிருக்கும் பார்த்து வர்றதெல்லாம் லவ் இல்லை”

“உங்க பெயர் கதிர் வீட்டுக்கு ஒரே பையன் ஒரு அக்கா கல்யாணம் ஆகி போச்சு டெல்லியில இருக்காங்க அக்காவுக்கு ஒரு பையன் ப்ரீ கேஜி படிக்கிறான்.. போலீஸ் வேலைன்னா உங்களுக்கு ரொம்ப பிடிக்கும் அதனால வீட்ல சொல்றது கேட்காம அடம் பிடிச்சு இந்த வேலைக்கு சேர்ந்தீங்க.. அம்மு அக்கா கூட நிறைய மிஷன்ல இருந்து இருக்கீங்க.. அவங்க உங்கள கூட பிறக்காத தம்பியாதான் பாக்குறாங்க.. இப்ப ரீசண்டா ஒரு பொண்ண பார்க்க போயி அவங்க வேற ஒருத்தர்

லவ் பண்றது தெரிஞ்சி மூஞ்சி இப்படி உர்னு வச்சு சுத்திட்டு இருக்கீங்க”

“இதெல்லாம்.. இது உனக்கு எப்படி தெரியும்?”

“ பொண்ணுங்களுக்கு ஒருத்தர பிடிச்சு போச்சுன்னா அவங்க எந்த மூலை முடுக்கிலிருந்தாலும் தேடி கண்டுபிடித்து வருவாங்க பசங்க மட்டும் தான் இந்த மாதிரி செய்வாங்களா என்ன?”

“ சரி இப்ப என்ன சொல்ல வர?”

“ ஐ லவ் யூ கதிர்.. உங்க கைய பிடிச்சு கிட்டு வாழ்க்கை முழுசா வாழ ஆசைப்படுகிறேன்” என்றாள் நாணத்தோடு.

“ விஷாலி ரைட்?.. எனக்கு இந்த லவ் எல்லாம் செட்டாகாது வேலை விஷயத்தில் தான் அப்பா அம்மா பேச்ச என்னால கேட்க முடியல என்னோட கல்யாண விஷயம் அவங்க சம்மதத்தோட தான் நடக்கணும் அவங்க யார சொன்னாலும் நான் கல்யாணம் செஞ்சிப்பேன்”

“ஓ தட்ஸ் கிரேட்.. உங்க அப்பா அம்மா என்னைதான் செலக்ட் பண்ணி இருக்காங்கன்னு சொன்னா என்னை ஏத்துப்பீங்களா?”

“என்ன சொல்ற நீ? எங்க அப்பாவாவது காதல் கல்யாணத்திற்கு சம்மதம் சொல்றதாவது?” என்பதில் எரிச்சலோ?

“என் மேல நம்பிக்கை இல்ல.. ஹூம் ஒரு நிமிஷம் இருங்க” என்று தன் அலைபேசியில் யாருக்கோ டயல் செய்தாள்.

எதிர்முனையில் என்ன சொன்னார்களோ தெரியாது அடுத்த நிமிடமே அலைபேசியை இவனிடம் கொடுத்திருந்தாள் “உங்க அப்பா பேசுகிறார்” என.

அவர் பேசப்பேச இவனின் முகபாவங்கள் மாறிக்கொண்டே இருந்தன.. ஆச்சரியமா சந்தோஷமா அவனை

கலந்தாலோசிக்காமல் எடுத்த முடிவிற்காக கோபமா என இவளால் புரிந்துக் கொள்ள முடியவில்லை.

ஐந்து நிமிடங்களுக்குப் பிறகு அழைப்பை துண்டித்தவன் " எனக்கு உன்னை பிடிச்சிருக்கு ஆனால் முகத்தை வைத்து மட்டும் வாழப்போவதில்லை உன்னோட அழகு தவிர மனசுன்னு ஒன்னு இருக்கு இல்லையா? நான் கொஞ்சம் உன்கிட்ட பேசணும் அதற்கான நேரம் இப்போ இல்ல ஈவினிங் சிக்ஸ் ஓ கிளாக் காபி ஷாப் வந்துரு பேசலாம்..பாய்"

சில அடிகள் நடந்து இருப்பான் " என்னோட நம்பர் உன்கிட்ட இருக்கா?"

அவள் ஆம் என தலையசைத்ததும் "உன்னோட நம்பர் என்கிட்ட இல்ல எனக்கு வாட்ஸ் அப் பண்ணிடு.. ஈவினிங் பாக்கலாம்"

விஷாலியை கதிர் புரிந்து கொள்வானா? மான்ஸ்டர் குரூப்பை பிடிக்கும் முதலடியை அடுத்த அத்தியாயத்தில் அம்புத்ரா எடுத்து வைக்கப் போகிறாள்.. இதில் பல பின்னணிகள் தெரிய வரப்போகிறது

அம்புத நல்லாள் -17

காதல் ஒரு போதை
பித்தனுக்கு சித்தம் தெளிய வைக்கும்..
சித்தம் தெளிந்தவனை பித்து போல் புலம்ப வைக்கும்.

காபி ஷாப்பில் மீட் பண்ணலாம் என்றவனுக்கு அதன் பிறகு இருப்பு கொள்ளவில்லை.. 'தன்னையும் ஒரு பெண் காதலிக்கிறாள் அதுவும் தைரியமாக கண் பார்த்து உரைக்கிறாள்.. அவளை எனக்கு பிடித்திருக்கிறதா? பார்க்க அழகாகத்தான் இருக்கிறாள்.. பேச்சில் துளியும் பயமில்லை.. தன் தந்தையின் சம்மதத்தை சுலபமாக வாங்கிவிட்டு இருக்கிறாளே காரியக்காரித் தான்' என எண்ணும்போதே அவன் உதடுகள் தானாய் விரிந்தன.

அவன் ஒவ்வொரு செய்கையையும் கவனித்துக்கொண்டிருந்த அம்புத்ரா ' விஷாலி பேசிட்டா போல இருக்கே!' அவளை அதற்கு மேல் யோசிக்க விடாமல் அழைத்தது அலைபேசி.. பிரதியுமன் தான் அழைத்திருந்தான்.

அவரின் அழைப்பை பார்த்த அவளது முகம் வெட்கச் சிவப்பை பூசிக்கொண்டது முந்தைய நாள் கொஞ்சல்களால்.." சொல்லுங்க யுமன்.. என்ன இந்த நேரத்துல கால் பண்ணி இருக்கீங்க?"

"நான் கால் பண்ண கூடாதா? எனக்கு இன்னிக்கு வேலை சீக்கிரமே முடிஞ்சு போச்சு அம்பு அதனால உன்னை எங்கயாவது வெளில கூட்டிட்டு போகலாம்னு நினைக்கிறேன் நீ உன் அப்பா கிட்ட சொல்லிட்டு வெளியே வந்துடு நான் உங்க ஆபீஸ்ல கீழே வெயிட் பண்றேன்"

'என்ன ஆபிஸ் கீழேயா? ஐய்யயோ நான் இங்க இருக்கேன் அவர் அப்பா ஆபிஸ் கீழே.. என்ன பண்றது? யோசி அம்புத்ரா யோசி'.. சில நொடிகள் யோசித்தவள் உடனடியாக அழைப்பெடுத்தாள் விக்ரமனுக்கு" அப்பா பிக் அப் பிக் அப்" வெகு நேரம் அழைப்பு போனதே தவிர அதை அவர் எடுக்கவே இல்லை.. சிறிதும்

தாமதிக்காது மைத்ரேயனுக்கு அழைத்தாள் அவன் உடனடியாக அழைப்பை ஏற்றான் "சொல்லு அம்மு என்ன விசியம்?"

"மைத்து எனக்கு ஒரு ஹெல்ப் பண்ணு நம்ம ஆபிஸில் இருக்க பேக் டோர கொஞ்சம் திறந்து வையுங்க நான் அந்த பக்கமா வரேன்.. யுமன் வெயிட் பண்றாராம்" படப்படப்பாக வந்தது அவள் வார்த்தைகள்.

"சாரி அம்மு நான் வெளியே இருக்கேன்.. இப்ப என்னால உனக்கு ஹெல்ப் பண்ண முடியாது"

"ச்சே.. சரி ஓகே நீங்க வேலைய பாருங்க" என்பதோடு அழைப்பை துண்டித்தாள்.

வேறு எதுவும் யோசிக்காது" கதிர் நீங்க பார்த்துக்கோங்க நான் கொஞ்சம் வெளியே போயிட்டு வரேன்.. வர லேட்டாகும் நீங்க பார்த்துக்கோங்க"

"மேடம் நானும் வெளியே போகணும்" எனக் கத்தியவனின் குரல் அவளுக்கு கேட்கவே இல்லை.

அவசர அவசரமாக சென்றவள் பிரதி கண்களுக்கு மாட்டாமல் எவ்வாறு உள்ளே செல்வது என யோசித்தபடி வண்டியை செலுத்தி கொண்டிருந்தாள்.. விக்ரமனின் தொலைக்காட்சி அலுவலகம் முன்னே வண்டியை நிறுத்தி திருட்டுதனமாய் எட்டி பார்த்தாள் அவன் இருந்தான்.. யாருக்கோ அழைப்பை விடுத்திருந்தான்.. மறுநொடி இவளின் அலைபேசிக்கு அழைப்பு வந்தது.

"அம்பு நான் ரொம்ப நேரமா வெயிட் பண்றேன்.. எப்ப வருவ? மாடியில் இருந்து கீழே வர இவ்வளவு நேரமா?"

"அது வந்து யுமன் நான் கொஞ்சம் வெளியே வந்தேனா அதான் இதோ வந்துட்டேன்"

"சரி சரி வா"

'அப்பாடா.. ஒரு வழியா சமாளிச்சாச்சு.. உள்ளே இந்த வழியாகவே போகலாம்' யோசித்தவள் வண்டியின் கண்ணாடியில் அப்பொழுது தான் கவனித்தாள் அவளது உடையை.. காக்கி உடையில் இருக்கிறாள்.

தன்னையே நொந்து கொண்டவள்.. பிரதிக்கு அழைத்து இன்னும் ஐந்து நிமிடங்களில் வந்து விடுவேன் என்றவள் நேராக சென்றது ஒரு துணி கடைக்கு.. தனக்கு பொருத்தமான உடையை எடுத்தவள் அங்கேயே மாற்றி கொண்டு காக்கி உடையை தன் வண்டியில் வைத்து அவன் முன்னே சென்றாள் புதிதாய் பூத்த மலராய்.

வெள்ளை நிறத்தில் மெரூன் பூக்கள் அதில் சிறு சிறு கற்கள் பதிந்து இருந்தது.. தலையை விரித்து விட்டு இருந்தாள்.. எந்த வித ஒப்பனையும் அவள் முகத்தில் இல்லை ஆனாலும் அழகாக இருந்தாள்.. காதில் சிறிய வெள்ளை தோடு கடையில் வாங்கினாள் போலும்.. அவனை நெருங்க நெருங்க அவளுக்குள் சிறு நாணம் எட்டிப்பார்த்தது.. பார்வையால் துளைத்து கொண்டிருக்கிறானே!

"யுமன் சாரி ரொம்ப நேரம் வெயிட் பண்ண வச்சிட்டேன்"

"வெயிட் பண்றது கூட நல்லா தான் இருக்கு அம்பு.. நீ இவ்வளவு அழகா வருவேன்னா நான் காலம் முழுசும் காத்திருக்க தயார்"

சிரித்தவள்"சரி கிளம்பலாம்.."

"அப்பாக்கிட்ட சொல்ல வேண்டாமா?"

"நான் கால் பண்ணேன் பட் அட்டென்ட் பண்ணல நான் அப்பறம் பேசிக்கிறேன்.. டைம் ஆச்சு இல்லையா போகலாம்"

" சரி" என புன்முறுவலுடன் அவளுக்கு கார் கதவை திறந்து விட்டான்.

எதுவும் சொல்லாமல் ஏறி அமர்ந்தவள் "யுமன் உங்க கிட்ட பைக் இருக்கு அதை எடுத்துக்கிட்டு வந்து இருக்கலாம்ல"

"ஏன்டா வெயில் அடிக்குது அதுவும் உன்னை முதல் முறையா வெளியே கூட்டிக்கிட்டு போறேன் கார்ல போனா தானே கெத்தா இருக்கும்?"

"புண்ணாக்கு கெத்தாம் நான் கேட்டேனா? பைக்கா இருந்தா உங்கள உரசிக்கிட்டு ஜாலியா போயிருக்கலாம்.. அப்படி போன போற வழி கூட நீளாதானு தோணும்.. நமக்கே நமக்குன்னு தனி உலகம் இருக்க மாதிரி தோணும்.. உங்க இடுப்பை கட்டிப் பிடிச்சிட்டு உங்கள பார்க்குற பொண்ணுங்களுக்கு என்னோட அணைப்பே சொல்லும் நீங்க எனக்கு தான்னு.. இதெல்லாம் இந்த கார்ல போன கிடைக்குமா?" மூச்சு விடாமல் பேசியவளின் எதிரே தண்ணீர் பாட்டிலை நீட்டினான் பிரதி.

முறைத்தவள்" நான் பாட்டுக்கு பேசிட்டு இருக்கேன் நீங்க என்னடான்னா தண்ணீய எடுத்து நீட்டுறீங்க?உங்களுக்கு அப்படி எதுவும் தோணலையா?"

அவன் சிரித்துக்கொண்டே" நிறைய லவ் பிலிம் பார்ப்பீயா அம்பு? இதெல்லாம் செஞ்சா தான் லவ் பண்றதா அர்த்தமா? நான் உன்ன லவ் பண்ணல" என்றதும் அவளுக்கு பேரதிர்ச்சி.

"எ..என்ன.. சொல்றீங்க நீங்க?" திக்கித் திணறி வந்தது அவளின் வார்த்தைகள்.

" உண்மையா தான் சொல்றேன்..நான் எப்போ உன்னை முதன் முதலாக பார்த்தேனோ அப்பவே என்னோட மனசுக்குள்ள உன்னை என்னோட மனைவியா கற்பனை பண்ணி வாழ ஆரம்பிச்சிடேன் தினமும் காலையிலே நீ கொண்டுவர காப்பிதான் என்னை எழுப்பும்..

நீ சொல்ற இந்த விஷயம் எல்லாம் இவன் எனக்குத்தான் அப்படின்னு மத்தவங்களுக்கு சொல்றதுக்காக செய்யுற ஒரு செயல் அதுல சில சில சந்தோஷம் இருந்தாலும் என் மனசு

முழுக்க நீ என்னோட மனைவியா எப்பவோ குடியேறி ஆச்சு.. அதுக்காக நீயும் நானும் பைக்கில் போகவே மாட்டோம்னு நான் சொல்ல மாட்டேன்.. போகலாம் இப்ப இருக்க தனிமை அந்த பைக் பயணத்துல இருக்காது என்னை பொறுத்தவரை..

நமக்குள்ள பேச ஆயிரம் விஷயம் இருக்கும் அது சந்தோஷமாகவும் இருக்கலாம் சண்டையாவும் இருக்காலாம் அது நாலு பேரு எதிர்க்க நடக்கணும்னு நான் விருப்பப்பட மாட்டேன் எனக்கே எனக்காகவ என் கூட மட்டும் தான் இருக்கனும் என்கூட மட்டும் தான் பேசணும்.. மத்தவங்களோட காட்சிப் பொருளாக நாம மாற கூடாது என்பது என்னுடைய எண்ணம்.. ஒருவேளை என்னுடைய எண்ணம் தப்பா இருந்தா உனக்கு பிடிக்காமல் போனால் எந்த பிரச்சனையும் இல்லை கார் இங்கேயே விட்டுட்டு உன்னோட ஸ்கூட்டிய எடுத்துட்டு வா போகலாம்"

"ஐயோ யுமன் அப்படியெல்லாம் எதுவுமில்லை.. ஆக்சுவலி இதெல்லாம் நிர்குணா தான் சொன்னா.. அவ மைத்து கூட இந்த மாதிரி போகும்போது ஜாலியா இருக்கணும் சொன்னா அப்போ எனக்குள்ளேயும் சில கற்பனைகள் வர ஆரம்பிச்சது அதுதான் நான் இப்போ சொன்ன விஷயம்.. அது ஒரு சின்ன ஆசை நீங்க சொன்ன மாதிரி நாம எப்பவுமே இந்த மாதிரி இருக்கப் போறது இல்லையே! காரை ஸ்டார்ட் பண்ணுங்க போகலாம்"

அவன் சிரித்துக்கொண்டே" பொண்டாட்டி பேச்ச புருஷன் கேட்கிறது தப்பில்லையே!" எனக் கண் சிமிட்டி அவன் காரின் மறுபுறம் வந்து அவளை இறங்கச் சொன்னான்.

"முதல் தடவையா நீ என்னை ஒரு விஷயம் கேட்டிருக்க.. அதுவும் ரொம்ப ஆசைப்பட்டு.. ஆக்சுவலி நீ சொன்ன பிறகுதான் பைக்ல போனா எப்படி இருக்கும்னு தோண ஆரம்பிச்சது நீ என் மேல உரசும் போது எனக்குள் ஏற்படும் மாற்றங்கள் என்னனு நான் உணரனும்.. நீ என்னை கட்டி பிடிக்கனும் பிரேக் போடும்போது முத்தம் கொடுக்கணும்.. இதெல்லாம் ஓகேன்னா சொல்லு பைக்ல போலாம்"

"டபுள் ஓகே யுமன்" என்றால் தன் முத்துப் பற்கள் தெரிய.

தன் மகளும் மருமகனும் சந்தோஷமாக இருப்பதை வேலையை முடித்து ஜன்னலின் அருகே வந்த விக்ரமன் இருவரையும் கண்குளிர ரசித்துக்கொண்டிருந்தார்.. சந்தோஷம் சில மணி நேரங்களில் காணாமல் போக போகிறது என்று தெரிந்திருந்தால் அப்பொழுதே தடுத்து இருப்பாரோ என்னவோ! ஆனால் பல நாள் திருடன் ஒரு நாள் அகப்பட்டு தானே ஆக வேண்டும்! தன்னை உயிராய் நேசிப்பவனிடம் எவ்வளவு நாள் பொய்யாக ஒரு காரணத்தைச் சொல்லி சமாளித்து விட முடியும் அவள் வாழ்நாள் முழுவதும் அந்த பொய்யை நிலைக்க விடப்போவதில்லை என்பது என்னவோ உண்மைதான் ஆனால் விதி என்று ஒன்று இருக்கிறதே!

சந்தோஷமாக கிளம்பி முதலில் சென்ற இடம் ஒரு பைவ் ஸ்டார் ஹோட்டல்.. பிரதி அவர்களுக்கென தனியாக ஒரு டேபிளை புக் செய்திருந்தான்.. மற்றவர்களுக்கு தொந்தரவு செய்யாத வகையில் இருக்கும் அந்த இடம் தனித்தனியாக நான்கு சேர்கள் போடப்பட்டு இருக்கும்.. சொந்த விசயங்கள் பத்தி பேச விரும்புவோர் பிசினஸ் டீலிங் செய்ய விரும்புவோர் சண்டை சமாதானம் எதுவாக இருந்தாலும் மற்றவர்களுக்கு தொந்தரவு செய்யக்கூடாது என்று நினைப்பார்கள் அந்தவகையில் ஒரு டேபிளும் மற்றவர்களுக்கும் குறைந்தது 100 மீட்டர் இடைவெளி இருக்கும்.. இவர்கள் வந்த டேபிள் மெழுகுவர்த்திகளால் அலங்கரிக்கப்பட்டு பார்க்கவே மிகவும் ரம்யமாக இருந்தது..

கண்ணெதிரே தன்னை கவர்ந்தவள் இத்தனை மாதகால தேடல்.. எனக்கே எனக்காக வந்த அமர்ந்திருக்கும் தேவதை அவள்.. அம்புத்ராவை தான் பார்த்திருந்தான்..அவளும் இவனுக்கு சளைத்தவள் அல்ல என்பதை நிரூபிக்கும் பொருட்டு இவன் கண்களில் தவிர வேறு எதையும் காணவில்லை.. வெயிட்டர் வந்து நிற்பது கூட தெரியாமல் இருவரும் அவர்களுக்கென தனி உலகத்தில் மூழ்கியிருந்தனர்.. மற்ற காதலர்களைப் போல சீண்டல்கள் தீண்டல்கள் எதுவுமில்லை அவர்கள் பேசிக்கொள்ளவும் இல்லை.. கண்ணோடு கண் பார்த்து

மனதால் அவர்கள் உருவத்தை நிறைத்து பேசுவது அனைத்தும் உள்ளம் கொண்டே இருந்தது..

பொறுத்துப் பார்த்த வெயிட்டர் பிரதியை தோள் தொட்டு உலுக்கினான்.. வெயிட்டரின் தீண்டலில் தன்னிலை அடைந்தவன் அம்புவையும் தன்னிலை அடையச் செய்தான் " ரெண்டு வெஜ் சூப் ஒரு நாண் பன்னீர் பட்டர் மசாலா", ஒரு நிமிஷம் அவங்களுக்கு என்ன வேணும்னு கேட்டுக்குறேன்" அம்பு உனக்கு என்ன வேணுமோ சொல்லு"

"எனக்கு ஒரு பன்னீர் பிரைட் ரைஸ் கோபி மஞ்சூரியன் ட்ரை"

"எனிதிங் எல்ஸ் மேம்"

"நோ நத்திங்"

செல்லும் வெயிட்டரோ அவளிடம் ஒரு பயந்த பார்வையை வீசிக்கொண்டிருந்தான்.. அவனை கவனித்தவள்" என்ன ஆச்சு?"என்றாள்.

"மேடம் நீங்க நீங்க அசிஸ்.."அவனை முடிக்கக் கூட விடவில்லை அவள்.. நீங்க கிளம்புங்க ஆர்டர் எடுத்துட்டு வாங்க டைமாச்சு வார்த்தைகள் கடினமாக தான் வந்ததோ?.

அதன்பிறகும் வெயிட்டர் அங்கு நின்றால் தான் அதிசயம்.

இருவரும் தனக்குப் பிடித்த விஷயங்கள் பிடிக்காத விஷயங்கள் நாட்டுநடப்பு என அனைத்தையும் சலிக்காமல் பேசிக்கொண்டிருந்தனர்.. அந்த நேரம் கதிர் அவளுக்கு அழைப்பு விடுக்கவும் என்னவென்று கேட்க ஏற்றாள் அவன் அழைப்பை.

"சொல்லுங்க கதிர் என்ன விஷயம்?"

"மேடம் நான் விஷாலிய மீட் பண்ண வரேன்னு சொல்லி இருக்கேன் அதனால அவள மீட் பண்ண போகணும் நான் கிளம்பவா?"

சின்ன சிரிப்புடன்" நீங்க இன்னும் கிளம்பலையா?"

கேட்டவனுக்கு அதிர்ச்சி" மேடம் என்ன சொல்றீங்க அப்போ உங்களுக்கு விஷயம் தெரியுமா?"

"தெரியும் தெரியும் விஷாலி எனக்கு கால் பண்ணி எல்லாத்தையும் சொல்லிட்டா ஆல் த பெஸ்ட் கதிர் விஷாலி ரொம்ப நல்ல பொண்ணு மிஸ் பண்ணாதீங்க" என்பதோடு அவன் அழைப்பை துண்டித்து விட்டு இருந்தாள்.

பிரதிக்கு என்ன நடக்கிறது என்பது சுத்தமாக விளங்கவில்லை கதிர் ஏன் இவளிடம் அனுமதி பெற வேண்டும்? என்ன நடக்கிறது! இவள் என்ன வேலை செய்கிறாள்? என்பதில் அவனுக்கு சந்தேகம் எழ ஆரம்பித்தது.. அதேநேரம் பிரதியின் நண்பன் ஒருவன் அழைப்பு விடுத்திருந்தான்.. அவன் மறுபுறம் என்ன பேசினானோ இவளுக்குத் தெரியாது ஆனால் நொடிக்கு நொடி பிரதியின் முகம் இறுகுவதைப் அவளால் பார்க்க முடிந்தது.

அழைப்பை துண்டித்து விட்டு வந்தவன் தனது அலைபேசியில் எதையோ தேடியவனுக்கு பேரதிர்ச்சியே.

"என்ன ஆச்சி யுமன்? ஏன் இவ்வளவு டென்ஷனா இருக்கீங்க? எனி ப்ராப்ளம்?"

"ஆமா அசிஸ்டன்ட் கமிஷனர் மேடம்" என்ற அவனது கண்களில் அப்படி ஒரு தீப்பொறி.. அவளை எரித்து விடும் நோக்கோடு பார்த்துக்கொண்டிருந்தான்.. காதல் பார்வைகள் காணாமல் போயிருந்தன.. பாவைக்கோ தனது உண்மை நிலவரம் தெரிய வந்ததற்கு சந்தோஷப்படுவதா அல்லது வருத்தம் கொள்ளவா எனப் புரியாத நிலை மற்றவர்களுக்கு முன்னால் காட்சிப்பொருளாக கூடாது என்றவன்

ருத்ரமூர்த்தியாய் நிற்பதை அங்கிருந்த அனைவருமே பார்த்துக்கொண்டுதான் இருந்தனர்..

"எதுக்காக என்னை ஏமாத்துற என்னுடைய பயம் என்னென்ன உனக்கு தெரியும் ஏன் இப்படி ஒரு பொய் சொன்ன? இது பொய் கூட இல்லை துரோகம் பச்சை துரோகம்.. என்னுடைய பத்தின உண்மை உனக்குத் தெரியும்போது உன் வேலைய பத்தி என்கிட்ட சொல்லி இருக்கலாம் இல்லையா நான் என்னுடைய ஆசையை வளர்த்து இருக்க மாட்டேன்ல.. இனி இந்த கல்யாணம் நடக்காது குட் பாய்" என விருவிருவென அந்த இடத்தை விட்டு நடக்க ஆரம்பித்திருந்தான்.

செய்வதறியாது நின்றிருந்த அம்புத்ரா நிலை என்னவாகும் இவர்கள் திருமணம் எவ்வாறு நிகழும் பார்ப்போம்

அம்புத நல்லாள் - 18

காதல் ஓர் மாயை.. காணாத காட்சியை உண்மை என சொல்லும்.. காணும் காட்சியை மாயையாய் காட்டும்.. அந்த நிலையில் தான் இருந்தான் பிரதியுமன்.

அம்புத்ரா பற்றிய உண்மை அறிந்து அவளிடம் தனக்கும் அவளுக்கும் எவ்வித சம்பந்தமும் இல்லை என வந்தவனின் மனநிலை ஓர் நிலையில் இல்லை..அவன் அங்கிருந்த நகர்ந்த அடுத்த நொடி நடந்த விசயத்தை தன் குடும்பத்தினர் அனைவருக்கும் கான்பிரன்ஸ் கால் மூலம் தெரிவித்து இருந்தாள்.. விசயத்தை தெரிந்து கொண்ட நிமிடம் தன் வேலைகளை எல்லாம் புறந்தள்ளி விட்டு காண வந்தான் அவன் நண்பனை..

"பிரதி பிரதி கதவை திற.. நான் சொல்றத கேளு.. இதெல்லாம் உனக்காக தான் செஞ்சோம்.. பிளீஸ்"

அவனோ பதிலேதும் கூறாமல் அமைதியாகவே இருந்தான்.

கோபம் வந்தால் அவன் அமைதியாக தான் இருப்பான் ஆனால் இன்று அறையை விட்டு வெளி வராமலும் ஓர் வார்த்தை பேசாமலும் இருப்பதை இவன் நெஞ்சத்தை குத்தி கிழித்து கொண்டிருந்தது.

தன்னால் இயன்ற அளவு பிரதியை வெளியே வரச்சொல்லி கூப்பாடு போட்டுக் கொண்டிருந்தான் மைத்ரேயன்.. அப்பொழுதும் அவனிடமிருந்து எந்த ஒரு பதிலும் வராததால் தன் பலம் கொண்டு அவன் அறையின் கதவை ஓங்கி மிதித்தான் அது சிறிது அசைந்து கொடுத்தது.. ஆயினும் அது திறந்த பாடில்லை.. துணைக்கு ஆள் கூட்டி வந்து கதவை உடைத்தேனும் அவனிடம் பேச வேண்டும் என எண்ணம் தோன்ற உடனடியாக விஷாலியின் தந்தையை அழைத்துவந்தான்.

இருவரும் சேர்ந்து கதவை உடைக்க முயற்சி செய்தார்கள். அவர்கள் நல்ல நேரமோ என்னவோ கதவின் தாழ்ப்பாள் உடைந்து திறந்துகொண்டது.

பிரதி எங்கேயோ வெறித்துப் பார்த்தபடி மௌனமாய் அமர்ந்திருந்தான்.

"பிரதி நாங்க செய்தது தப்பு தான் அதை நான் இல்லன்னு சொல்ல மாட்டேன்.. பட் அந்த பொய்ய கூட நாங்க உன்னோட நல்லதுக்காக தான் செய்தோம்.. யோசிச்சு பாரு உனக்கே புரியும்.. இன்னும் எத்தனை நாள் இப்படியே பயந்துகிட்டே இருப்ப?.. அதுக்காக தான் அம்புத்ரா சொல்லவும் நாங்க சரின்னு சம்மதம் சொன்னது.." இவன் பேசி கொண்டே போக அவனிடமிருந்து ஒரு வார்த்தை வரவில்லை.

அறையின் கதவை திறக்க முடிந்த அவனால் பிரதியின் மனக்கதவை திறக்க முடியவில்லை..அவன் பேச பேச பிரதியுமன் அதை செவி மடுத்து கேட்கிறானா என கூட தெரியவில்லை.. அவனின் மௌனத்தை பார்த்த விஷாலியின் தந்தையான ராஜ் " நான் கிளம்பறேன் மைத்து.. பிரதிய பார்த்துக்கோ உங்களுக்குள்ள என்ன பிரச்சனைன்னு எனக்கு தெரியாது பட் பிரதி இவன் என்னைக்கும் உனக்கு கெட்டது செய்ய மாட்டான்" என்றவரை பிரதியுமன் பார்த்த பார்வைக்கு அர்த்தம் தான் புரியவில்லை.

அவர் சென்றுவிட "பிரதி உனக்கு எங்க மேல கோபம் இருக்கட்டும் நியாயம் தான் ஏன் இப்படி செஞ்சோம்னு உனக்கு தெரிய வேண்டாமா?"

அவன் மௌன சாமியார் போல் அமர்ந்திருக்க" இப்ப நீ பதில் பேச போறீயா இல்லையா?அம்மு துரோகம் பண்ணிட்டான்னு பப்ளிக்ல கத்தினீயாமே? ஆப்போசிட் சேனல இருந்து ஒருத்தர் கால் பண்ணி சொல்றார் ஹாட் நியூஸ்னு..உங்க சார் பொண்ணு அசிஸ்டெண்ட் கமிஷனர் மேடம் பேச்சு இல்லாம நிக்குறாங்கனு சொல்றான்.. இது எவ்வளவு அசிங்கம் தெரியுமா அவளுக்கு.. இந்த ஊர்ல இருக்க எத்தனை பேர் அவள

மரியாதையா பார்க்குறாங்க தெரியுமா? உன்னால இன்னைக்கு அவள ரொம்ப பாவமா பார்க்குறாங்கனு சொல்றாடா..

உன்னோட நிலைமை எனக்கு புரியுது ஆனா கோவத்தை காட்ட வேண்டிய இடம் அது இல்ல.. நல்ல மெச்சூரிட்டி உள்ள ஆள் தானே நீ? முட்டாள் கூட இப்படி செய்ய மாட்டான்"

சாதாரண நிலையில் மனநிலையில் உள்ள ஒருவனிடம் இவ்வாறு பேசினால் கண்டிப்பாக சினம் எட்டிப் பார்க்க தான் செய்யும்.. ஆனால் பிரதியுமன் கல் போல் அமர்ந்திருந்தான்.

இதற்கு மேல் பேசினால் வார்த்தைகள் தடம் மாறுமோ என தோன்ற வெளியே வந்துவிட்டான் மைத்ரேயன்.

'அவள் மேல் எவ்வளவு நம்பிக்கை வைத்தேன்? இத்தனை நாட்களாக சிறு பொய் கூட சொல்லாதவர்கள் இவளுக்காக குடும்பமாய் ஒன்றிணைந்து ஏன் இவ்வாறு செய்தார்கள்? அப்படி என்ன என்னை விட என் பயத்தை விட அவள் முக்கியமாக போய்விட்டாள்? என்ன மாயம் செய்து விட்டாள்? என்னை மயக்கிய கள்ளி தானே அவள்!' யோசிக்கும் போதே விரக்தி சிரிப்பொன்று உதிர்த்தது அவன் உதடுகளில்.

அதே நேரம் அறை வாசல் தட்டும் சத்தம் கேட்டதும் மைத்ரேயன் மேல் கட்டுக்கடங்காத கோபம் எட்டிப் பார்த்ததில் வியப்பில்லை.. ஆனால் வந்த உருவத்தை பார்த்ததும் அவன் முகம் வெறுப்பில் தகித்தது.

"யுமன் என் மேல கோபமா இருப்பீங்கனு தெரியும்..ஆனா இது என்னோட தப்பு இல்லை.. உங்களோட நல்லதுக்காக தான் இதை செஞ்சேன்" வார்த்தையை முடிக்க கூட விடவில்லை அவன்.

"ஏய் என்னடி ரொம்ப பேசுற? என்ன என்னோட நல்லது? எனக்கு போலீஸ்ன்னா பயம்னு உனக்கு தெரியும் இல்லையா? அப்பறம் ஏன் என்னை ஏமாத்தின? என் குடும்பத்தை கூட எனக்கு எதிரா மாற்றி வச்சி இருக்க! என்ன கொழுப்பு

இருக்கணும் உனக்கு? பேசுடி பேசுடி.. ஏன் அமைதியாகவே இருக்க? குற்றமுள்ள நெஞ்சு குறு குறுக்குதோ? ஒவ்வொரு கேள்வியும் அவன் கேட்டுக் கொண்டிருக்க அவள் எந்தவித சலனமும் இன்றி அமைதியாக அவன் கண் பார்த்து இருந்தாள்.

"இவ்வளவு கேட்கிறேன்ல பதில் சொல்லு" கோபத்தில் அவன் என்ன செய்கிறான் என தெரியாமல் இருந்தான்.

அவள் கழுத்தில் கைவைத்து அழுத்தம் கொடுத்து கொண்டிருந்தான்.. அவன் செய்கை அவளுக்கு வலிக்கவில்லை போலும்.. நேர்க்கொண்ட அவள் பார்வை இவனை தடுமாற செய்ய கழுத்திலிருந்து அனிச்சையாய் கை எடுத்திருந்தான்.

அவன் கையை எடுத்த அடுத்த நொடி "யுமன் உங்களுக்கு இருக்க பயம் போனது உங்களுக்கு தெரியுதா? நான் என்ன டிரஸ் போட்டு இருக்கேன்னு உங்களுக்கு தெரியுதா? அதுவும் இல்லாம ஒரு அசிஸ்டெண்ட் கமிஷனர் என்னையே நீங்க கழுத்தை நெரிச்சி இருக்கீங்க இட்ஸ் அப்பன்ஸ் யுமன்.. இப்ப கூட நான் உங்கள அரேஸ்ட் பண்ணலாம்.." என்றவளின் வார்த்தையில் இருந்தது அடக்கப்பட்ட சினமே.

அப்பொழுது தான் கவனித்தான் அவள் தன்னுடைய அம்புவாக வரவில்லை அம்புத்ரா ஐபிஎஸாக வந்திருக்கிறாள் என.

என்ன தோன்றியதோ" நான் பண்ணது தப்பு தான் என்னோட காதலின்ற நினைப்புல உங்ககிட்ட அப்படி கோவப்பட்டுடேன்.. நீங்க தாராளமா என்னை அரேஸ்ட் பண்ணலாம் அசிஸ்டெண்ட் கமிஷனர் மேடம்.." என்றவன் மயங்கி சரிய அவனை தாங்கி பிடித்தபடி "மைத்ரேயன் கால் தி ஆம்புலன்ஸ்"

அதன் பின் சிறிது நேரத்தில் மனோதத்துவ மருத்துவரின் எதிரில் அரை மயக்க நிலையில் இருந்தான் பிரதியுமன்.

"சார் இவனுக்கு சின்ன வயசுல ஒரு இன்சிடெணட் நடந்தது அதை மனசுக்குள்ள போட்டு தான் கஷ்டப்படுறதும் இல்லாம

எங்களையும் சேர்த்து கஷ்டப்படுத்துறான்.. இவனோட மனச மாற்ற முடியுமா? பழசையே நினைச்சிட்டு பயப்படாம சக மனிஷனா வாழ வைக்க முடியுமா? கேட்டது மைத்ரேயன் தான்.

" கண்டிப்பா முடியும்.. பட் ஹி ஷுட் ஸ்பீக் அவுட்(*he should speak out*) அவரோட மனசுல இருக்கறத சில பேர தவிர யார் கிட்டயும் சொல்லாம வாழ்ந்து இருக்கலாம்.. லெட்ஸ் செக்" என்றவர் மைத்ரேயன் மற்றும் அம்புத்ராவை வெளியே தனி அறையில் அவன் பேசுவதை கேட்கவும் பார்க்கவும் முடியமாறு இருக்க சொன்னார்.

"டாக்டர் அவர் சரியாடுவார் இல்லையா? அவரோட பயம் போகணும்.. என்னோட எந்த மன கசப்பும் இல்லாம வாழணும்.. முடியுமா?"

"கண்டிப்பா மேடம் டொண்ட் வொர்ரி இவருக்கு இருக்கறது மன அழுத்தம் தான்.. பயத்தை உண்டாக்கின விசயத்தை அவர் பேஸ் பண்ணினா போதும்"

"பட் அது.."

"நான் அவர கேட்டு தெரிஞ்சிக்கிறேன் மேடம் நீங்க போகலாம்"

அவளும் வேறு வழியின்றி தனக்காக ஒதுக்கப்பட்ட அறைக்கு சென்றாள்.

"உங்க பெயர் என்ன?" பிரதியுமனிடம் தனது கேள்வியை ஆரம்பித்து இருந்தார்.

"நான் பிரதியுமன் கந்தசாமி"

" குட் என்ன செய்யறீங்க? என சில பொதுவான கேள்விகளை கேட்டவர் "நீங்க பாரக்க ரொம்ப ப்பிட்டா(*fit*) இருக்கீங்களே ஒய் காட் யு டிரை இன் போலீஸ் டிபார்ட்மென்ட்?"

" நோ நோ எனக்கு போலீஸ்ன்னா பயம்.. என்னால முடியாது.."என பயத்தில் அவன் கை கால்கள் துடிக்க ஆரம்பித்தது.

வெளியே இருந்து இதைப் பார்த்து கொண்டிருந்த இருவரின் மனநிலை இறுக்கமாக இருந்தது.

"ஓகே ஓகே ரிலாக்ஸ் பிரதி.. ஏன் என்ன ஆச்சு எதுக்காக பயம்? எதனால வந்த பயம்? எப்ப வந்தது இந்த பயம்?"

"எனக்கு அப்ப ஒரு 10 வயசு இருக்கும்..நானும் என்னோட பேமலியும் கேரளா போய் இருந்தோம்..

இனி பிரதி சொல்வது நம் கண்ணோடத்தில்.

இயற்கை அன்னையின் வரத்தை பெற்ற பகுதிகளில் கேரளாவும் ஒன்று.. காணும் இடம்மெல்லாம் பசுமையை போர்த்தி கொண்டிருக்கும்.. வருடா வருடம் சுற்றுலா பயணிகளின் வருகை அங்கே உயர்ந்து கொண்டே செல்லும்.. அந்த வருடமும் அப்படி தான்.. கந்தசாமிக்கு ஒரு வாரம் விடுமுறை இருக்க குடும்பத்துடன் வெளியே செல்ல திட்டமிட்ட இடம் கேரளா..

சந்தோஷமாய் கிளம்பிய அவர்களின் வாழ்க்கையில் பெரும் புயல் ஒன்று வரவிருப்பது தெரிந்திருந்தால் அப்பயணத்தை வேண்டாம் என விட்டு இருப்பார்களோ என்னவோ? விதி யாரை விட்டது.

இரு குடும்பமும் சுற்றுலா வந்து இரண்டு நாட்கள் ஆன நிலையில் அன்று கோழிக்கோடு பகுதிக்கு வந்தனர்.. அப்பொழுது படகு சவாரிக்கு கூட்டம் அதிகமாக இருக்கவே சிறிது நேரம் காத்திருக்க எண்ணி ஓர் இடத்தில் அமர்ந்தனர் அக்குடும்பத்தினர்..

"மைத்து வாடா பசிக்குது எதாவது ஸ்நாக்ஸ் வாங்கி சாப்பிட்டு வரலாம்"

"இல்ல பிரதி எனக்கு பசிக்கல நீ போயிட்டு வா எனக்கு உச்சா வருது நான் அந்த பக்கமாக போயிட்டு வரேன்" பெற்றவர்களிடம் சொன்னார்கள்.

"மைத்து இரு நான் வரேன் உன்கூடவென குருசாமி செல்ல பிரதி நான் வரேன் வா என கந்தசாமி சொல்லவும் வேண்டாம் அப்பா ஆப்போசிட்ல தானே இருக்கு நான் போயிட்டு வரேன்"

எதிரில் இருப்பதால் சரி என்றவர்" சீக்கரம் வா பிரதி தெரியாத ஊர் நான் உன்னை பார்த்துக்கிட்டே தான் இருப்பேன்"

" சரி அப்பா" என சென்றவனை அதோடு நிலைகுலைந்து நிலையில் பார்க்க போவது தெரிந்தால்?"

அம்புத நல்லாள் - 19

இருள் சூழ்ந்த அந்த இடத்தைப் பார்க்கும் பொழுது எவ்வளவு தைரியம் கொண்ட மனிதராக இருந்தாலும் ஓர் நொடி கலங்க தான் செய்வர்..கண்களுக்கு எதுவும் புலப்படாத வகையில் சில விநோத சப்தங்கள் மட்டும் கேட்க என்னவென்று புரியாத சூழலில் இருந்தான் சின்ன பிரதியுமன்.

சிறு பிள்ளையின் மனம் ஏதோ தவறாக நினைக்க, தான் எப்படி இங்கு வந்தோம் என்பதை யோசிக்க தொடங்கியது.

தன் சிறிய வயிற்றை நிரப்ப தந்தையிடம் சிற்றுண்டி வாங்க எதிரில் இருந்த கடைக்கு வந்த நேரம் தன் எதிரில் ஆஜானுபாகுவான உடற்கட்டோடு வந்து நின்றவனை பார்த்தவன் வியப்பில் ஆழ்ந்தான்..பிரதியுமனைப் பார்த்த அந்த உயர்ந்த மனிதன் சிரிக்க மரியாதை நிமித்தமாக இவனும் சிரித்தான்.

தன்னிடம் கடையிலிருந்து ஒரு சாக்லேட் வாங்கி கொடுத்த சாப்பிட சொன்ன வரை மட்டுமே நியாபகத்தில் இருந்தது, அதன்பின் விழித்து பார்க்கையில் இந்த காரிருளில் தன்னிலை அடையச் செய்ய பிறப்பிலேயே அறிவாளியான பிரதியுமனுக்கு புரிந்தது தான் எதற்காகவோ கடத்தப்பட்டு இருக்கோம் என.

தைரியத்தை வரவழைத்துக் கொண்டு கண்களை கூர்ந்து பார்த்தான் அப்படியாவது ஏதேனும் கண்களுக்கு தென்படுகிறதா என.. ஆனால் அவன் துரதிர்ஷ்டமோ என்னவோ சின்ன சிறு கண்களுக்கு இருளை தவிர சிறு ஒளிக்கீற்றுக் கூட தெரியவில்லை.

சில நொடிகள் தயங்கியவன் கைகளால் துழாவ கைகளுக்கு அகப்பட்டது கதவின் தாழ்ப்பாள்.. சந்தோஷமாக திறக்க போனவன் தான் திருகும் முன் யாரோ அசைக்க சப்தமின்றி அசையாமல் சில அடிகள் தள்ளி அமர்ந்தான்.

அங்கே.. கண்ணேதிரே இருந்த தன் ஆசை மகன் திடீரென்று மாயமாக அசைவற்று நின்றது சில நொடிகள் தான்.. துரிதமாக செயல்பட்டவர் கடைக்குச் சென்று விசாரிக்க அவனோ தனக்கு எதுவும் தெரியாது என சாதித்தான்.

கந்தசாமியும், குருசாமியும் அருகில் இருக்கும் அனைத்து இடங்களிலும் பகல் முழுவதும் தேடியும் கிடைக்காமல் போக.. வேறு வழியின்றி காவல்துறையின் உதவியை நாடினர்.

தமிழ்நாட்டிலிருந்து வந்த சுற்றுலா பயணிகளானதால் கடத்தியது யாராக இருக்கக்கூடும் என ஓரளவு யூகிக்க பதினெட்டு வருடத்திற்கு முன் கண்காணிப்பு கேமரா போன்ற வசதிகள் இல்லாததால் கண்டிபிடிக்கச் சிரமமாய் இருந்தது அவர்களுக்கு.. இதில் கடைசியாகப் பார்த்த கடைக்காரன் வேறு எதுவுமே தெரியாது என சாதிக்கப் போலீஸ் அடியில் ஒருவாறு உண்மையை ஒத்துக் கொண்டான்.

மான்ஸ்டர் கேங்.. தங்கள் இனத்திற்கு அடிப்படை வசதிகள் எதுவும் கிடைக்காததால் அந்த ஊரையே அழிக்க வேண்டுமென கிளம்பியவர்கள் சில வருடங்களில் தனக்கு வேண்டிய வசதிகள் தீவரவாத கும்பலிடமிருந்து கிடைக்க அவர்களோடு கைகோர்த்தனர்.. பிறந்த நாட்டிற்க்கு துரோகம் செய்யும் அவர்களை பிடிக்க போராடி கொண்டிருக்கிறார்கள் அனைத்து மாநில காவல்துறையும்..சிறிய வயதில் உள்ள ஆண், பெண் என 10 வயதுக்குட்பட்ட வெளிமாநிலங்களில் இருந்து வரும் அவர்களை அவர்கள் பெற்றோர்கள் அறியாவண்ணம் கடத்தி வந்து தங்களுடைய சொற்களை கேட்கும்படி மிரட்டி வைக்கின்றனர்..

நாளடைவில் கடத்தப்பட்ட சிறுவர்களும் தீவிரவாதிகளின் பேச்சைக் கேட்டு நடக்காமல் போனால் ஏற்படும் விபரீதங்களை நினைத்து பயந்துக் கொண்டு அவர்கள் சொல்லும் அனைத்து செயல்களையும் செய்து முடிக்க வேண்டிய கட்டாயத்தில் தள்ளப்படுகின்றனர்.. மான்ஸ்டர் குரூப்பின் முக்கிய நோக்கமே ஒன்றும் அறியா அப்பாவிகளை தீவிரவாத கும்பலில் சேர்த்து அவர்களின் உயிரை ஏதேனும் ஒரு

காரியத்திற்காக பயன்படுத்திக் கொள்வதே கும்பலின் தலையாய கடமை.. அடிப்படை வசதிகளுக்காக தொடங்கிய இந்த இயக்கம் இப்பொழுது தீவிரவாத கும்பலாக நாட்டையே அச்சுறுத்தி வருகின்றது தீவிரவாத கும்பலிடம் தான் நம் நாயகன் சிக்கிக் கொண்டிருக்கிறான்..பலமுறை முயற்சி செய்தும் தப்பித்து வருபவர்களை இம்முறை பிடித்தே தீர வேண்டும் என்ற எண்ணத்தில் காவல்துறை மும்முரமாக இறங்க அங்கே தவித்து கொண்டு இருந்தது சிறு இதயம்.

தாழ்ப்பாளை திறக்கப் போனவனை முந்திக் கொண்டு திறந்தது கதவு.. எதிரில் அதே ஆஜானுபாகுவான அந்த மனிதன்.. தொண்டை குழயை விட்டு இறங்க மறுத்தது எச்சில் அவனைக் கண்டதும்.

"யார் நீங்க? என்னை எதுக்கு இங்க கூட்டிட்டு வந்து இருக்கீங்க?" என்றான் பயத்தை மறைத்துக் கொண்டு.

அவனுக்கு இவன் பேசியது புரிய "இங்க பாரு இந்த கேள்வி கேட்குற வேலை எல்லாம் இங்க வேண்டாம்.. பேசாம இருந்தா நீ உயிரோட இருப்ப, இல்ல இப்பவே உன்னை வெட்டி போட்டுட்டு போயிட்டே இருப்பேன்" அவன் கர்ஜித்ததும் இவ்வளவு நேரம் இழுத்து பிடித்த தைரியம் காற்றோடு போக சின்ன பையனான பிரதி அழ ஆரம்பித்தான்.

"என்னை ஏன் இங்க கூட்டிட்டு வந்தீங்க?நான் அம்மா கிட்ட போகணும் என் அப்பாவ பார்க்கணும்" தேம்பி தேம்பி இவன் அழவும் அந்த உருவத்தின் சினம் எகிற தன் கையில் இருந்த சிறிய கொம்பில் ஓர் அடி வைத்ததும் இத்தனை நாள் செல்லமாய் விளையாட்டிற்கு கூட அடி என்ற சொல்லே கேட்டிறாதவன் இன்று அந்த அரக்கன் அடித்த அடியில் வலி தாளாமல் அலறி துடித்தான்.

அவன் வலியில் அலறவும் "சொன்னத கேட்டா நீ அடி வாங்க மாட்ட இல்லன்னா உன் கண்ண நொண்டி அலைய விட்டுடுவேன் பார்த்துக்கோ" என்றவன் வெளியில் அரவம் கேட்கவும் என்னவென்று பார்க்க சென்றவன் மேலும் ஒரு

சிறுவனை அழைத்து வந்தான்.. அவனும் இவன் வயதை ஒத்தவன் என பார்க்கும் பொழுதே புரிந்து கொண்டான்.

'ஐயோ ஒரு சாக்லேட்டை சாப்பிட்டு இங்க வந்து மாட்டிக்கிட்டேனே..இது என்ன இடம்னு தெரியலையே..அப்பாவும் அம்மாவும் என்னை காணாம தவிச்சிட்டு இருப்பாங்களே..இங்க இருந்த எப்படி தப்பிச்சு போறது?' என்ற சிந்தனையை கலைத்தது மற்றும் ஒரு சிறுவனின் அழுகுரல் "நீயும் என்னை மாதிரியே இங்க வந்து மாட்டிக்கிட்டியா?"

அவனைக் கூர்ந்துப் பார்த்த பிரதியுமனோ அவனை நம்பி பேசலாமா வேண்டாமா என்று யோசனையில் ஆழ்ந்தான்.. மேலும் அச்சிறுவனே தொடர்ந்தான் "ஏன் எதுவுமே பேச மாட்டேன்ற உனக்கு தமிழ் தெரியாதா?"

"இ.. இல்ல நான் தமிழ் தான்.. நீ எப்படி இங்க வந்த? உன் பெயர் என்ன?"

"என் பெயர் விமல்.. நான் என் அம்மா அப்பா தங்கச்சி எல்லாரும் ஒண்ணா சேர்ந்து டூருக்கு வந்தோம்.. எங்க ஊரு கோயம்புத்தூர்.. ஹாலிடேஸ என்ஜாய் பண்ண இங்க வந்தோம், பசிக்கவும் எதிர்ல இருக்க கடைக்கு போயிட்டு ஏதாவது ஸ்னாக்ஸ் வாங்கி சாப்பிடலாம்னு நான் அப்பா கிட்ட சொல்லிடு தனியா வந்தேன் அப்போ என்னை இங்க இழுத்துக்கிட்டு வந்தான் இல்லையா குண்டு, அவன் கையில எனக்கு ஒரு சாக்லேட் கொடுத்தான் மொதல்ல தயங்கி நின்னேன் கடையிலிருந்து வாங்கி தரவும் சரின்னு சாப்பிட்டேன், அதுவரைக்கும் தான் எனக்கு ஞாபகம் இருக்கு என்று தனக்கேற்பட்ட அத்தனையும் அச்சுபிசகாமல் சொல்லவும் மேலும் பயந்தான் அவன்.

"நீ சொன்ன எல்லாமே உண்மை தான் என்னையும் அப்படித்தான் இங்கே கூட்டிக்கிட்டு வந்தாங்க என் பெயர் பிரதியுமன்.. நானும் டூருக்கு தான் வந்தேன் என்னோட அப்பா அம்மா அத்தை மாமா என்னோட ஃப்ரெண்டு எல்லாரும்

ஒன்னா வந்தோம்.. என்ன காணாம எல்லாரும் தேடி கிட்டு இருப்பாங்க இங்கிருந்து எப்படி போறதுன்னு தெரியலை இதை யாருக்கிட்ட கேட்கறதுன்னு தெரியல" தன்னிலை உணர்ந்து புலம்பி கொண்டிருந்தவன் கதவு திறந்து இருப்பதைக் கண்டதும் எழுந்து ஓட லானான்.

கடகடவென ஓடியவன் யார் கண்ணிலும் படாமல் அடர்ந்த ஒரு புதரில் ஒளிந்து நின்று கொண்டான்..அப்போதுதான் தன்னுடன் பேசிக் கொண்டிருந்த விமலைத் தனித்து விட்டுவிட்டு வந்தோம் என்ற எண்ணம் தோன்ற அவனை எப்படியாவது தன்னுடன் அழைத்துச் செல்ல வேண்டும் என தோன்றியது.. மறுபடி சென்றால் நிச்சயம் மாட்டிக் கொள்வோம் என்பது தெரிந்தாலும் தன்னைப் போல் ஒரு சிறுவன் மாட்டிக்கொண்டு அழுவதை சிறுவயதிலே பொறுக்க முடியவில்லை இவனால்.

ஒருவேளை இவன் செல்லாமல் இருந்திருந்தால் அந்த அசம்பாவிதம் நடக்காமல் இருந்திருக்குமோ என்னவோ!

சுற்றும் முற்றும் பார்த்த அவன் தன்னை யாரேனும் கவனிக்கிறார்களா என்று ஆராய்ந்தவன் யாரும் இல்லை என்று ஊர்ஜிதம் செய்து கொண்டு வந்த வழியே ஓடினான்.. தன்னை அடைத்து வைத்திருந்த அறைக்குச் சென்றவன் விமலை காணாது அதிர்ந்தான்.. சுற்றுமுற்றும் பார்த்தவன் அவன் அங்கு இல்லாது போகவே தன்னை காத்துக்கொள்ள பின்னே திரும்பி ஓரடி எடுத்து வைத்தவன் எதிரிலிருந்த நான்கு பெரிய உருவத்தை பார்த்து பயந்து பின்னே ஓரடி நகர அடுத்த நொடி ஒரு தடியனின் கையில் இருந்தான் நம் நாயகன்.

எத்தனை திமிறியும் அவனிடமிருந்து பிரதியால் அவன் பிடியிலிருந்து தப்பிக்க முடியவில்லை.. சினம் கொண்ட அந்த அரக்க குணம் படைத்த மனிதர்களோ சிறு குழந்தை என்றும் பாராமல் கால்களில் சூடு வைத்தனர்.. வலி பொறுக்காமல் அழகிய குழந்தையை ஈவிரக்கம் ஏதுமின்றி "தப்பிக்க முயற்சி செய்தா இதைவிட பெரிய தண்டனை உனக்கு இருக்கு" என்று எச்சரித்துவிட்டு உணவு கூட வழங்காது சென்றுவிட்டனர்..

கதிரவன் தன் பிரகாசத்தை மறைக்கும் நேரம் நெருங்கிக்கொண்டிருந்தது பறைசாற்றியது வெளியே சூழ துவங்கிய இருள்.. வலியால் அழுது துடித்து பசியால் சரிந்த பிரதியுமனை யாரோ அடித்து எழுப்புவதை உணர்ந்தாலும் கண்களை திறக்க முடியாமல் இருந்தான்.. அழுது அழுது வீங்கிய கண்களை எவ்வாறு திறக்க இயலும்? "ஏய் இப்ப நீ எழுந்துக்க போறியா இல்ல பட்டினி கிடந்து சாக போறியா? எனக்கு நிறைய வேலை ஆக வேண்டி இருக்கு நீ பார்த்த அமுல் பேபி மாதிரி அழகா இருக்க சீக்கிரம் எழுந்திரு இல்லை இதுவும் இல்லாமல் போய்விடும்" என்றவன் கண்களில் பளிச்சென்று தண்ணீர் எடுத்ததும் சற்றே கண் திறந்தான்.

பசியின் கொடுமை என்னவென்று அறியாத செல்லக் குழந்தையான அவனுக்கு மதியத்தில் இருந்து சாப்பிடாதது வயிற்றைக் கிள்ள அவன் எடுத்து வந்த உணவை பார்த்ததும் கண்களில் அப்படி ஒரு பிரகாசம்.. ஆசையாக எடுத்து வாயில் வைக்க போக அதிலிருந்து வந்த நாற்றம் அவனுக்கு வாந்தியை வரவைத்தது..

இதைக்கண்ட அந்த தடியனோ "அடச்சீ பாவம் சின்ன பையன் ஆச்சே சாப்பிடுவேன்னு எடுத்துகிட்டு வந்தா வாந்தி எடுக்கிற,இதை யாரு கழுவித் தள்ளுறது? சீக்கிரம் கிளீன் பண்ணி வை நான் திரும்பி வரும்பொழுது இந்த இடம் சுத்தமா இருக்கணும் நான் போய் உனக்கு வேற ஏதாவது எடுத்துட்டு வந்து தொலைக்கிறேன்"

கெட்டவனிலும் ஒரு நல்லவன் என்றே தோன்றியது பிரதிக்கு.. தான் சாப்பிடவேண்டும் என்று நினைத்த அந்த உள்ளத்தை தனக்கு சாதகமாக பயன்படுத்திக் கொள்ள முடியுமா என யோசித்தான் தரையை சுத்தம் செய்து கொண்டே..

உணவை எடுத்து வந்தவனிடம் "அங்கிள் ப்ளீஸ் நான் எங்க அப்பா அம்மா கிட்ட போகணும்..என்னைய எதுக்காக இங்க கூட்டிட்டு வந்து வைத்து இருக்கீங்கன்னு எனக்கு தெரியல ஒருவேளை உங்களுக்கு பணம் ஏதாவது வேணும்னா கூட எங்க அப்பா கொடுப்பாரு"

அவன் பேசியதை கேட்டு அந்த இடமே அதிரும்படி சிரித்த அவனோ "யாருக்கு வேணும் உன் பணம் நீ இனி எங்களோட அடிமை நாங்க சொல்றத நீ கேட்டு நடக்கணும் உன்ன நல்லா படிக்க வைப்போம் சாப்பாடு கொடுப்போம் ட்ரெஸ் எல்லாம் வாங்கி கொடுப்போம் ஆனால் எங்க பேச்சை கேட்டு நடந்தால்.. இல்லைன்னா உன்னை இங்க வெட்டி புதைச்ச கூட கேட்க ஆள் கிடையாது" என மிரட்டும் தொனியில் சொல்லவும் மிரண்டது அந்த சின்ன விழிகள்.

நேரம் கடந்ததே தவிர காவல்துறையால் அவர்கள் இருக்கும் இடத்தை துல்லியமாக அறிய முடியவில்லை எங்கு தேடியும் தன் மகனைக் காணாது கந்தசாமியும் நிலைகுலைய ஆரம்பித்தார்.. வேண்டாத தெய்வமில்லை தன் ஒரே மகனை காணாது பகலில் இருந்து அலைந்து கொண்டிருக்கும் அவருக்கு என்ன செய்வதென்றே தெரியவில்லை.. அழுது புலம்பும் தன் மனையாளை சமாதானம் செய்வது எங்கனம் எனத் தடுமாறினார்..

காவல்துறையில் திறமை வாய்ந்த நான்கு கூட்டத்தினை கேரள காடுகள் முழுவதிலும் தேடச் சொல்லி உத்தரவு பிறப்பித்து இருந்தனர்.. அதில் பல மணி நேரம் கழித்து ஒரு கூட்டம் மட்டும் செய்தி அனுப்பி இருந்தது மான்ஸ்டர் கேங் இருக்கும் இடம் தெரிந்துவிட்டது என..

நள்ளிரவை கடந்த நேரம் ஆழ்ந்த உறக்கத்தில் இருந்த பிரதியுமன் கதவைத் திறக்கும் அரவம் கேட்டு விழித்தான்.. கண்ணெதிரே காவல்துறை அதிகாரி ஒருவர் இருப்பதைப் பார்த்ததும் சந்தோஷத்தில் அவனுக்கு பேச்சே வரவில்லை தன் தாயையும் தந்தையும் பார்க்க போகிறோம் என்ன தோன்றிய மறுநொடி தாவி அணைத்துக்கொண்டான் அதிகாரியை..

அதிகாரியை அணைத்த போது தான் தெரிந்தது மதுவின் உதவியால் அவர் தன்னிலை இழந்து இருக்கிறார் என.. அதிர்ந்து ஓரடி பின்னே நகர்ந்து "அங்கிள் ப்ளீஸ் என்னை இங்கிருந்து எப்படியாவது காப்பாற்றி கூட்டிட்டு போயிடுங்க நான் எங்க

அப்பா அம்மாவை பார்க்கணும் அவங்களும் வந்து இருக்காங்களா இங்க?" என அவன் கெஞ்சிக் கொண்டிருக்க பின்னிருந்து மற்றொரு சிறிய உருவம் செய்த செயலைக் கவனிக்க மனமின்றி தாய், தந்தையை ஆர்வமாய் தேடிய விழிகள் காவல்துறை அதிகாரி செய்த செயலால் திடுக்கிட்டது.

அவனை நெருங்கிய அந்த அதிகாரி இவன் சட்டையைக் கழற்றவும் என்னவென்று புரியாத அந்த சின்னஞ்சிறு பாலகன் அலறித் துடித்தான்..

"அ..அங்கிள்.. என்ன செய்யறீங்க? நகர்ந்து போங்க" வார்த்தைகள் தடுமாறியது அவனுக்கு.

இவன் பேசுவது அவன் செவியில் ஏறவில்லையோ என தோன்றும் அளவிற்கு அவனுடைய கைகள் கீழே இறங்க ஆரம்பித்தது பாலியல் கொடுமை பெண்களுக்கு மட்டுமா நிகழ்கிறது.? சிறுவன் என்றும் பாராமல் போதையின் உச்சத்திலிருந்த அவன் பிரதியிடம் எல்லை மீற துவங்கினான்..

தன்னை காத்துக்கொள்ள பெரிய உருவத்தினை தன் பலம் கொண்டு தள்ள முயற்சி செய்து கொண்டிருந்தான் சின்ன குழந்தையான அவன்.. எத்தனை முயன்றும் ஓர் அடி கூட நகர்த்த முடியாமல் போகவே தன்னையுமறியாமல் கைக்கெட்டிய பொருளை கொடியவனின் உயிர் நாடியில் செலுத்தியிருந்தான் பிரதியுமன்..

அம்புத நல்லாள் - 20

"அம்மா அப்பா நான்.. நான் கொலைப் பண்ணிட்டேன்.. நான் கெட்டவன்.. அவர்.. அந்த அங்கிள் துடிச்சாரும்மா.. பாவம்.. நான் தப்பு பண்ணிட்டேன்.. என்னை ஜெயிலுக்கு கூட்டிட்டு போயிடுவாங்கம்மா" கண் மூடி அலறிக் கொண்டிருந்தான் பிரதியுமன்.

"காம் டவுன் பிரதி.. காம் டவுன்.. உங்கள யாரும் பிடிச்சிட்டு போகல.." சமாதானம் செய்து கொண்டிருந்தார் மருத்துவர்.

வெளியில் இருந்து பார்த்துக் கொண்டிருந்த மைத்ரேயனுக்கு மனது கனக்க ஆரம்பித்தது.. அம்புத்ராவின் கண்களோ ரத்தச் சிவப்பாக மாறியிருந்தது சினத்தால்.

கோபத்தில் அருகில் இருந்த மேசையில் குத்த அதிலிருந்த பொருட்கள் கீழே விழுந்த சத்தத்தில் மருத்துவர் எதுவும் செய்யாதே என்பது போல் செய்கை செய்தார்.. அவரின் செய்கையை புரிந்து கொண்ட மைத்ரேயன் "அம்மு ப்ளீஸ் அவனோட மனசுல என்ன இருக்குன்னு முழுசா நமக்கு தெரியணும்..அமைதியா இரு"
அவன் சொன்னதும் கோபத்தை தணிக்க குளிர்ந்த நீரை முகத்தில் வாரி அடித்துக் கொண்டாள்.

அவன் அமைதியை உறுதி செய்துக் கொண்டு "சொல்லுங்க பிரதி நீங்க குத்தின பிறகு என்ன ஆச்சு?"

"நா.. நான் என்னை அப்படி.. கிட்ட வந்த அந்த போலீஸ்காரன்.. போலீஸ்.. அவரை நான் பக்கத்துல இருந்த பாட்டிலால வயித்துல குத்தினேன்.." அன்றைய தினத்தில் நடந்ததை எண்ணி அவனின் வார்த்தைகள் வெளிவர மறுத்தன.

"அதுக்கு அப்பறம் அவருக்கு என்ன ஆச்சு? நீ எப்படி தப்பிச்சு வந்த?"

"எனக்குத் தெரியாது.. நான் கண்ண திறந்து பார்க்கும் போது ஹாஸ்பிடல இருந்தேன்"

"அதுக்கு அப்பறம் என்ன நடந்ததுன்னு உங்களுக்கு யாரும் சொல்லையா?"

"ஹான்.. சொன்னாங்க.. நான் குத்தினவர் போலீஸ் இல்ல.. வேஷம் போட்டுட்டு இருந்தாருன்னு சொன்னாங்க.. அதுவும் இல்லாம அவர் அந்தக் கூட்டத்தைச் சேர்ந்தவர்னும் என்னைப் போல இருந்தவங்கள வெளி மாநிலத்துக்கு கூட்டிட்டு போக அந்த டிரஸ போட்டுட்டு வந்து இருந்தாருன்னு சொன்னாங்க"

"அவர் உயிரோட இருக்காரா?"

"இல்ல.. ரொம்ப நாள் ட்ரீட்மெண்ட்ல இருந்த அப்பறம் இறந்து போனதா அப்பா சொன்னார்"

"சரி அதுதான் உங்களுக்கு எல்லாம் தெரியுதே அப்பறம் ஏன் பயம்?"

"இல்ல..அந்த டிரஸ் பார்க்கும் போது எல்லாம் எனக்கு.. எனக்கு அதுதான் நியாபகம் வருது.. என்னால..அது.. உண்மை" என்றவன் ஆழ்ந்த உறக்கத்திற்கு சென்றான்.

அவன் உறக்கத்திற்கு சென்றதும் அவ்வறையை விட்டு வெளியே வந்த மருத்தவர் மைத்ரேயனையும் அம்புத்ராவையும் வர சொல்லிவிட்டு தன் அறைக்கு சென்றார்.

அவர்கள் வந்ததும்" ப்ளீஸ் சிட் டவுன்.." என்றார் புன்னகை முகமாய்.

"சர் பிரதிக்கு என்ன பிரச்சனை?அவன் என்ன சொன்னான்?" மைத்ரேயன் தான் கேட்டிருந்தான்.

"சர் அவரோட ஆழ்மனசு அந்த சம்பவத்தை மறக்கல.. அதுவும் இல்லாம உங்க வீட்ல சொன்ன அந்த தீவரவாதி இறந்த

விசயத்தை அவரோட மனசு ஏத்துக்கல.. அவன் இன்னும் உயிரோட இருந்து அவர தேடி வருவான்னு நம்புறார்.."

"இல்ல அவன் நிஜமாவே இறந்துட்டான்.. மாமா ஒரு நியூஸ் பேப்பர்ல காமிச்சார்"

"அது ஏன் பொய்யா இருக்கக் கூடாது மைத்து?"என்றது அம்புத்ரா தான்.

"யுமனோட பயத்தைப் போக்க மாமா அப்படி சொல்லி இருந்தா? எனக்கு தெரிஞ்சி அவங்களோட கேஸ்ல நீங்க சொன்ன அந்த பீரியட்ல யாரும் இறந்தா மாதிரி எந்த எவிடென்ஸ்ம் இல்ல"

அதைக் கேட்டு அதிர்ந்த அவர்களோ "வாட் டூ யூ மீன்?"

"எஸ்.. மாமா பிரதிக்காக பொய் சொல்லி இருக்கார்.. அவரோட பயத்தை போக்க அப்படி சொல்லி இருப்பாங்க.. நாளடைவில அவர் நடந்ததை மறந்தா மாதிரி நடிச்சாலும் அந்த சம்பவத்தை மறக்க முடியாம இருந்து இருக்கார்.. இதை ரொம்ப கிளோஸா இருந்த உங்க கிட்ட கூட சொல்லாம இருந்தது தான் பிரச்சனை.. இப்ப நாம செய்ய வேண்டியது அவரோட மனசுல இந்த விசயத்தை அழிக்கணும் அவர அப்படி செஞ்வன் இன்னும் உயிரோட இருந்தா அவனுக்கான தண்டனை பிரதி கையால நடக்கணும்.. அண்ட் மோஸ்ட் இப்பார்ட்டெண்ட்(important)அந்த தீவரவாதி போலீஸ் இல்லன்னு புரிய வைக்கணும் நான் சொல்றது சரியா டாக்டர்? "

அவள் பேசுவதையே ஆவென பார்த்துக் கொண்டு இருந்த மருத்தவர்" எஸ் யூ ஆர் அப்ஸலூட்லி(absolutely) கரெக்ட் மேடம்.. நீங்க சொல்றா மாதிரி அவருக்கு உண்மை தெரிஞ்சி மனசுல இருக்க கோபமோ தூக்கமோ அது வெளிய வரணும்..அப்ப தான் அவரோட பயம் தெளியும்"

மருத்துவருக்கு நன்றி சொல்லிவிட்டு வெளியே வந்தவர்கள் ஆழ்ந்த உறக்கத்தில் இருந்த பிரதியுமனை கவலை தோய்ந்த முகத்தோடு பாரத்திருந்தனர் இருவரும்.

"அம்மு இப்ப என்ன செய்ய போற..வீட்ல இருந்து கால் பண்ணிட்டே இருக்காங்க.. நானும் என்னென்னவோ பேசி சாமாளிச்சிட்டு இருக்கேன்"

அவள் எதுவும் பேசாமல் பிரதியை பார்த்திருக்கவும் "அம்மு உன்னைத் தான் கேட்கறேன்" என்றான் அவள் தோளை உலுக்கியவாறு.

"எனக்கு கொஞ்சம் டைம் வேணும்.. யுமன அப்படி செஞ்சவன் உயிரோட இருக்கானா இல்லையான்னு நாளைக்கு சொல்றேன்.. அதுவரை அவரை பத்திரமா பார்த்துக்கோங்க" விறு விறுவென மருத்துவமனையை விட்டு வெளியேறினாள்.

அவள் சென்றதையோ தனக்கு நேர்ந்த எதையும் அறியாது துயில் கொண்டிருந்தான் அவளின் பிரதியுமன்.

அன்று முழுவதும் மருந்தின் வீரியத்தால் உறங்கி கொண்டிருக்க இவளோ வெறி கொண்ட வேங்கையென மான்ஸ்டர் கேங்கை பற்றி மறுபடியும் ஆதி முதல் அந்தம் வரை ஆராய தொடங்கினாள்.

"மேடம் எனீ ப்ராப்ளம்?" தானாக கதிர் வந்து பேசியிருந்தான் இத்தனை நாட்களில் இவளிடம்.

அதில் நிமிர்ந்து நோக்கியவளின் உதடுகளிலிருந்து வெளிவந்தது சின்ன சிரப்பொன்று "இல்ல.. ஆனா சீக்கிரமே மும்பை போகணும்"

"மும்பை எதுக்கு?"

"மான்ஸ்டர பார்க்க தான்.. நீங்க ரெடியா இருங்க இது ஒரு சீக்ரெட் மிஷன்.."

"அப்ப கேரளா போலீஸ்க்கு நாம வர விசயத்தை சொல்லிடலாமா?"

"ஐ செட் இட் இஸ் சீக்ரெட் மிஷன்" அவளது குரலில் அடக்கப்பட்ட கோபம்.

இத்தனை வருடத்தில் அவள் எதற்காகவும் தன் கோபத்தை அடக்கியதில்லை ஆனால் இன்று ஏன் இந்த சினம் என அவனால் புரிந்து கொள்ள இயலவில்லை.

வேறெதுவும் பேசாது" ஓகே மேம்" என நகர போனவனை" மும்பை போக ரெடியா இருங்க அண்ட் நம்ம கூட பிரதி அண்ட் மைத்ரேயன் வருவாங்க"

அவர்கள் பெயரைக் கேட்டதும் "மேடம் சீக்ரெட் மிஷன்ல உங்க பேமலி மேம்பர் மட்டும் இங்குலூட்(include) ஆனா தப்பு இல்லை போல?" அவன் கேள்வியில் அத்தனை கேலி.

"என்னோட பேமலி மேம்பரா வந்தா தானே.. அவங்க டிபார்ட்மென்ட் மூலமா வர போறாங்க"

அங்கே..

"அம்மு ஆர் யூ ஜோக்கிங்? வீ காண்ட் அதுவும் பிரதி இப்ப உன்மேல கோபமா இருக்கான்..இப்ப போய் அதுவும்.. ஏன் இப்படி யோச்சிச்ச?"

" காரணம் இருக்கு மைத்து..அப்பறம் என் மேல அவர் கோபமா இருக்கலாம்.. அந்தக் கோபம் அம்புத்ரா ஐபிஎஸ் மேல தான் அவரோட அம்பு மேல இல்ல.. சோ நீங்க ரெடியா இருங்க"

"அப்பறம் அம்மு நம்ம கூட நிர்குணா வருவால்ல?" என்றான் நெளிந்தவாறு.

அவன் கேட்டதில் சிரித்தவள்" உங்களுக்கு அவ நம்ம கூட வரணும்னு ஆசையா?"

ஈஈஈ

"பட் வீ டொண்ட் நீட் எ டாக்டர்"

"போற இடத்துல காயம் பட்டா என்ன செய்றது?"

"ஓகே பட் கதிர் வரார் நம்ம கூட"

" ஓ அப்ப விஷாலிய கூப்பிட்டுக்கலாம் எல்லாரும் ஒன்னா போகலாம்"

"மைத்து நாம போறது டிபார்ட்மென்ட் வேலைக்காக.. அதுவும் கமிஷனர் கிட்ட ஸ்பெஷல் பர்மிஷன் கேட்டு.. என்னவோ ஹனிமூன் டிரிப் போறா மாதிரி ஜோடியா போகலாம்னு சொல்றீங்க?" முறைத்தப்படி கேட்டாள் அவள்.

" சரி சரி வேண்டாம்.. உன்னோட வருங்கால புருஷனை எப்படி சம்மதிக்க வைக்க போற?" பேச்சை திசை திருப்பினான் மைத்ரேயன்.

" நான் ஏன் கஷ்டப்படணும் அதுக்கு தான் நீங்க இருக்கீங்களே" என்றவளின் மீது அதிர்ந்த பார்வையை வீசி இருந்தான்.

அம்புத நல்லாள் - 21

மான்ஸ்டர் கும்பலை பிடிக்க அம்புத்ராவுடன் பிரதியுமன் செல்ல மைத்ரேயனின் உதவி தேவைப்பட்டது..

"ஏய் அம்மு என்ன சொல்ற நீ என்னால இது முடியுமான்னு தெரியல"

"நீ எவ்வளவு பெரிய ஆளு.. உங்க பேச்சு திறமைக்கு முன்னாடி இதெல்லாம் ஒரு விஷயமா மைத்து?"

"போதும்.. நீ கலாய்கிறேன்னு பச்சையா தெரியுது.. பேசித் தொலைக்கிறேன்.. அந்த எருமை எந்த நிலைமையில இருக்கோ நான் வேற கொஞ்சம் ஓவரா சவுண்டு விட்டுட்டு வந்தேன்"

" வீரனுக்கு இதெல்லாம் சகஜமப்பா"

அவளை முறைத்தவன்" அது வீரனுக்கு எனக்கு இல்ல"

" உன் அருமை உனக்கு தெரியாது மைத்து போங்க போங்க நமக்கு டைம் இல்ல.. நீங்க அவரக் கூட்டிட்டு வந்தா தான் நான் நிர்குணாவ கூட்டிட்டு வர கமிஷனர் கிட்ட பேசுவேன்" என கண் சிமிட்டினாள்.

நிர்குணா என்ற பெயர் அவன் காதில் விழுந்த மறுநொடி ஓடியிருந்தான் பிரதியுமனைப் பார்க்க.

அங்கே அவன் இன்னும் நிலையில்லாமல் இருந்தான்.. அம்புத்ராவைப் பற்றிய உண்மை தெரிந்த பின்னர் அவளைப் பார்க்கும் பார்வை மாறியது.. அவ்வப்போது காதல் கண்களால் பார்த்தாலும் அதை பயத்தின் விழிகள் மறைத்தன..அங்குமிங்கும் அலைப்பாய்ந்த பிரதியுமனின் கண்கள் அப்பொழுது தான் மைத்ரேயன் அங்கே நிற்பதை கண்டு கொண்டது.

குழப்பமாய் இருக்கும் சமயத்தில் மைத்ரேயனைக் கண்டால் தாவி அணைத்து கொள்ளும் பிரதியுமன் இன்று ஓர் வெற்றுப் பார்வை வீசினான்.. அந்த பார்வையை கண்ட இவனோ 'இவன் என்ன இப்படி லுக் விடுறான்? இவ வேற என்னை நல்லா கோர்த்து விட்டுட்டு போயிட்டா.. கடவுளே நீ தான் உதவி பண்ணணும்' என மனமாற வேண்டிக் கொண்டவன் ஓர் அடி எடுத்து வைத்தான் அறைக்குள்.

"பிரதி"

அவனிடமிருந்து எந்த ஒரு அசைவும் இல்லை..

ஆழ பெருமூச்சோன்றை விடுத்தவன் பேச ஆரம்பித்தான்.

"பிரதி நாம இன்னைக்கு நைட் மும்பை போகணும் வேலை இருக்கு"

மைத்ரேயன் சொன்னதும் திரும்பி "நான் எங்கையும் வரர்தா இல்லை.. என்னைத் தொல்லை பண்ணாம இங்கிருந்து போ" கோபமாய் வந்தது அவன் வார்த்தைகள்.

"இதை நான் ஊர் சுற்றி பார்க்க கேட்கல பிரதி"

"அப்பறம் வேற எதுக்கு? இன்னும் என்ன சொல்லி ஏமாத்த போறீங்க? எதுக்கு மும்பை போகணும்னு சொல்லு?"

"அதான் சொன்னேனே வேலை இருக்குன்னு" இவனும் காட்டமாகவே பேசினான்.

" என்ன வேலை இருக்கு அங்க அதுவும் உன்கூட?"

"என்கூட வேலை இருக்குன்னு நான் எப்ப சொன்னேன்"என தன் வாய்க்குள்ளே முனங்கியவனை" வாட் சத்தமா சொல்லு மைத்து"

நீண்ட நேரத்திற்கு பின் அவனது மைத்து என்ற அழைப்பு புதிய உத்வேகத்தைக் கொடுக்க தயங்காமல் அனைத்தையும் சொல்லி முடித்தான்.

அவன் சொல்லி முடித்ததும்" ஏய் என்ன விளையடுறீயா அவளோட நிழல் கூட படாம இருக்க தான் விரும்பறேன்..உனக்கு போகணும்னு இருந்தா போய்க்கோ என்னை விடு"

"உன்னை விட்டுட்டு போனா என்னை அவ சேர்க்க மாட்டா ஒழுங்கா கிளம்பு" என அவன் தோள் தொட்டு அழைத்தான்.

"மைத்து திஸ் இஸ் ஏ லிமிட் எனக்கு வர இஷ்டமில்லை என்னை தனியா விடேன்" அலுத்துக் கொண்டான் பிரதியுமன்.

" டேய் நான் என்ன உன்னைச் சேர்த்து வைக்க கூட்டிட்டுப் போறேன்னு நினைப்பா? கண்டிப்பா இல்ல நீ எப்படியாவது போய் தொலை இது ஆபிஷியல் டிரிப்"

"எது? என்ன கதை விடுறீயா?"

" ஆமா நீ சின்ன குழந்தை பாரு உன்னை கதைச் சொல்லி தூக்க வைக்க.. போவீயா.. நீயா வந்தா மரியாதை இல்லன்னா உன்னை அவ கட்டி தூக்கிட்டு போனாலும் ஆச்சரியப்படுறத்துக்கு இல்ல"என கூறிக் கொண்டே செல்லும் அவனைப் பார்த்து" என்னால வர முடியாது என்ன பண்ண முடியுமோ பண்ணிக்க சொல்லு ஆனா இந்த இடத்த விட்டு எழுந்துக்க மாட்டேன்"

மைத்ரேயன் எதுவும் பேசாமல் சிரித்தபடி சென்றுவிட்டான் சமையலறைக்குள்.

அடுத்த சில நிமிடங்களில் தொலைபேசி அழைக்க அதை எடுக்க மனமில்லாமல் அமைதியாக இருந்தான்.. அது அடித்து முடிந்ததும் இவன் அமைதியை கெடுக்கும் வகையில் அலைபேசி அழைக்க எடுத்துப் பார்த்தவனின் விழிகள் ஆச்சரியத்தில் விரிந்தது.

"ஹலோ பாஸ் குட் ஆப்டனூன்"

"மிஸ்டர் பிரதியுமன் உங்களுக்கு ஒரு சீக்ரெட் மிஷன்ல வொர்க் பண்ற வாய்ப்பு கிடைச்சு இருக்கு.."

"என்ன மிஷன் யார் கூட? எதுக்காக?"

"போக போறது உங்க சிட்டி அசிஸ்டெண்ட் கமிஷனர் கூட.. மிஷன் பத்தி நீங்க போகும் போது சொல்வாங்க"

அசிஸ்டெண்ட் கமிஷனர் என்ற வார்த்தையைக் கேட்டதும் எண்ணெயில் போட்ட கடுகாய் ஆனது அவன் முகம்.

" ஹலோ பிரதியுமன் வாட் ஹபன்? ஆர் யூ தெர்?"

" எஸ் சார் பட் ஐ காட் டூ இட்..ஐயம் சாரி"

" பிரதி வாட் இஸ் திஸ் நீங்க தான் நம்ம கம்பெனில ரொம்ப டெலண்டான பர்சன் உங்க மேல இருந்த நம்பிக்கையிலையும், என் பேச்சை இதுவரை நீங்க மறுத்தது இல்லன்ற தைரியத்துல தான் அவங்க கூட அனுப்பி வைக்கிறேன்னு நான் சொன்னேன்.."

"சார் நீ வேற என்ன சொன்னாலும் கேட்குறேன் பட் இது என்னால முடியாது.. என்னோட சூழ்நிலை அப்படி"

"பிரதி என்னோட மானம், மரியாதை நம்ம கம்பெனி ஓட நேம் எல்லாம் இந்த மிஷன் முடிச்சி குடுத்தா பல மடங்கா உயரும்.. உனக்கும் இதுல பேனிபிட் இருக்கு" என அவனுக்கு என்ன ஆதாயம் கிடைக்கும் என்பதை எடுத்து சொல்லவும் ஒரு வழியாக ஒரு மணி நேரத்திற்கு பின் ஒத்துக் கொண்டான் பிரதியுமன்.

என்ன தான் ஒத்துக் கொண்டாலும் அவனின் மனது அவளுடன் பயணிப்பதைப் பற்றிய சிந்தனையில் மூழ்க, இவனின்

நிலையை பார்த்த மைத்ரேயனோ மடமடவென வேலைகளை பார்க்க ஆரம்பித்தான்.

அடுத்த பத்தாவது நிமிடத்தில் உணவினை தயாரித்தவன் இவனை அழைக்கவும் வேண்டா வெறுப்பாக வந்தமர்ந்தான்..

நண்பர்கள் இருவரும் சாப்பிடுவதற்கு தவிர மறந்தும் வாயை திறக்கவில்லை.. பொறுத்துப் பார்த்த மைத்ரேயன் "பிரதி இட்ஸ் நாட் நார்மல் எதாவது பேசு இப்படியே அமைதியா இருந்தா எனக்கு என்னவோ போல இருக்கு"

அவனை நிமிர்ந்து பார்த்தவன் "சாப்பாட்ல உப்பு அதிகமா இருக்கு" என தன் உணவினை முடித்துக் கொண்டதாய் கைகழுவி விட்டு எழுந்தான்.

"டேய் என்ன நக்கலா? பேசுன்னு சொன்னா உப்பு இருக்கு உரப்பு இருக்குன்னு சொல்லிட்டு போற? என்ன என்னைப் பார்த்தா எப்படி இருக்கு?"

மேலிருந்து கீழ் வரைப் பார்த்தவன் " எல்லாம் நல்லா தான் இருக்க.. அப்பறம் எதாவது பேசுன்னு சொல்லிட்டு இப்ப என்னை குறை சொல்றது எந்த விதத்துல நியாயம்?"

" ஓ சார் அப்படி வரீங்களோ? சரிடா கிளம்பு இன்னைக்கு நைட் பிளைட் என்னென்ன தேவையோ எல்லாத்தையும் எடுத்து வச்சிக்கோ அம்மு மத்த எல்லாரையும் கூட்டிட்டு இங்க வந்துருவா"என எழ போனவனை,

" மைத்து வெயிட்"

அவன் என்ன என்பது போல் திரும்பி பார்த்தான்" அவ எதுக்கு இங்க வரணும்? நாம போகலாம் எங்க வரனும்ன்னு கேட்டு சொல்லு நாம தனியா போவோம்"

'எது? கெட்டது குடி.. இவன் கூட போகவா நான் இவ்வளவு கஷ்டப்பட்டேன்.. ஆண்டவா இது என்ன எனக்கு வந்த

சோதனை' என வேண்டிக் கொண்டு இருந்தவனை காக்க வந்த தெய்வமாய் உள்ளே நுழைந்தான் கதிர்.

" பிரதி சார் மேடம் உங்க இரண்டு பேரையும் பேஸ் புல்லா கவர் பண்ணிட்டு வர சொன்னாங்க அண்ட் கொஞ்சம் சீக்கரம் யாருக்கும் தெரியாம நாம போய் ஆகணும்" என்றவன் வந்த வேலை முடிந்து விட்டது என்பதைப் போல் கிளம்பியவனை "கதிர் நிர்குணா வந்துட்டாளா?"

அவனும் பிரதியும் ஒரு சேர முறைத்ததில்'கொஞ்சம் ஓவரா தான் போறோமோ? ப்ச் கேட்டாச்சு பதில் என்னனு தெரியற வரை கெத்த மெயின்டெய்ன் பண்ணுவோம்' மனதிற்குள் எண்ணியவனாய் கதிரின் முகத்தை பதிலுக்காக பார்த்திருக்க அவனோ பல்லைக் கடித்துத் தன் சினத்தை அடக்கியவனாய்" வந்தாச்சு சீக்கிரம் வந்து சேருங்க" என்றவன் விறு விறுவென படிகளில் இறங்கிய சத்தம் அவனின் கோப அளவை வெளிப்படையாக காட்டியது.

கதிர் சென்றதும் புன்னகை முகமாக நின்றவனை "ஏய் அறிவு கெட்டவனே கதிர் கிட்ட போய் நிர்குணாவ பற்றி கேட்குற?"

"இது என்னடா வம்பா போச்சு? அவன் தானே நம்மள கூப்பிட வந்தான் பின்ன அவன் கிட்ட கேட்காம வேற யார் கிட்ட கேட்க சொல்ற? சரி சரி வா போகலாம் உன்னோட ஹூடி எடுத்துக்கோ"

இருவரும் தங்களின் முகத்தை மறைத்தவாறு வெளியே வந்ததும் அவர்களுக்கென காத்திருந்த வாகனத்தில் ஏறி அமர அது புயலென சிறிக் கொண்டு கிளம்பியது.

" அம்மு இது என்ன வேஷம்? இவகூட என்னவோ இப்படி இருக்கா? ஏன் இப்படி?"

" சொல்றேன் மைத்து" என்றவள் வாகனத்தை செலுத்துவதிலேயே குறியாக இருந்தாள்.

முக்கால் மணி நேர பயணத்திற்கு பிறகு அவர்கள் விமான நிலையத்தை அடைந்து விட்டிருந்தனர்.

ஆனால் உள்ளே செல்ல எத்தனித்தவர்களை தடுத்து நிறுத்தினான் கதிர்.

என்ன என்பது போல் பார்த்த பிரதியிடம்" நாம இங்கிருந்து பிளைட்ல போகல ஆன் ரோடு தான் போக போறோம் வேற கார்ல" என்றவன் அம்புதராவை பார்க்க அவளும் ஆமாம் என்பதாய் தலையசைத்தாள்.

ஏன் என்று வாயெடுத்த மைத்ரேயனை சொல்கிறேன் என்பது போல் செய்கை செய்யவும் வேறு வழியின்றி அமைதியானான்.

அவளை முறைத்தவாறே பிரதியுமன் அவள் காட்டிய காரில் அமர அதன் பின் ஏறிய மற்றவர்களையும் சுமந்து கொண்டு பயணிக்க துவங்கியது அந்த எஸ்யூவி வாகனம்.

காருக்குள் அத்தனை அமைதி பிரதியுமனும் அம்புத்ராவும் ஒரு வார்த்தை பேசவில்லை, இவர்களின் நிலையை பார்த்த மைத்ரேயனும் நிர்குணாவும் கூட அமைதியாகவே பயணிக்க வேண்டியதாக இருந்தது.. கதிர் மட்டும் ஓட்டுனரிடம் வளவளத்துக் கொண்டே வந்தான்.

கிட்டதட்ட 13 மணி நேரம் பயணம்.. எவ்வளவு நேரம் அமைதியாக இருந்து விட முடியும் அதுவும் மனங்கவர்ந்தவர்களை அருகில் வைத்துக் கொண்டு? இரவு உணவை முடித்துக் கொண்டு காரில் ஏற போன நிர்குணாவை "குணா நீ என் பக்கத்துல உட்காரு" என தன்னோடு இருத்திக் கொண்டான் மைத்ரேயன்.

வேறு வழியின்றி பிரதியுமன் அம்புத்ராவின் அருகில் அமர்ந்தான்.. தன்னவளின் உடல் உரச அமர்ந்தவனின் மனம் ஊமையாய் கதற மெல்லமாய் அவள் அறியாத வண்ணம் பார்த்தான்..

அவன் பார்ப்பதை இவள் அறிந்தும் தன்னவனை திரும்பி பார்த்தால் எங்கே அவன் பார்வை தன்னை விட்டு அகன்று விடுமோ என்ற எண்ணம் தோன்ற சாளரம் வழியே வாகனத்தின் மேல் பார்வையை செலுத்துவதைப் போல நடித்துக் கொண்டிருந்தாள் அந்த காவல்துறை அழகி.

இருவரின் செய்கைகளை சிறியவர்கள் கண்டுக் கொண்டாலும் மென்னகை சிந்தியவர்களாக தங்களின் பேச்சுகளை தொடர்ந்தனர்.

ஒருகட்டத்தில் அம்புத்ரா, கதிர், வாகன ஓட்டுநரை தவிர மற்ற மூவரும் உறங்க.. ஒரு மேட்டில் கார் ஏறி இறங்க பிரதியுமனின் தலை அம்புத்ராவின் தோள் மேல், தீடீரென்று அவன் கணம் இவள் தோள் மேல் இருக்கவும் திடுக்கிட்டவளாய் திரும்பியவள் அவன் முகத்தைப் பார்த்ததும் தன்னையும் அறியாமல் ரசிக்க துவங்கினாள்.

எத்தனை நேரம் ரசித்தாளோ அவளையும் அறியாமல் இவளும் அவன் மேல் சாய்ந்து உறங்க அங்கே இதமான சூழல் உருவானதை போன்று கார் மிதமான வேகத்தில் மறுநாள் முற்பகல் மும்பை வந்தடைந்தது.

மும்பை வந்ததும் முன்னரே ஏற்பாடு செய்து வைத்த ஒரு நட்சத்திர ஓட்டலின் வரவேற்பறையில் இவர்கள் காத்திருக்க அங்கே வந்த மேலாளர் "மிஸஸ் பிரதியுமன் உங்களுக்கான ஹனிமூன் சூட் ரூம் ரெடி அண்ட் மற்றவர்களுக்கான தனியறையும் ரெடி ஹாவ் எ நைஸ் டேஸ்" என அவர் நகர இவன் அவளை முறைத்ததில் திருதிருவென முழித்தாள் அந்த பேதை.

அம்புத நல்லாள் - 22

"மிஸஸ் பிரதியுமன் உங்களுக்கு ஹனிமூன் சூட் ரூம் ரெடி" என மேலாளர் சொல்லி விட்டு நகர பிரதியுமன் மட்டுமின்றி அனைவரது பார்வையும் அந்த பாவையின் மேலேயே நிலைத்திருந்தது..

அப்பார்வையை எவ்வாறு சமாளிப்பது என யோசித்த வேளையில் ஆபத்பாந்தவனாய் வந்த நின்றனர் ஓட்டலின் பணியாளர்கள்.

" சார், மேடம் உங்க லக்கேஜ் எல்லாம் கொடுங்க உங்க ரூம்ல எடுத்துட்டு போய் வச்சிடுறோம்.. மத்தவங்க ரூம் கூட உங்க ப்ளோர் தான் இருக்கு.. சோ எல்லாரும் வாங்க" என அவன் இந்தியில் கூறவும் "ஆமாமா வாங்க எவ்வளவு வேலை இருக்கு சீக்கரம் ஹரிஅப்" என ஓட்டமும் நடையுமாக பணியாளர்களை பின்தொடர்ந்தாள் அம்புத்ரா.

அனைவர் முன்னிலையிலும் எதுவும் கேட்க முடியாத நிலையில் மற்றவர்களும் அவளை பின் தொடர வேண்டியதாயிற்று.

தங்களின் அறைக்குள் வந்ததும் ஓட்டலின் பணியாளர்கள் வெளியேறும் வரை நாகரீகம் கருதி அமைதி காத்த பிரதியுமன் அவர்கள் அறையை விட்டு நீங்கிய பிறகு அதனைத் தவற விட்டான்.

"ஏய் உன்கிட்ட பேச கூடாதுன்னு தான் நினைச்சி இருந்தேன்.. ஆனா நீ செஞ்ச வேலையால என்னால என் கோவத்தை அடக்க முடியல.. உன்கிட்ட உண்மைய மட்டும் நான் எதிர்பார்க்கவே கூடாது போல? கேள்வியாய் அவளை நோக்கியவன் அவளிடம் பதிலேதும் இல்லாது போகவே மேலும் தொடர்ந்தான்..

உன்கிட்ட தானே பேசிட்டு இருக்கேன்? பதில் பேசு.."

அவளோ" ஓஓ நீங்க என்கிட்ட தான் பேசிட்டு இருக்கீங்களா? நான் நீங்க ஏதோ தனியா புலம்புறீங்கன்னு நினைச்சேன் "என்று இவள் நக்கலாக சொல்லவும்,

முறைத்தவன்" என்ன கொழுப்பா? இந்த ரூம்ல உன்னையும் என்னையும் தவிர வேற யார் இருக்கா?"

" இல்ல யுமன் நீங்க இத்தனை நாளா என்கிட்ட பேசவே இல்ல நான் பேச வந்த போதும் என்னையும் பேச விடல அதான் சந்தேகம் வந்தது.. இன்பேக்ட் சந்தேகப்படுறது தானே என் வேலையே" என இவள் தன் தோளைக் குலுக்கி சொல்லவும்

அதுவரை அமைதி காத்தவன் வேலை என்றதும் நடந்த விசயங்கள் ஞாபகம் வர அவளை தீயாய் முறைத்தான்.

'ஐய்யோ என்ன யுமன் முறைக்கிறாரு.. ஓ வேலையை பற்றி சொன்னதும் வேதாளம் மறுபடியும் முருங்கை மரம் ஏறியாச்சு போல' என நினைத்தவள்" யுமன் நான் சொல்றத கொஞ்சம் கேளுங்க"

" நான் கேட்குறதுக்கு நீ பதில் சொல்லு முதல்ல"

பெருமூச்சோன்றை விடுத்தவள் "நீங்க என்ன கேட்க போறீங்கன்னு தெரியும் இருந்தாலும் அதை உங்க வாயால கேட்க நினைக்கிறேன்.. அட்லீஸ்ட் அப்படியாவது என்கிட்ட கொஞ்சம் நேரம் பேசுவீங்கல" ஏக்கமாக அவள் சொல்வதைப் பொருட்படுத்தாமல்,

அவளை ஒருமுறை ஏறிட்டவனின் பார்வையிலிருந்து என்ன நினைக்கிறான் என இவளுக்கு புரியவில்லை.. எத்தனையோ கைதிகளிடம் இவள் விசாரித்து இருக்கிறாள், அவர்களின் கண் அசைவை வைத்தே மனதிலுள்ளதை படிப்பாள் இவள் ஆனால் மனங்கவர்ந்தவனின் மனதில் இருக்கும் எண்ணத்தை படிக்க முடியாத நிலையை எண்ணித் தன்னையே நொந்து கொண்டாள் அம்புத்ரா.

"என்ன கேட்கவா?" என்றான் பிரதியுமன்.

"தராளமா கேளுங்க"

"எதுக்காக என்னை இங்க கூட்டிக்கிட்டு வந்த?"

"நான் என்னவோ உங்கள கடத்திட்டு வந்தா மாதிரி பேசுறீங்க உங்க கூட தானே மைத்து, கதிர், நிர்குணா எல்லாரும் வந்தாங்க அதுவும் இது ஆபிஷியல் டிரீப்.. சம்மதம் சொல்லி தானே கூட வந்தீங்க? " கேள்வியாய் நிறுத்தினாள் இவள்.

"எஸ் நீ சொன்னா மாதிரி இது ஆபிஷியல் டிரிப் னு சொல்லி தான் நான் இல்ல நாங்க எல்லாரும் வந்தோம் ஆனா வந்த இடத்துல நீ என்ன செஞ்சி இருக்க? ஹனிமூன் சூட் ரூம் அதுவும் உஷாரா உனக்கும் எனக்கும் மட்டும்! என்ன மாதிரியான பிளானிங்! வாவ் வெல் பிளான்ட் அம்புத்ரா கிரேட்.. நீ இவ்வளவு சீப்பா இருப்பன்னு நான்.." அவள் வார்த்தையை முடிகக கூட விடவில்லை அம்புத்ரா.

" ஷட் அப் பிரதியுமன்.. ஷட் அப் உங்க லிமிட்ட கிராஸ் பண்றீங்க.. என்ன விட்டா ரொம்ப ஓவரா பேசுற? இது கான்பிடேன்ஷியல் மிஷன் சோ இங்க நான் இந்த மாதிரியான வேஷத்துல வந்த இருக்கும் போதே நீங்க யோசிச்சு இருக்கணும்.. நம்ம நிச்சயம் நடந்தது ஊர்ல அதுவும் அதுல நம்ம பேமலி மெம்பெர்ஸ் மட்டும் தான் கலந்துக்கிட்டதுனால உங்கள வெளி ஆளுங்க யாருக்கும் தெரியாது.. சோ உங்களுக்கு என்ன வேஷமும் கொடுக்கல அதே மாதிரி மைத்ரேயனுக்கும் நிர்குணாவுக்கும் கூட..

இங்க பொறுத்தவரை நீங்க இந்த ஆயிஷாவோட ஹஸ்பண்ட்.. நீங்களும் நானும் லவ் பண்ணி கல்யாணம் பண்ணிட்டு இங்க வந்து இருக்கோம்.. அண்ட் இந்த சூட் ரூம் பற்றி எனக்கே தெரியாது"

" ஆமா ஆமா உனக்கு எதுவும் தெரியாது பாரு.. பொய் சொல்லி என்னை ஏமாத்தினவ தானே நீ?"

" ஏய் வெயிட் என்ன எப்ப பார்த்தாலும் பொய் சொன்னேன் சொன்னேன்னு செல்லிட்டு இருக்க? நான் மட்டும் தான் பொய் சொன்னேனா? ஏன் வேற யாரும் உன்கிட்ட பொய் பேசலையா? அந்த பொய் கூட உங்க மேல இருந்த காதல்னால தான் சொன்னேன்.. அது எனக்கு தப்பா தெரியல அண்ட் நம்ம பேமலில இருக்கவங்க கூட அதுக்காக தான் நான் போலீஸ்ன்ற உண்மைய மறைச்சாங்க.. நீங்க நல்லா இருக்கணும் எதுக்கும் பயப்பட கூடாதுன்னு நினைச்சது தப்புன்னா நாங்க பண்ணது தப்பாவே இருக்கட்டும்..

அண்ட் ஒன் மோர் திங் இந்த சூட் ரூம் பற்றி எனக்கு எதுவும் தெரியாது அதுவும் இல்லாம என்னை ஒதுக்கணும்னு நினைக்கிறவங்க கிட்ட தாழ்ந்து போற அளவுக்கு கேவலமானவ நானில்லை" என அவள் அங்கிருக்கும் பால்கனிக்கு செல்ல இவனுக்கே தான் அதிகமாக பேசிவிட்டோமோ என்ற எண்ணம் தோன்றாமல் இல்லை.. அதே நேரம் அவர் மட்டும் அப்படி பேசலாமா? என மனதில் தோன்றிய நேரம் அவள் அலைபேசி அழைக்க, மறுமுனையில் அழைத்தது அவள் மற்றொரு தந்தையாக நினைக்கும் கமிஷனர் வெற்றிமாறன்..

குரலில் மகிழ்ச்சியே இல்லாமல்" சொல்லுங்க அப்பா" என்றவளை "என்னடா அம்மு என்ன ஆச்சு? ஏன் குரல் ஒரு மாதிரியா இருக்கு?"

அதெல்லாம் ஒண்ணுமில்லை அப்பா சொல்லுங்க என்ன விசயமா கால் பண்ணீங்க? ஏனோ தானோவென வந்தது அவள் கேள்விகள்.

"சரி நான் இதுக்கு மேல கேட்டாலும் நீ சொல்ல போறது இல்ல.. சரி மாப்பிள்ளை என்ன பண்றார்? உங்களுக்கு ரூம் அரேன்ஞ் பண்ண சொன்னேனே எல்லாம் சரியா பண்ணி இருக்கானா?"

"என்னது இந்த ரூம் அரேன்ஞ் பண்ண சொன்னது நீங்களா? ஏன் இப்படி பண்ணீங்க?"

"என்னடா பைவ் ஸ்டார் ஓட்டல் தானே உனக்கு ரூம் பிடிக்கலையா? இல்லை அங்க இருந்த சரியா வராதுன்னு பீல் பண்றீயா?"

" அய்யோ அப்பா எங்களுக்கு எதுக்கு ஹனிமூன் சூட் ரூம் ரெடி பண்ணி இருக்கீங்க? நான் தான் இப்படி பண்ண சொன்னேன்னு என்னை பிடிச்சி கத்துறாரு உங்க அருமை மாப்பிள்ளை"

சற்றே அதிர்ந்தவர்" அம்மு இது நான் ஏற்பாடு பண்ணலடா நான் புக் பண்ணா சந்தேகம் வரும்னு மைத்து கிட்ட சொல்லி புக் பண்ண சொன்னேன்"

" என்னது அவன் பண்ண வேலையா இது?" என அழைப்பைத் துண்டித்து விட்டு கை முஷ்டியை முறுக்கியவாறு அவனை அடிக்க திரும்பியவளின் எதிரில் பிரதியுமனுடன் நடந்து வந்து கொண்டிருந்தான் அவளின் பலி ஆடு.

" பிரதி ரூம் சூப்பரா இருக்குடா.. ஆனா இந்த ரூம்க்கான பிளேஸ் இது இல்ல நல்லா குளு குளுன்னு ஒரு இடத்துக்கு போகணும்" என்றவனின் எதிரில் வந்து நின்றாள் அம்புத்ரா.

அவளைப் பார்த்ததும் பிரதி விலகி நடக்க அவனைத் தடுத்தது இவளின் ஒரு நிமிடம் என்ற வார்த்தை.

அவனோ மறுவார்த்தை உதிர்காமல் என்ன என்பது போல் பார்வை பார்த்து நின்றான்.

இவன் நின்ற அடுத்த நொடி மைத்ரேயனின் கழுத்தைப் பிடித்திருந்தாள் அம்புத்ரா.. அவள் செய்கை இவனை அதிரச் செய்யத் தாமதிக்காமல் அவள் கையை தட்டி விட்டான்.

"ஏய் உனக்கு என்னப் பைத்தியமா? எதுக்கு அவன் கழுத்தைப் பிடிக்கிற நியாமா நான் தான் அதை செஞ்சி இருக்கணும்" ஆவேசமாய் கத்தினான்.

அவனைக் கூர்ந்து பார்த்தவள் "மைத்து உண்மைய சொல்லு இந்த ரூம் எங்களுக்காக புக் பண்ணது யாரு?"

"அம்புத்ரா இதுக்கான பதில் உங்கிட்டயே இருக்கு எதுக்கு அவன கேட்குற?"

"யுமன் கொஞ்ச நேரம் நீங்க பேசாம இருங்க" இவளின் அதிகார தோரணை இவனைப் பேச விடாமல் செய்தது.

"உம் சொல்லு மைத்து இந்த ரூம் எதுக்காக புக் பண்ண? அதுவும் எங்களுக்கு மட்டும்?"புருவத்தை உயர்த்தி அவனிடம் கேட்ட விதமே சமாளிக்க நினைக்காதே என்பது போலிருந்தது.

அவன் மௌனம் சாதிக்கவும்" இப்ப நீ உண்மைய சொல்லன்னா நான் நேரா ரிஷப்ஷன்ல போய் கேட்பேன்"

மைத்ரேயனோ கலகலவென சிரிக்க ஆரம்பித்தான்.. அவனின் செய்கை அம்புத்ராவிற்கு எதையோ உணர்த்த பிரதியுமனுக்கு 'இவ மிரட்டுனதுல பையன் லூசாக்கிட்டானோ?' என்ற எண்ணமே தோன்றியது.

பிரதியுமனுக்கு மனதில் தோன்றியதும் மறுகணமே கேட்கவும் செய்தான்.." அடேய் எதுக்குடா இப்படி சிரிக்கிற? நீ தான் இந்த மாதிரி பண்ணீயா?"

அவனிடம் பதில் இல்லை.. சிரித்துக் கொண்டே இருந்தான்.

"ஆனா பிரதி உனக்கு கிடைச்ச மாதிரி பேமலி உலகத்துல யாருக்கும் அமைஞ்சி இருக்காதுடா.. யூ ஆர் சோ லக்கி" என சிரித்துக் கொண்டே சொல்லவும் "டேய் என்னடா சொல்ற? பேமலிக்கும் இதுக்கும் என்ன சம்மந்தம்?"

" புரியலையா?"

பிரதியுமன் புரியவில்லை என்பது போல் தலையை இடமும் வலமுமாக ஆட்டினான்.

"ரைட்டு உன்னையெல்லாம் எப்படி தான் வேலைக்கு வச்சாங்களோ? என்றவன் அம்புத்ரா புறம் திரும்பி" ஏன் அம்மு நீ கூடவா இன்னும் கண்டுபிடிக்கல?" என இவனும் அவளைப் போலவே புருவத்தை உயர்த்தி கேட்கவும் "அதனால தான் எனக்கு இரண்டு நாளா அவங்க கால் பண்ணலையா? நான் பண்ணாலும் வேற யாராவது அட்டெண்ட் பண்ணாங்க?"

"எக்ஸாக்டிலி(exactly)" என்று மைத்ரேயன் சிரித்தான்.

இவர்கள் பேசுவது தன் வீட்டு ஆட்களைப் பற்றி தான் எனப் புரிந்தாலும் யாரைப் பற்றி எனக் கண்டறிய முடியவில்லை பிரதியுமனால்.

" ஸ்டாப் லாபிங் போத் ஆப் யூ(stop laughing both of you) என இவன் உச்சஸ்தாயியில் கத்தவும் இவர்கள் வாயை மூடிக் கொண்டர்கள்.. இருந்தும் முழுமையாக தங்களின் சிரிப்பை அடக்க முடியாமல் போகவே கையை வாயில் வைத்துக் கொண்டு அடக்க முயன்றனர்.

" ஏய் என்ன நடக்குது இங்க? எதுக்காக இந்த டிராமா? இவ இந்த ரூம் புக் பண்ணல, நீயும் புக் பண்ணல, அப்பறம் யாரு தான் இப்படி செஞ்சது?"

ஒருவர் முகத்தை ஒருவர் பார்த்துக் கொள்ளவும் "இப்ப சொல்ல போறீங்களா இல்லையா?"

"தெய்வானை அத்தை.. உங்க அம்மா தான் இந்த ரூம் புக் பண்ணி இருக்காங்க"என அம்புத்ரா சொல்லவும் பிரதியுமன் மயங்கி விழாத குறைதான்.

அம்புத நல்லாள் - 23

"தெய்வானை என் அத்தை, உங்க அம்மா தான் இதுக்கு காரணம்" என இவள் சொன்னதும் கால்கள் தரையில் படவில்லை பிரதியுமனுக்கு..

தன் தாய் ஏன் இவ்வாறு செய்தாள் என யோசித்தவனுக்கு குடும்பமே சேர்ந்து நாடகமாடியது நிழலாட இதெல்லாம் அவருக்கு பெரிய விஷயமே இல்லை என்பது போல் தோன்றியது.. ஆனாலும் எதற்காக இப்படி ஒரு காரியத்தைச் செய்தார் என அவரிடமே கேட்க நினைத்தவன் சற்றும் யோசிக்காமல் அழைத்திருந்தான் தெய்வானைக்கு..

அம்புத்ரா அழைப்பால் என எதிர்பார்த்திருந்தவருக்கு தன் மகனின் அழைப்பு கிலியை ஏற்படுத்தினாலும் அதை உதாசீனம் செய்தவராய் அழைப்பை ஏற்றார்.

"சொல்லு பிரதி.. எப்படி இருக்க? மைத்து நல்லா இருக்கானா? அவன் எனக்கு கால் பண்ணவே இல்லடா அப்பறம் பேச சொல்றீயா?" என அவர் இவனைப் பேச விடாமல் பேசிக் கொண்டிருந்தார்
இங்கே பிரதியின் பொறுமை காற்றில் கரைந்து கொண்டிருப்பதை அறியாமல்.

"என்னடா நான் பாட்டுக்கு பேசிட்டே இருக்கேன் நீ கால் பண்ணிட்டு பேசாமையே இருக்க?"

"அம்மா பேசாத.. நான் சொல்லும் போது தான் நீ வாய திறக்கணும்.. புரியுதா?"

மறுமுனையில் அமைதியே பதிலாக வரவும் மேலும் எரிச்சலுற்றவன் " அம்மா உன்னைத் தானே கேட்குறேன் பதில் சொல்லு"

அலைபேசி ஸ்பீக்கரில் இருக்க இதையெல்லாம் மைத்ரேயனும், அம்புத்ராவும் கேட்டுக் கொண்டிருந்தனர்.

" அம்மா இப்ப பதில் சொல்ல போறீயா இல்லையா?" கர்ஜித்தான் இவன்.

அவன் கோபத்தின் அளவைக் கேட்டதும் "உம் உம்" என்று மட்டும் குரல் கொடுத்தார் தெய்வானை மறுபக்கத்தில்.

அதில் மைத்ரேயனே எரிச்சலுற்றான் "மாமி அவன் தான் கேட்குறான்ல பதில் சொல்லாம ஏன் இப்படி பண்ணிட்டு இருக்கீங்க?"

"அத்தை உங்க பையன் சொன்னத இதுவரைக்கும் அப்படியேவா செஞ்சீங்க? இல்லை அவர் தான் நீங்க சொன்னத கேட்குறாரா? வாய திறந்து பேசுங்க" என்றது வேறு யார் அம்புத்ரா தான்.

அவள் பேசியதும் தான் இவனுக்கு அவன் சொன்ன நான் சொல்லும் வரை வாயை திறக்காதே என்ற சொல் நினைவுக்கு வர "அம்மா வாயை திறந்து பேசு"என்றான் அடக்கப்பட்ட கோபத்தோடு.

அவன் சொன்ன அடுத்த நொடி" ஹப்பா "என்ற பெருமூச்சோன்றை விடுத்தவர் "பேசிட்டே இருக்கவ கிட்ட பேசாதன்னு சொல்லிட்டு பதில் சொல்லு சொல்லுன்னா எப்படி பதில் சொல்ல முடியும்? உன் பேச்சை கேட்காம அம்மாவால இருக்க முடியுமா?" என அவர் சோகம் தொய்ந்த குரலில் கூறினாலும் அவரின் புதல்வனுக்கு தெரியாதா தன் தாயைப் பற்றி.

"அம்மா நடிக்காத.. நீ என்ன நினைச்சிட்டு இப்படி பண்ண? என்ன சொல்லி இங்க ரூம் புக் பண்ண? மைத்து கிட்ட சொன்ன வேலை அதுவும் சீக்ரெட்(?)னு சொன்ன வேலையில நீ எப்படி வந்த? கடைசி கேள்வி அம்புத்ராவை உலுக்கியது அவனின் பார்வை அவளிடமே நிலைத்து நின்றது.

அவன் கேட்கும் கேள்விகள் சரிதானே? ரகசியமாக நடக்கும் வேலை எனச் சொல்லி விட்டு தன் குடும்பத்தார் உற்றார் என அனைவரும் இதில் சம்மந்தப்பட்டு இருப்பது எவ்வாறு? இது எவ்வளவு பெரிய முட்டாள்தனம்? இதை இனி ரகசிய காரியம் என சொல்லிக் கொள்வதில் என்ன பிரயோஜனம்? இந்த முறை அந்த மான்ஸ்டர் கும்பலை பிடிக்க இயலுமா? தன்னவனின் மனநிலையை மாற்ற வழி கிடைக்குமா?இவ்வாறு பல கேள்விகள் அம்புத்ரா தன்னைத் தானே கேட்டுக் கொண்டிருந்த நேரம் தெய்வானைப் பிரதியிடம் சில பல அர்ச்சனைகளை வாங்கி கொண்டிருந்தார்.. இதற்குள் அவன் தெய்வானைக்கு வீடியோ கால் செய்திருந்தான்..

சாதாரணமாக அழைத்து அவன் பேசி கொண்டிருந்த போதே பிரதி கேட்கும் கேள்விகளுக்கு அனன்யா சொன்னது போல் மறுமொழி கூறிக் கொண்டிருந்தார்.. இதை உணர்ந்த பிரதியோ வீடியோ கால் செய்திருந்தான்.

இதை எதிர்பார்க்காத தெய்வானை அழைப்பை ஏற்றவுடன் சிரித்தார்.

"பிரதி உன்னைப் பார்த்து எத்தனை நாள் ஆச்சு? ஏன்டா இப்படி துரும்பா இளச்சிப் போயிட்ட? அந்த மைத்து பையன் உன்னை ஒழுங்கா பார்த்துக்கலையா? பாவம் எவ்வளவு அழகா இருந்த பையன் இப்படி வாடி வதங்கி கருவேப்பிலை மாதரி ஆயிட்டேயே!" என தன் முந்தானையால் முகத்தை மூடிக் கொண்டு அழ ஆரம்பித்தார்.

அவரையே பார்த்து இருந்த பிரதி சற்றும் அசையாமல் அவரின் செயல்களையே பார்த்திருந்தான்.. இதனைக் கவனித்த அம்புத்ராவிற்கு" கல் நெஞ்சகாரன் அவன் அம்மா அழறாங்க அழாதன்னு ஒரு வார்த்தை சொன்னா என்ன? என மனதில் நினைப்பதாக எண்ணிக் கொண்டு முனுமுனுத்துக் கொண்டிருந்தாள்.. அவளின் முனுமுனுப்பைக் கேட்ட மைத்ரேயன்" ஏய் அம்மு இன்னுமா உன் அத்தையை நம்பிட்டு இருக்க? கொஞ்ச நேரம் வெயிட் பண்ணி பாரு எல்லாம் புரியும்" எனச் சிரித்தான்.

அங்கே தெய்வானையின் அழுகை குறைந்தபாடில்லை.. பொருத்து பார்த்த பிரதி "அம்மா போதும் நிறுத்து ஏன் இப்படி நடிக்கிற?"

அந்த நிமிடம் அழுகையை நிறுத்தியவர்" ஒரு தாயை பார்த்து என்ன வார்த்தை சொன்ன பிரதி? இது அடுக்குமா?"என சினிமா பாணியில் அவர் கேட்கவும் மைத்ரேயனால் சிரிப்பை அடக்க முடியவில்லை கலகலவென சிரித்தவனை முறைத்ததில் வாயில் கை வைத்துக் கொண்டு தன் சிரிப்பை அடக்க முயற்சித்தான்.

மறுபடியும் தன் அன்னையின் அழைப்பிற்கு திரும்பியவன் எதிரில் தெய்வானையும், அனன்யாவும் தோன்றினர்.

அனன்யா "அண்ணா" எனப் பேச வாயெடுக்கும் முன் அனன்யா நான் உன்கிட்ட அப்பறம் பேசுறேன்.. அம்மா நான் கேட்குற கேள்விக்கு பதில் சொல்லிட்டு அப்பறம் எவ்வளவு நேரம் வேணும்னாலும் அழு நான் தடை சொல்லவே மாட்டேன்" என என்றவன் அங்கிருந்த இருவரையும் பார்த்து விட்டு" இந்த ரூம் நீ தான் புக் பண்ணதா அம்பு எனக் கூற வந்தவன் தன்னை நிதானித்துக் அம்புத்ரா சொல்றா? நான் இன்னும் நம்பல ஆனா நான் நம்புறதும் நம்பாம இருக்குறதும் உன்னோட பதில்ல தான் இருக்கு" என ஆழ்ந்தப் பெருமூச்சோன்றை விடுத்தான்.

தெய்வானையால் அதற்கு மேல் சமாளிக்க முடியும் எனத் தோன்றவில்லை.. நெடிய சுவாசம் விடுத்தவர்" ஆமா நான் தான் புக் பண்ணேன்.. ஆனா அதுக்கு காரணம் இருக்கு"

அவர் சொல்வது அவன் காதில் விழுந்தால் தானே விவரம் தெரியும்.. தன் அன்னை சொன்ன ஆமாம் என்ற ஒற்றைச் சொல் அந்த நெடியவனை குறுக செய்து விட்டது.

"பிரதி பிரதி" என இவர் எவ்வளவு கூப்பிட்டும் அவன் காதில் விழவில்லை.. தூரத்தில் இருந்து அம்புத்ரா அமைதியாக இருக்கும்படி செய்கை செய்யவும் அவரும் தன் பிள்ளையின் கோபமறிந்து அமைதியாகவே நின்றார்.. பத்து நிமிடங்கள்

கழிந்தது அதுவரை தலைநிமிர்ந்து பார்க்காமல் அமர்ந்திருந்தவன் சட்டென அலைபேசியை கையில் எடுத்து "அம்மா உனக்கு இந்தி தெரியாதே அப்பறம் எப்படி நீ ரூம் புக் பண்ணதா சொல்ற? யாரைக் காப்பாற்ற பொய் சொல்ற? கேள்வி அன்னையிடம் இருந்தாலும் பார்வை நிலைத்தது அம்புத்ராவிடம் தான்.

" அய்யோ இல்ல பிரதி எனக்கு இந்தி தெரியாது தான் ஆனா இங்கிலீஷ் தெரியும்ல"

" உன் அரைகுறை இங்கிலீஷா?" புருவத்தை உயர்த்தியவாறு கேட்டான்.

"ஆமாடா.. மைத்து கிட்ட பேசிட்டு இருக்கும் போது இந்த மாதிரி இந்த மாதிரி இங்க ரூம் புக் பண்ண போறோம்.. இவங்க இரண்டு பேரும் வேற எலியும் பூனையுமா இருக்காங்க இவங்கள எப்படி சமாளிக்க போறேன்னு தெரியலன்னு சொன்னான்..

நான் தான் உனக்கு அந்த கவலை வேண்டாம் நானே ரூம் புக் பண்றேன் ஆனா ஏன் அப்படி பண்ணேன்னு கேட்க கூடாதுன்னு சொன்னேன்"

"ஏன்மா பெத்த புள்ளைக்கு இப்படி ஹனிமூன் சூட் ரூம் புக் பண்ணி தர தாயை இதுவரை நான் கேள்விப்பட்டது கூட இல்லை.. அவன் சொன்னானாம் இவங்க பெரிய குபீட்(cupid) லவ்வர்ஸ சேர்க்க வந்துட்டாங்க" எரிச்சலாக வந்தது அவன் வார்த்தைகள்.

" டேய் பிரதி என்னை இப்படியா நினைப்ப? நான் ஒன்னு சொன்னேன் அந்த ரூம் புக் பண்ணவன் இப்படி பண்ணி வைப்பான்னு நான் என்ன கனவா கண்டேன்?" அங்கலாய்த்துக் கொண்டார்.

" அடுத்த கதையா? சொல்லு அதையும் கேட்கறேன்"

" கதையல்ல நிஜம் பிரதி.. நான் இவன் சொன்னதும் அந்த ஹோட்டல் நம்பர் வாங்கி கால் பண்ணேன் எனக்கு அன்னைக்கு நெட் முடிஞ்சி போச்சி வேற வழி இல்லாம எனக்கு தெரிஞ்ச இங்கிலீஷ் வச்சி சமாளிக்களாம்னு முடிவு பண்ணி வேலையில இறங்கிட்டேன்..

இந்தப் பக்கம் கால் அட்டெண்ட் பண்ணதும் அவன் ஹௌ மே ஐ ஹெல்ப் யூ*(how may i help you)* ?னு கேட்டான்.. நானும் ரூம் புக் பண்ணனும் சொன்னேன், எத்தனைனு கேட்டான் நானும் முதல்ல 5 தான் சொன்னேன் அப்பறம் என் டாட்டர் இன் லாவும் என் சன்னும் கப்பில்ஸ் ஆல்வேஸ் பைட்டீங் ஹௌ டு ஜாய்ன்னு ஒரே கேள்வி தான் கேட்டேன் பிரதி அவன் என்னென்னவோ பேசினான் கடைசியில ஒரு லிங்க் அனுப்பி காசு கட்ட சொன்னான் என்கிட்ட தான் நெட் இல்லல ரீசார்ஜ் பண்ண சொல்லி அனன்யாவ கூப்பிட்டேன் அவளும் ஏன்னு கேட்காம காசு போட்டு விட்டா நானும் பே பண்ணிட்டேன்டா..அந்த காச கூட இதுவரை திரும்ப தரல வெற்றி அண்ணா.. இது தான் நடந்தது" எனக் கூறி முடித்தவர் அனும்மா அந்த ஜூஸ எடுத்துக்கிட்டு வா தொண்டை வறண்டு போச்சு" என்றவரை என்ன செய்தால் தகும் என்பது போல் பார்த்து வைத்தனர் மூவரும்.

இதைக் கவனித்தவர் "அதான் இந்த ரூம் புக் பண்ணது நான் தான் அம்மு இல்லன்னு தெரிஞ்சி போச்சுல அப்பறம் என்ன போய் அவகிட்ட சாரி சொல்லி சமாதானம் ஆகு.. எனக்கு நிறைய வேலை இருக்கு"என அவன் பதிலுக்காக காத்திராமல் அழைப்பைத் துண்டித்து விட்டார்.

"என்னடா உன் சந்தேகம் தீர்ந்து போச்சா? சீ எங்கள பொருத்த வரை அம்மு பொய் சொன்னது தப்பு இல்ல நீ அதையே பிடிச்சிட்டு கோவமா தான் இருப்பேன்னு சொல்றது உன்னை நீயே ஏமாத்திகறத்துக்கு சமம்.. கடவுளா பார்த்து உனக்கு ஒரு நல்ல வாழ்க்கையை அமைத்து கொடுத்து இருக்கார் அதைக் கெடுக்காதே.. இதுக்கு மேல என்ன சொல்றதுன்னு எனக்கு தெரியல "என்றவன் அம்புத்ரா புறம் திரும்பி" நீ சொன்ன

வேலைய போய் பார்த்துட்டு வரேன்" என்றவனை" பீ கேர்புல் மைத்து.. ஜிபிஎஸ் கையில இருக்குல?"

"ஹாங் எடுத்துட்டு போறேன்.. கூடவே என் மைக்கும்"

" குட் பார்த்து சந்தேகம் வராம நடந்துக்கோங்க"

" அதெல்லாம் நான் பார்த்துக்கிறேன் அம்மு.. நீயும் எங்கையோ போகணும்னு சொன்னியே?"

" ஆமா போகணும்"

" சரி நீயும் பத்துரமா இரு..மொபைல் கையில வச்சிக்கோ"

" கண்டிப்பா" என்றவள் குளியறைக்குள் புகுந்து முகத்தை அலம்பி கொண்டு வெளியே வந்தவளை தடுத்தான் பிரதி.

இவள் அவனிடம் ஏன் எனக் கேட்கவும் இல்லை இவனும் எதற்காக எனக் கூறவும் இல்லை.. நொடிகள் நிமிடங்களாக கழிய முதலில் பொறுமை இழந்தது அம்புத்ரா தான்.

" ஹலோ எதுக்காக இப்படி வழிய மறைச்சிட்டு நிக்கறீங்க? எனக்கு வேலை இருக்கு"

அதுவரை மொத்த காதலையும் தன் கண்களில் தேக்கி பார்த்தவன் அவளின் கேள்வியால் சுதாரித்துக் கொண்டு "இல்ல அது வந்து.. நான்.. நான் பண்ணது தப்பு தான் என்னனு தெரியாம உன்கிட்ட அப்படி பேசிட்டேன்..என்னை மன்னிச்சுடு அம்புத்ரா"

அதுவரை அமைதியாக கேட்டவள் அம்புத்ரா என்றழைப்பால் தன்னை இன்னும் ஒதுக்கி வைத்து பேசும் இவனை என்ன செய்தால் தகும் என்பது போல் பார்த்தவள் "சரி" என்ற ஒற்றை வார்த்தையோடு நகர போனாள்.

அவளிடமிருந்து இந்த பதிலை அவன் எதிர்ப்பார்க்கவில்லை என்பது அவனின் முகமாறுதல்களை வைத்தே இவள் அறிந்தால், இருந்தும் அமைதியாக சென்றவளை "என்ன சரின்னு மட்டும் சொல்ற?"

"வேற என்ன சொல்லணும்னு எதிர்பார்க்கிறீங்க"

"என்னை மன்னிச்சிட்டேன்னு சொல்லலாம் இல்லையா அட்லீஸ்ட் ஒரு சின்ன ஸ்மைல் பண்ணலாம் இல்லையா?"

அதுவரை அடக்கி வைத்த கோபம் துளிர்க்க "எப்படி?நீங்க என்ன வேணும்னாலும் பேசுவீங்க, அதைக் கேட்டு நான் அமைதியா இருக்கணும்.. நீங்க மனசு மாறி சாரி கேட்டா அதுக்கும் தலையாட்டி பொம்மை மாதிரி மண்டைய ஆட்டனும் இல்லையா?

நீங்க பேசுனது என்னோட கேரக்டர் பத்தி.. எந்த பொண்ணாலையும் இதை தாங்கிகவே முடியாது, ஒருத்தர் கிட்ட பேசும் போது இதை அவங்க செய்ய சான்ஸ் இருக்கான்னு ஒரு தடவை யோசிச்சு பார்த்து பேசணும், ஒருவேளை தப்பே பண்ணி இருந்தாலும் அவங்க ஏன் அப்படி செய்து இருப்பாங்ன்னு அந்த சைட்ல இருந்து யோசிக்கணும்

எல்லா பிரச்சினையையும் பொறுமையா ஹாண்டில் உங்களுக்கு சில விசயத்துல பொறுமை காத்தோட கலந்துடும் போல.. அண்ட் உங்க சாரிய நான் ஏத்துக்க டைம் எடுக்கும் அதுக்காக உங்கள வெறுத்துட்டேன் அர்த்தம் இல்ல.. என்னைக்கும் அம்பு லவ்ஸ் யுமன்" என்றவள்" நான் கொஞ்சம் வெளிய போயிட்டு வரணும் நீங்க ரெஸ்ட் எடுங்க" என கதவருகில் சென்றவள் அவள் அலைபேசி அலற எடுத்தவளுக்கு கதிரின் முகம் திரையில் தெரிய உடனே அழைப்பை ஏற்றாள்..

" சொல்லுங்க கதிர்" என்றவள் மறுமுனையில் அவன் சொன்னதைக் கேட்டு " நோ அப்படி நடக்க கூடாது.. நீங்க எங்க இருக்கீங்க" எனக் கேட்டவள் அவசரமாக வெளியே சென்றுவிட்டாள்.

இதையெல்லாம் கவனித்த பிரதியுமன் ஒருவேளை வேலையாக சென்ற மைத்ரேயனுக்கு ஏதேனும் ஆபத்தாய் இருக்குமோ என எண்ணியதும் நொடியும் தாமதிக்காமல் அவள் பின்னே ஓடினான்.

அம்புத நல்லாள் - 24

அலைபேசி அழைப்பில் கதிர் என்ன சொன்னானோ தெரியாது ஆனால் ஏதோ பிரச்சனை என்பதை மட்டும் யூகித்துக் கொண்ட பிரதி அவசர அவசரமாக அம்புத்ரா பின்னால் ஓடினான்.. அந்தி சாயும் நேரமானதால் ஹோட்டலில் நடமாட்டம் மிகக் குறைவாகவே இருந்தது.. அது இவர்களின் ஓட்டத்தைத் தடைச் செய்யவில்லை.

என்ன தான் வேகமாக ஓடினாலும் அம்புத்ராவின் மின்னல் வேகத்தை பிரதியுமனால் பிடிக்க முடியவில்லை.. தன்னால் முடிந்த அளவிற்கு வேகமாகவே ஓடினான்..

ஓடிக் கொண்டிருந்த அம்புத்ரா அலைபேசியில் பேசிக் கொண்டு செல்வது தெரிய இவனுக்கு மேலும் குழப்பமாயிற்று.

"என்ன பண்றா இவ? என்ன பிரச்சனைன்னு சொல்லிட்டு போக வேண்டியது தானே பெரிய இவ எல்லாம் தனியா ஹாண்டில் பண்ணலாம்னு நினைப்பு.. இல்ல இல்ல அசிஸ்டெண்ட் கமிஷனர்னு தைரியம்.. இவளுக்கு எதாவதுன்னா நான் என்ன செய்றது" தன்னையும் அறியாமல் அவனின் காதல் வார்த்தைகளில் வெளிப்பட்டுக் கொண்டிருந்தது.

இதை உணர்ந்தாலோ என்னவோ ஒரு நொடி திரும்பி இவன் பின்னால் ஓடி வருவதைப் பார்த்தவள் தன் பின்னால் வராதே என்பதைப் போல் செய்கை செய்து மறுபடியம் புயலேன ஓட ஆரம்பித்தாள்.

அவனுக்கோ அவள் சொல்வதை கேட்பதில் துளியும் ஆர்வமில்லை தொடர்ந்து ஓடினான்.. சில நிமிடங்கள் ஓடிய பிறகு அவள் நின்ற இடம் ஓட்டல் வெளிப்புறம்.. அங்கே கதிர் மற்றும் மைத்ரேயன் நின்றிருந்தனர்.

அவர்கள் இருவரையும் இவள் சரமாரியாக திட்டிக் கொண்டிருப்பது புரிய அவர்களிடம் சென்றான்.

இவன் வருவதைப் பாரத்தவர்கள் திடீரென அமைதியாகவும் இவனுக்கு நிலைமை சரியில்லை என தெள்ளத் தெளிவாக புரிந்தது.

"ஏய் மைத்து என்னடா என்ன ஆச்சு? ஏன் உங்க யார் முகமும் சரியில்லாம இருக்கு? உனக்கு ஏதாவது பிரச்சனையா? ஏதோ வேலையின்னு போனியே அங்க?" என்றவன் அவனை தலை முதல் கால் வரை ஆராய ஆரம்பித்தான்.. அவனுக்கு ஒன்றுமில்லை என விளங்க அடுத்து கதிரை பார்த்தான் அவனும் நன்றாகவே இருந்தான்.

அம்புத்ரா தன் எதிரே ஓடி வந்ததால் அவளுக்கும் எதுவும் இல்லை என தெரிய மீதம் இருப்பது நிர்குணா! அட அவள் எங்கே? என கேள்வி எழும்ப "மைத்து நிர்குணா எங்க?"

இவன் கேட்ட அடுத்த நொடி "பிரதி நிர்குணாவ காணும்டா எங்க போனானேன்னே தெரியல, மொபைல் சுவிட்ச் ஆப்ன்னு வருது.. தேவையில்லாம அவளை இங்க கூட்டிட்டு வந்து மாட்ட வச்சிட்டேன்னு தோணுதுடா" எனக் கிட்டதட்ட அழும் நிலையில் இருந்தான் மைத்ரேயன்.

இதைக் கேட்ட அவனுக்கு எப்படி இருந்திருக்கும்? தன் தங்கையை போலவே அவளைப் பாவித்தவனுக்கு தெரியாத ஊரில் அதும் தீவிரவாத கும்பலைத் தேடி வந்த இடத்தில் காணாமல் போனால் என்னவென்று நினைப்பது? பிரதியுமனுக்கு பூமியே சுற்றுவது போல தோன்றியது.

நிர்குணா வெளியே போனது என்னவோ சில மணி நேரம் முன்பு என ஹோட்டல் சிசிடிவியில் தெளிவாக தெரிய, புதிதாக வந்த இடத்தில் அவள் தனியாக சென்று இவ்வளவு மணி நேரமாகியும் திரும்பி வராதது கிலியை கிளம்பியது.

கதிரும் மற்றவர்களும் பதட்டமாக தேடி செல்ல நினைத்தவர்களை தடுத்தாள் அம்புத்ரா.

"ஏய் எதுக்காக இப்ப எங்கள தடுக்குற?காணாம போனது உன்னோட பிரண்ட் அதாவது நியாபகம் இருக்கா? எங்களுக்கு இருக்க படப்படப்பு கொஞ்சமாவது உனக்கு இருக்கா? பொரிந்து தள்ளினான் பிரதியுமன்.

" பிரதி அமைதியா இரு.. அவள யோசிக்க விடு" வேறு யார் மைத்ரேயன் தான்.

பிரதியுமனிடம் எந்த பதிலையும் உதிர்க்காதவள் மைத்ரேயனிடம் "தாங்க்ஸ்" என்றவள் கதிரிடம் "கதிர் எனக்கு தெரிஞ்சி நிர்குணா எங்கையாவது ஷாப்பிங் போயி இருக்கணும் பிகாஸ் அவளுக்கு எதாவது ஆபத்துன்னா எனக்குள்ள தோணுற இன்டியூஷன் உணர்த்தி இருக்கும்.. லேட்ஸ் வெயிட் பார் சம் டைம்" என அமைதியாக சொல்லவும்

"பிளடி இன்டியூஷன்.. ஹாவ் யூ லாஸ்ட் யூவர் மைண்ட்? அசிஸ்டெண்ட் கமிஷனர் தானே நீ? என்னவோ சாமியார் மாதிரி பேசுற?"

" மைத்ரேயன் அவர அமைதியா இருக்க சொல்லுங்க.. எங்க மேடம் எதுவும் யோசிக்காம செய்ய மாட்டாங்க அண்ட் அவங்களோட இன்ஸ்டிங் பெயில் ஆனதே இல்ல" கதிர் அம்புத்ராவிற்காக பேசினான்.

எவ்வளவு சொல்லியும் கேளாமல் மைத்ரேயனையும் உடன் அழைத்துக் கொண்டு அவளைத் தேட புறப்பட்ட அந்த நேரத்தில் கை நிறைய பைகளுடன் கால் டாக்சியில் ஒய்யாரமாக வந்திறங்கினாள் நிர்குணா.

அவளைக் கண்ட மைத்ரேயன் ஓடிச் சென்று கட்டி அணைத்துக் கொண்டான்.. தாயைத் தொலைத்து பிள்ளையின் உணர்வுகளே அவனிடமிருந்தது..

அவளுக்கோ எதுவும் புரியாத நிலை.. அவனின் அந்த உணர்வுகளை எப்படி எதிர்க் கொள்வது எனப் புரியாமல் இவள்

நிற்க, நிர்குணா அருகில் வந்த பிரதியுமன் மைத்ரேயனை அவளிடமிருந்து விலக்கினான்..

"நிர்குணா உனக்கு கொஞ்சமாவது அறிவு இருக்கா? எங்க போன நீ? தெரியாத ஊர்ல உன்னை காணாம எங்க போய் தேடுறது? அதுவும் இந்த மாதிரி இக்கட்டான வேலைக்கு வந்து இருக்கும் போது.."என அவன் பேசி முடிக்க கூட இல்லை அதற்குள் அவனை கைப்பற்றி தடுத்திருந்தாள் அம்புத்ரா.

பிரதியுமன் என்னச் சொல்கிறான் என அவள் யோசிக்க நேரம் கூடக் கொடுக்கவில்லை அதற்குள் அம்புத்ரா" அது ஒன்னும் இல்ல நிர்குணா புது இடம் இல்லையா அதுவும் நீ எங்க யார் கிட்டயும் சொல்லாம வெளியே போயிட்ட அதான் இவங்க எல்லாம் கொஞ்சம் பயந்துட்டாங்க அவ்வளவு தான்"

அம்புத்ராவின் வார்த்தையில் தெளிந்தவள் "அட இதுக்கா இவ்வளவு ஆர்பாட்டம்.. எனக்கு இந்த இடம் புதுசு இல்ல பிரதி அண்ணா ஏற்கனவே இங்க டிரெயினிங்காக வந்து இருக்கேன்.. இங்க என்னோட பிரண்ட் பக்கத்துல இருக்க ஹாஸ்பிடல வொர்க் பண்ணிட்டு இருக்கா சோ அவளப் பார்க்க போனேன்.. அவ ஷாப்பிங் போகலாம்னு சொன்னதும் உங்க யார்காவது இன்பார்ம் பண்ண நினைச்சேன் பட் என்னோட மொபைல் ஸ்விட்ச் ஆப் ஆகி போச்சி.. சாரி" என்றவளை என்ன சொல்வது எனத் தெரியாமல் பிரதியுமனும் கதிரும் நகர இவர்கள் மூவரும் மட்டும் ஒருத்தரை ஒருத்தர் பார்த்து கொண்டு நின்றிருந்தனர்.

முதலில் பேச்சை துவங்கியது மைத்ரேயன் தான்" குணா நீ போகும் போது என்கிட்டயாவது சொல்லிட்டு போயிருக்கலாம்ல?" ஆதங்கமே அவனிடமிருந்து வெளிப்பட்டது.

"இல்ல ரேயன் நான் உங்கிட்ட சொல்ல தான் நினைச்சேன் பட் உங்க மொபைல் ரீச் ஆகல அதுவும் இல்லாம நீங்க எல்லாம் ஏதோ முக்கியமா பேசிட்டு இருந்த மாதிரி தோணிச்சு சோ அப்பறம் சொல்லிக்கலாம்னு கிளம்பிட்டேன்"

" பட் ஒரு டெக்ஸ்ட் பண்ணி இருக்கலாம் குணா.. நீ காணாம போயிட்ட நான் எதுக்கும் லாயக்கு இல்லன்னு ஒருத்தர் என்னை வசைப்பாட ஆரம்பிச்சிட்டார்" அம்புத்ரா சொல்லியிருந்தாள்.

" அம்மு என்ன இது உனக்கு கூடவா பயம்? நம்பவே முடியலையே!" கேள்வியாய் நிறுத்தினாள் நிர்குணா.

அவளோ" எஸ் எனக்கு தெரியும் ஆனா இவ பெரிய ஜேம்ஸ் பாண்ட், உனக்கு எதாவது ஆகி இருந்தா மைத்துக்கு யார் பதில் சொல்றது?"

இதையெல்லாம் பார்த்து கொண்டிருந்த மைத்ரேயனுக்கு எதுவுமே விளங்கவில்லை" ஏய் ஸ்டாப் என்ன நடக்குது இங்க? நீ எங்க போன? அவ போன இடம் உனக்கு தெரியுமா?" என இருவரையும் பார்த்து கேட்டான்.

அதற்கு சின்ன சிரிப்பை பதிலாக அளித்த அம்புத்ரா" கொஞ்ச நேரம் வரை தெரியாது மைத்து"

"அப்படின்னா"

"அதாவது நான் எங்க போனேன்னு கொஞ்சம் நேரம் முன்ன தான் அம்முக்கு கூட தெரியும்னு அர்த்தம்" என்றாள் நிர்குணா.

" குணா விளையாடாத யாராவது ஒருத்தர் ஒழுங்கா பதில் சொல்லுங்க" எரிச்சலுடன் சொன்னான் அவன்.

"சரி சரி.. சொல்றேன், நீங்க எல்லாம் உள்ள பேசிட்டு இருந்தீங்க இல்லையா அப்ப பர்தா போட்ட ஒரு ஆள் ரூம் வாசல்ல நிற்குறத பார்த்தேன்.. அம்மு தான் வெளியே வந்து இருக்கா போலன்னு கிட்ட போய் நீ எப்ப வெளியே வந்தன்னு கேட்டேன்.. அவ்வளவு தான் நான் இல்லன்னு நான் இல்லன்னு ஓட ஆரம்பிச்சான் ஒரு நோஞ்சான்..

"அப்பறம்" கண்கள் விரிய கேட்டான் மைத்து.

அவ ஓடுறத பார்த்ததும் நானும் பின்னாடியே ஓடினேன்.. எவனோ ஒரு புண்ணியவான் ப்ளோர்ல தண்ணிய கொட்டி வச்சி இருந்தான்.. அதுல அவன் வழுக்கி விழ.. பின்னாடியே ஓடின நான்..

"நீ.. நீ.. சீக்கரம் சொல்லுடீ.. டென்ஷன் ஆகுது" வேறு யார் மைத்ரேயன் தான்.

விஷம சிரிப்பை உதிர்த்தவள், பின்னாடியே ஓடின நான்.. அவன, அவன் மேல

"அடியேய் சீக்கரம் சொல்லு..சஸ்பென்ஸ் வச்சி டென்ஷன் ஏத்தாத"

ஒன்னுமில்லை ரேயன் அவன் விழுந்ததும் அங்க இருந்த சோப்பு தண்ணிய எடுத்து அவன் முகத்துல கொட்டிடேன்.. அவன் சுதாரிக்கறத்துக்குள்ள நான் அடி வெளித்துட்டேன், அவன் ஓட ஆரம்பிச்சான், நானும் ஓடினேன்.. அங்க இன்னும் இரண்டு பேர் என்னை சூழந்துக்கிட்டாங்க..

அவங்க பேசுற பாஷை வேற மாதிரி இருந்தது.. பார்க்க டெரரிஸ்ட் போல இருந்தது.. அவங்க என்ன பேசுறாங்கனு தெரிஞ்சிக்க என்ன செய்யலாம்னு யோசிச்ச போது தான் என் கையில இருந்த ஸ்மார்ட் வாட்ச் ஞாபகம் வந்தது.. அதுல இருக்க ரெக்கார்டிங் பட்டன யாருக்கும் தெரியாம அழுத்தினேன்.. அண்ட் எமர்ஜென்சி மெசேஜ் ஒன்னு அம்முக்கு அனுப்பினேன்..அங்க எத்தனை பேர் இருக்காங்க, என்ன வச்சி இருக்காங்கனு மறக்காம அதுல சொன்னேன்

அதை வச்சி என்னை டிராக் பண்ணி அங்க 10 பௌன்சர்ஸ் அனுப்பி வச்சா.. அப்பறம் என்னை அவங்க காப்பாற்றி கொஞ்ச தூரத்துல இறக்கி விட்டுட்டு இவளுக்கு இன்பார்ம் பண்ணி இருப்பாங்க போல.. அதனால தான் மேடம் டென்ஷனே ஆகாம கூல்லா இருக்காங்க.. என நடந்த அனைத்தையும் சொல்லி முடித்தாள்.

அவள் சொல்லி முடித்ததும் அம்புத்ராவைப் பார்த்தவன் "ஏன் அம்மு என்கிட்டயாவது சொல்லி இருக்கலாம் இல்லையா? எவ்வளவு பயந்து போயிட்டேன் தெரியுமா?"

சிரித்தவள் "யுமனுக்கே சொல்லல அப்பறம் உங்க கிட்ட மட்டும் சொல்லுவேனா?" அவள் சொன்ன பதிலில் அவன் தான் தனக்கு முக்கியம் என்பது போல் உரைத்தது அவனுக்கு புரியாமல் இருக்குமா?.

"அண்ட் குணா நீ இதுக்கு மேல இங்க இருக்கறது சேப் இல்ல.. சோ நைட் கிடைக்குற பிளைட்ல ஊருக்கு போ.." சொல்லி விட்டு அவள் தன் வேலை முடிந்தது என்பது போல் தனது அறையை நோக்கி நடக்க, மைத்ரேயன் நிலை தான் சொல்ல முடியாமல் இருந்தது.

"ஏய் என்ன இது இவ பாட்டுக்கு உன்னை ஊருக்கு கிளம்பு னு சொல்றா?"

அவள் பின்னாடியே நடந்தவர்கள் நிர்குணாவின் அறைக்கு வந்திருந்தனர்.. அவர்களின் தனிமையை கெடுக்க விரும்பாத அவளோ கதிரிடம் ஏதேனும் பிரச்னை என்றாள் கூப்பிடுமாறு சொல்லி விட்டு சென்றாள் தன்னவனை தேடி.

இவங்க இரண்டு பேரும் என்ன பேசுறாங்கனு பார்ப்போமா..

" அவ சொல்றத கேட்குறது தான் நமக்கு சேப் மைத்து.. உனக்கு தெரியாது அங்க இருந்தவங்கள பார்த்து நான் ரொம்ப பயந்து போயிட்டேன்.. பட் அவங்க எல்லாம் காசுக்காக சொல்றத செய்றவங்கனு அவங்க பேசுனத வச்சி புரிஞ்சிக்க முடிஞ்சது.. அதுவும் இல்லாம என்னை அம்மு ன்னு நினைச்சி கடத்தி இருக்காங்க போல.. அவன் ஓடினது நான் துரத்தினது எல்லாம் டிராப் ரேயன்"

" என்னது?"

" எஸ்.. ஐ அம் செண்ட் பர்செண்ட் ஷூயூர்..என்னை அவங்க இடத்துக்கு கூட்டிட்டு போய் யாருக்கோ வீடியோ கால் பண்ணி கேட்டாங்க அதுக்கு அங்க நான் இல்லன்னு சொன்னதும் என்னை என்ன செய்யறதுன்னு கேட்டாங்க.. எப்பவும் போல நம்ம இரகசித்திய தெரிஞ்சிக்கிட்டா அந்த பொண்ண கொன்னுடுன்னு இங்கிலீஷ்ல சொல்லிட்டு கட் பண்ணிட்டான்" என்றாள் தோளைக் குலுக்கியவாறு.

" எவ்வளவு கூலா சொல்ற?"

" நான் இங்க வந்த போது எதுக்காக வந்தேன்னு தெரியாது.. ஆனா இப்ப புரியுது.. ஏதோ ஒரு பெரிய காரியத்துக்காக அம்மு வந்து இருக்கா.. அதை நம்மளால முடிஞ்ச அளவு காப்பாற்ற பார்க்கணும் பட் இவ இங்க வந்து இருக்க விஷயம் நம்ம யாரனாலையோ தெரிஞ்சி இருக்கு போல.. அதனால வந்த பிரச்சனைகள் தான் இது.. எனக்கு அம்மு சொல்றத கேட்குறத தவிர வேற ஆப்ஷன் தெரியல.. நீங்க அவ கூடவே இருங்க, அவ தைரியசாலி தான் ஆனாலும் அவளுக்கு சின்ன காயம் பட்டாலும் என்னால தாங்க முடியாது" என முகத்தில் சோகம் பிரதிபலிக்க சொன்னவளை,

" ஏன் குணா உனக்கு என் மேல பாசமே இல்லையா?"

" என்ன ரேயன் இப்படி கேட்கறீங்க?"

" பின்ன அவ அசிஸ்டெண்ட் கமிஷனர், இந்த மாதிரி நிறைய சூழ்நிலைய பார்த்து இருப்பா, நிறைய அடிகளும் விழுந்து இருக்கும்.. ஆனா நான் அப்படியா? உனக்கே தெரியாதா?"

இவளோ புரியாமல் "என்ன ரேயன் இப்ப எதுக்காக இதெல்லாம் சொல்லிட்டு இருக்கீங்க?"

" அடியேய் புரிஞ்சி தான் பேசுறீயா? எனக்கு துணையே அவ தான்.. உன்கூட சேர்ந்து நீயும் ஊருக்கு போடான்னு ஒரு வார்த்தை சொன்னா போதும்.. அப்படியே பெரிய கும்மிடு போட்டுட்டு வந்துருவேன்"

" அது நடக்காது மைத்து"என அங்கு வந்து நின்றாள் அம்புத்ரா.

அவளை முறைத்தவன்" அம்மு நாங்க இரண்டு பேரும் பேசிட்டு இருக்கும் போது ஏன் உள்ள வந்த?"

" வாட் நீ என்னையே கேள்வி கேட்பீயா? நான் ஒரு போலீஸ் ஆபிசர்.. அதுவும் இல்லாம இவள என் பொறுப்புல அனுப்பி வச்சி இருக்காங்க"

" என்ன போலீஸ்ன்னா பயந்து நடுங்கனுமா? நான் பிரஸ்ல இருக்கேன்.."

"ஆமா மைத்து.. ஆனா அந்த பிரஸ் என் அப்பாவோடதுன்னு நீங்க மறந்துட்டு பேசறீங்களே"

'அடச்ச இதை வேற அப்ப அப்ப மறந்து போயிடுறேன்' என நினைத்தவன்" ஏன் உங்க அப்பா ஆபிஸ் விட்டா வேற யாரும் வேலை தர மாட்டாங்களா என்ன?"

" ஓ அப்படி சரி சரி" என்றாள் நிர்குணா பக்கம் திரும்பி" குணா இன்னும் இரண்டு மணி நேரத்துல உனக்கு பிளைட்.. நான் உன்னை டிராப் பண்றேன் வா.. ரிஷப்ஷன்ல சொல்லி கார் அரேன்ஞ் பண்ணி இருக்கேன்.. குயிக்" என்றவள் மைத்ரேயன் புறம் திரும்பி" அப்பறம் நீங்களும் ரெடி ஆகுங்க"

அதைக் கேட்டதும் முகம் மலர்நதவன் "நானும் ஊருக்கு போறேனா?"

முறைத்தவள்" அதெல்லாம் அப்பறம் பேசிக்கலாம், சொல்றத செய்யுங்க.. குணா இன்னும் ஐந்து நிமிடம் தான் டைம் அதுக்குள்ள நீ வெளிய வரணும்" அதிகாரமாய் வந்தது அவளின் வார்த்தைகள்.

"இவ அவனோட பேசலன்னு என்னையும் பேச விடமாட்டேன்றா ராட்சஷி" மனதில் நினைப்பதாக எண்ணிக் கொண்டு சத்தமாகவே கூறி விட்டான் மைத்ரேயன்.

" ஹலோ நீங்க மனசுல நினைக்கிறது எனக்கும் கேட்குது"

" கேட்கணும்னு தான் பேசுனதே"

" உன்ன.." போயிட்டு வந்து பேசிக்கிறேன்.

அதன்பின் அவள் பத்திரமாக நிர்குணாவை, விமானம் புறப்படும் வரை உடனிருந்து பெங்களூர் சென்று இறங்கியதும் மறக்காமல் தனக்கு தெரிவிக்கும் படியும் அங்கு அவளை அழைத்துச் செல்ல வரும் நபரின் கைபேசி எண் மற்றும் அவரின் புகைப்படம் என அனைத்தையும் அவளிடம் அளித்த பின்னரே இவளுக்கு திருப்தியாக இருந்தது.

பின் வந்த வண்டியில் அம்புத்ரா ஓட்டல் அறைக்கு செல்ல அங்கே மறுபடியும் பிரதியுமன் கத்திக் கொண்டிருந்தான் 'அய்யோ இந்த யுமன என்ன தான் செய்யறது?' என யோசித்தவள் கன நேரத்தில் அறைக்குள் நுழைந்தாள்.

உள்ளே மைத்ரேயன் பாவமாக முகத்தை வைத்துக் கொண்டு நின்றிருந்தான் உடன் கதிர் அலைபேசியில் வைஷாலியுடன் உரையாடிக் கொண்டிருக்கிறான் என்பது அவனின் குழையும் பேச்சிலே தெரிந்துக் கொள்ள முடிந்தது.

"என்ன பிரச்சனை இங்க?"

"நீ தான் பிரச்சனை போதுமா?"பிரதியுமன்.

"இது நான் கேட்ட கேள்விக்கு பதில் இல்ல யுமன்" பொறுமையாகவே சொன்னாள்.

"நிர்குணா எங்க?"

"ஊருக்கு அனுப்பி வச்சிட்டேன்" அவளிடம் எந்த அலட்டலும் இல்லை.

"இந்த நேரத்துல ஒரு பொண்ண தனியா அனுப்பி வச்சி இருக்கியே உனக்கு கொஞ்சமாவது ஏதாவது இருக்கா? இதுல அசிஸ்டெண்ட் கமிஷனர் வேற" நக்கலாகவே வந்தது அவனின் மறுமொழி.

"அவ இங்க இருந்தா சேப் இல்ல.. அதுவும் இல்லாம நாம இன்னும் கொஞ்ச நேரத்துல கிளம்பனும்"

இதைக் கேட்டதும் அனைவரும் ஒருசேர" எங்க கிளம்பனும்?"

" கேரளா"

அம்புத நல்லாள் - 25

"எங்க போகணும்?" என்ற வார்த்தையை மூவரும் ஒருசேரக் கேட்டதும் இவள் கேரளா என ஒற்றைச் சொல் உதிர்த்ததும், அதில் அவர்கள் அதிர்ச்சிக்குள்ளாகியதும் நாம் அறிந்த விஷயம்..

இனி அவர்களின் உரையாடல்களை பார்ப்போம் (படிப்போம்)

"அம்மு எதுக்காக அங்க போகணும்?"

"எஸ் மேடம் திடீரென்று ஏன் இந்த பிளான்? நம்ம டார்கெட் எதும் மிஸ் ஆகி போச்சா?"

"கேட்குறாங்க இல்ல பதில் சொல்லாம ஏன் அமைதியா இருக்க?"

இக்கேள்விகளை யார் யார் கேட்டிருப்பர் என நான் சொல்லி உங்களுக்கு விளங்க வேண்டியதில்லை.

(இருக்கறத மூனு பேர் கேள்வி அவங்கள தவிர வேறு யார் கேட்டு இருக்க போறாங்க)

"ஒரே கேள்விய எத்தனை பேர் கேட்பீங்க? இப்ப கிளம்புங்க டைம் ஆச்சு மார்னிங் நாம அங்க இருக்கணும்.."

"எப்படி போக போறோம் மேம்?"

"ஆன் ரோடு" என்றவள் "கிளம்புங்க எதையும் விடாதீங்க எவ்வளவு சீக்கிரம் கிளம்புறோமோ அவ்வளவு நல்லது"

"யாருக்கு" பிரதி தான் கேட்டிருந்தான்.

" நமக்கு தான்.. இதுக்கு மேல விம் பார் போட்டு விளிக்கினா தான் சார் கூட வருவீங்களோ?" ஒற்றை புருவத்தை உயர்த்தி அவள் கேட்கவும் இவன்" எல்லாம் என் தலையெழுத்து" என

முனுமுனுத்தவாறே தன் உடைமைகளை எடுத்து வைக்க சென்றான்.

இவளும் சிரித்தவாறே துரிதமாக செயல்பட மற்ற இருவரிடமும் கூறினாள்.

அடுத்த பத்தாவது நிமிடங்களில் அவர்களுக்காக காத்திருந்தது ஒரு எஸ் யூ வி வாகனம்.

"எல்லாரும் ஏறுங்க" என இவள் சொல்ல" யார் ஒட்டுறது அம்மு?"

"நான் தான் மைத்து"

"ஏன் நாங்க தான் இருக்கோம்ல வீ வில் ஹாண்டில் அம்மு.. யூ டேக் ரெஸ்ட்"

சின்ன சிரப்பொன்றை உதிர்த்தவள் "டொண்ட் ஒர்ரி மைத்து.. உங்கள சேப்பா கூட்டிக்கிட்டு போறது என்னோட கடமை.. ஒரு பொண்ண நம்பி எப்படி போறதுன்னு நீங்க யோசிக்கறது புரியுது.. பட் எங்களுக்கு இருக்க மனோதிடம் உங்களுக்கு இல்ல அது தான் உண்மை.."

"அப்படி எல்லாம் ஒன்னும் இல்ல"

"சாதரணமா ஒன்னு சொல்றேன்.. எத்தனை வீட்டுல வெளியே போயிட்டு வந்து எல்லோரும் டயர்டா படுக்க போற நேரத்துல தன்னோட உடம்பு வலியைக் கூட யோசிக்காம விட்ல இருக்கவங்களுக்கு தேவையாத செய்வாங்க? இன்னும் சிலர் நைட் புல்லா கண்ணு முழிச்சி வேலைப் பார்த்துட்டு வந்து கூட வீட்டு வேலைய செய்றத பார்த்து இருக்கீங்க? இவங்களுக்கு உடம்புலையும் மனசுலையும் சக்தி இல்லையா?"

" நான் கேட்டது தப்பு தான்.. பரதேவதை நீயே வண்டி ஓட்டும்மா"

" அது" என்றவள் ஓட்டுனர் இருக்கையில் அமர ஓட்டலில் ஓரே அமளி துமளியாக காட்சியளித்தது.

" மேடம் உள்ள ஏதோ பிரச்சனை போல.. கார ஸ்டார்ட் பண்ணாதீங்க.. போய் என்னனு பார்த்துட்டு வரேன்"

" நோ கதிர் நாம கிளம்பணும்"

" பட் மேடம்"

" ஐ சேட் நோ"

அதன் பின் அவன் எதுவும் பேசவில்லை.. பிரதிக்கும் மைத்ரேயனுக்கும் இவள் ஏன் அப்படி சொல்கிறாள் எனப் புரியவில்லை.. இருந்தும் எதுவும் கேட்காமல் அமைதியாகவே பயணத்தை தொடர்ந்து கொண்டிருந்தனர்.

வெகு தூரம் சென்றதும் ஒரு தாபாவில் இரவு உணவை முடித்துக் கொண்டவர்கள் வண்டியில் அமர "அங்க ஹோட்டல நம்மள கொல்ல தான் ஆள் வந்திருந்தாங்க.. நம்ம ரூம்ல இல்லன்னதும் மத்த ரூம்ல தேட போய் தான் பிரச்சனை இப்ப அவங்க எல்லாரும் போலீஸ் கஸ்டடியில் இருக்காங்க பட் வித் இன் டூ டேஸ் தே மே டேட்(*but within two days they may dead*)"

இவள் சாதரணமாக சொன்னதும் ஒருவர் முகத்தை ஒருவர் பார்த்துக் கொண்டனர்.

" இதை அங்கேயே சொல்லி இருக்க வேண்டியது தானே.. அவ்வளவு நேரம் நின்னு கிளாஸ் எடுக்க தெரிஞ்ச உனக்கு இதைச் சொல்லணும்னு ஏன் தோணல?" பிரதி தான் அவள் முகத்தைக் கூடப் பார்க்காமல் கேட்டான்.

ரியர் வீயூ கண்ணாடி வழியே அவனைப் பார்த்தவள் "அங்கேயே சொல்லி இருந்தா என்ன பண்ணி இருப்பீங்க?"

" சீக்கரம் கிளம்பி இருப்போம் இல்லையா? அட்லீஸ்ட் உன்கிட்ட ஆர்கியூ பண்ணாம வந்து இருப்போம்"மைத்து.

" கண்டிப்பா இல்ல.. நான் சொல்லி இருந்தா கதிர் கூட கொஞ்சம் பேனிக் ஆகி இருப்பார் நீங்க இரண்டு பேரும் இன்னும் மோசம் உங்க முகத்துல பயத்தைப் பார்க்க எனக்கு விருப்பம் இல்ல.. அதனால தான் சொல்லல.. அண்ட் நிர்குணாவ ஊருக்கு போக சொன்னதும் அவளுக்கு எதுவும் ஆக கூடாதுன்னு தான்"

அதன் பின் இவர்களால் என்ன பேச முடியும்? மற்ற மூவரையும் இவள் உறக்க சொல்ல முன்னாளில் சரியாக உறங்காத களைப்பிலும் லாவகமாக இவள் வண்டி ஓட்டும் திறமையும் சேர்ந்து அவர்களை ஆழ்ந்த நித்திரைக்கு இட்டுச் சென்றது.

பகலவன் அவர்களின் நித்திரை கலையச் செய்ய மூவருக்கும் அப்பொழுது தான் எவ்வளவு மணி நேரம் உறங்கி விட்டோம் என்பது புரிந்தது.

எழுந்து அமர்ந்து அம்புத்ராவைத் தான் பார்த்தனர் மூவரும்.. இரவு முழுவதும் வண்டி ஓட்டிய களைப்பு அவளிடம் சற்றும் இல்லை.. மாறாக வேட்டையாட போகும் வேங்கையின் நிதானம் , கண்களில் இரையை தேடும் வெறி என மாறி மாறி இருந்தது.

"அம்மு எங்க இருக்கோம்.. கேரளா வந்துடோம்னு மட்டும் புரியுது பட் எந்த இடத்துல இருக்கோம்?"

"குட் மார்னிங் மைத்து.. இப்ப நாம இருக்கறது திருவனந்தபுரம்"

"வாவ் சூப்பர்..எனக்கு ரொம்ப பிடிச்ச பிளேஸ்" என்றவனை பிரதி முறைத்த முறைப்பில் அமைதியாகி கொண்டான்.

"மேடம் அடுத்த பிளான் என்ன? இப்ப நாம ஏன் இங்க வந்து இருக்கோம்?" கதிர் கேட்டான்.

"இவ்வளவு நேரத்துல யூகிச்சு இருப்பிங்கனு நினைச்சேன் சோ சேட் கதிர்.. முன்ன மாதிரி நீங்க துடிப்பா இல்ல"

" அய்யோ மேடம் அப்படி எல்லாம் இல்ல"

"அவ தேடி வந்த கும்பல் இங்க எங்கையாவது இருக்கும் அதுக்காக தான் நைட்டோட நைட்டா இங்க கூட்டிட்டு வந்து இருக்கா.. சரியான்னு கேளு"பிரதி தான்.

" வாவ் சூப்பர் யுமன் இது தான் கெமிஸ்ட்ரின்றது நான் நினைக்கறத சரியா கேட்ச் பண்ணிங்க பாருங்க அங்க இருக்கு நம்ம லவ்"

"ப்ச்" அவன் அதற்கு மேல் ஒற்றை சொல் உதிர்க்கவில்லை அவளிடம்.

"ஏம்மா அம்மு இதுல உங்க லவ்வு எங்க வந்தது? முடியல உன் அலப்பறை.. இப்ப என்ன பண்ண போற அதைச் சொல்லு"

" நான் தூங்க போறேன்.. நீங்க மூனு பேரும் ஷாப்பிங் பண்ண போறீங்க"

"வாட்?" என்றனர் மூவரும் ஒரு சேர.

" எஸ் நாம இன்னைக்கு திருவனந்தபுரம் காட்டுக்குள்ள போக போறோம்.. அங்க நாம சாப்பிட, அப்பறம் எமர்ஜென்சிக்கு தேவையான பொருள் எல்லாம் வேணும்.. வாட்டர் ப்ராப்ளம் இல்ல அங்க தண்ணீர் கிடைக்கும்.. பாக்கெட் புட் ஐடம்ஸ் வாங்கிகோங்க, சோலர் ஆர் காம்பிங் ஸ்டவ் வாங்கிகோங்க.. அப்பறம்.."

"தாயே நிறுத்து.. லிஸ்டு போயிட்டே இருக்கு.. நாம பிக்னிக் போறோமா இல்ல வேலைக்கு போறாமா?"

" அதுல உனக்கு என்ன சந்தேகம் மைத்து.. அப்கோர்ஸ் வேலைக்காக தான்"

" அப்பறம் நீ என்னவோ இதெல்லாம் வாங்கிட்டு வா இவ்வளவு பெரிய லிஸ்ட் போடுற?"

" வேலைக்கு வந்தா சாப்பிட மாட்டியா? சரி உனக்கு வேண்டாம்ன்னா போ எங்களுக்கு வேணும்"

" அப்படி எல்லாம் எதுவுமில்லை எனக்கு சோறும் முக்கியம்"

சிரித்தவள்" சரி சரி நான் பக்கத்துல இருக்க ஹோட்டல் போய் ரூம் போட்டு தூங்குறேன்.. நீங்க திங்க்ஸ் வாங்கிட்டு அதெல்லாம் கார்ல வச்சிட்டு சாப்பிட்டு ரூம் புக் பண்ணி ரெஸ்ட் எடுங்க மதியம் அங்கயே லன்ச் சாப்பிட்டு கிளம்புவோம்"

" அவ என்ன சாப்பிடுவான்னு கேளு" வேறு யார் பிரதியுமன் தான்.

" ஏன் அதை நீ கேட்டா குறைஞ்சு போயிடுவீயா?"

" கேளுடா" என்றதும் இவன் அவளை நோக்க" நான் அங்கயே வாங்கி சாப்பிட்டுக்கிறேன் யுமன்"

தலையசைத்தவன்" எந்த ஹோட்டல்னு மெசேஜ் பண்ண சொல்லு"

" ஹம்" என்றவள் நடந்து சென்று அருகிலுள்ள ஹோட்டலில் ஏற்கனவே தயாரித்து வைத்த போலி அடையாள அட்டையை காண்பித்து அறை எடுத்து தங்கினாள்.. உள்ளே நுழைந்ததும் நிர்குணா தான் பத்திரமாக வீட்டிற்கு வந்து விட்டதாக சொல்லவும் இவளுக்கு பெரும் நிம்மதி.

அதன் பின் குளித்து, காலை சிற்றுண்டி உண்டு பகலவன் கண்ணை பறிக்கும் பிரகாசத்தை வாரி வழங்கினாலும் அதை எல்லாம் பொருட்படுத்தாமல் அமைதியாக உறங்கினாள் நம் நாயகி.

நேரம் கழிந்தது.. ஒரு மணி நேரம் ஆகி இருக்கும் அவள் சொன்ன அனைத்தையும் வாங்கி காரில் வைத்து விட்டு பிரதி தன் அடையாள அட்டையை கொண்டு அறையை பதிவு செய்து கொண்டனர்.. சில மணி நேரம் தான் என்பதால் அவர்கள் மூவரும் தங்கிக் கொள்ள சம்மதித்து இருந்தனர்.

அறையில் "ஏன் கதிர் அம்மு எப்பவும் இப்படி தானா?" என மைத்ரேயன் கேட்கவும் "புரியல எப்பவும்ன்னா எதைப் பற்றி கேட்குற?"

"இல்லை அவ என்ன செய்யுறா, எதுக்காக செய்யுறா ன்னு எதுவும் புரிய மாட்டேங்குது.. புரியற நேரத்தில அது பெரிய விஷயமா இருக்கு"

"மேடம் அப்படி தான்.. தன்னால தன்னை நம்பி வந்தவர்களுக்கு எதுவும் ஆக கூடாதுன்னு நினைப்பாங்க.. நிர்குணாவ கூட நீங்க கேட்டதுனால தான் கூட்டிட்டு வந்தாங்க.. ஆனா எப்படியும் அவங்கள இந்த பிரச்சனையில இழுத்து விட நினைச்சு இருக்க வாய்ப்பில்லை.. அண்ட் இப்ப இது நடக்கறது முன்னாடி அவங்களுக்கு வேற எதுவோ நடந்து இருக்கணும் இல்லன்னா இவ்வளவு சீக்கரமா நிர்குணாவ வீட்டுக்கு அனுப்ப அவசியம் என்ன?"

'அடடா என்ன இவன் போலீஸ்காரன்னு நிரூபிக்கிறான்.. இதுக்கு மேல இவன் கிட்ட எதுவும் கேட்க கூடாது' என நினைத்தவன்" கதிர் நான் உங்கிட்ட கேள்வி கேட்டா நீங்க என்னை கேட்கறீங்க"

" அதெல்லாம் அப்படி தான்.. மழுப்புறீங்க சோ எதுவோ நடந்து இருக்கு.." என்றவனை ஒரு நொடி தான் பார்த்தான் மைத்ரேயன் அதில் அவனுக்கு என்ன புரிந்ததோ "சரி கொஞ்சம் நேரம் ரெஸ்ட் எடுங்க கார்ல கைய கால அசைக்க முடியாம தூங்கினது ஒரு மாதிரி வலியா இருக்கு"

" ஆமா ஆமா" என்றவன்" ஏன் பிரதி உனக்கு அப்படி இல்லையா?"

" நாம ஏதோ பெரிசா வந்து சிக்கி இருக்கோம்னு தோணுது"

"ஏன் ஏன்?" இருவரும் அதிர்சியாகவே கேட்டனர்.

"தெரியல மனசுக்கு அப்படி தான் தோணுது.. எனக்கு தெரிஞ்சி கேரளால்ல 70 சதவீதம் காடு இருக்கு.. சில காட்டுல வன விலங்குகள் கூட இருக்கு,சில இடம் அமானுஷ்யம் நிறைந்தது. இதுல நாம எதை தேடி போறோம்னு இன்னும் தெரியல ஆனா ஆபத்து இருக்குன்னு மட்டும் புரியுது"

"காம் ஆன் பிரதி.. துணிஞ்சி இறங்கியாச்சு அதுல என்ன இருக்குனு பார்ப்போமே"

" நீயா இப்படி எல்லாம் பேசுற?"

" அடியேனே பிரதியுமா"

" அடச்சி சாதா தமிழே கொல்லுவ இதுல தூய தமிழ் வேற"

கதிரவன் நடு வானத்தில் விஸ்தாரமாக இருக்க விழிப்பு வந்து எழுந்தாள் அம்புத்ரா.. அவளின் அந்த உறக்கம் போதுமானதாக இருக்க தன்னுடன் வந்த அதி வீரர்கள் என்ன செய்கிறார்கள் எனக் கேட்க கதிருக்கு அழைத்தாள்.
அவன் தாங்கள் உணவை உண்டு தயாராக இருப்பதாக சொல்லவும் சரி என்றவள் தனக்கு வேண்டியதை வரவழைத்து சாப்பிட்டு முன்னதாக சென்று ஹோட்டல் அறையை காலி செய்துக் காரில் அனைத்தும் இருக்கறதா என சாளரம் வழியாக கவனித்தாள்.. அனைத்தும் இருக்கவே நிம்மதியடைந்தவள் மூவர் கூட்டணி வரவும் வண்டியை சாவியை வாங்கி கொண்டு வண்டியை கிளப்ப தயாரானாள்.

"மேடம் இப்ப எங்க போக போறோம்?"

"போனாகார்டு பங்களா"

பங்களா என்றதும் மைத்ரேயன் குதூகலிக்க மற்ற இருவரின் முகமும் அதிர்ச்சியில் உறைந்தது.

அவர்கள் அதிர்ச்சிக்கு காரணம் என்ன? அம்புத்ரா மான்ஸ்டர் கும்பலை அழிப்பார்ளா? பிரதியுமன் தன் மன குழப்பத்திலிருந்து மீண்டு வருவானா?

அம்புத நல்லாள் - 26

போனாகார்டு பங்களா என்றதும் மைத்ரேயன் குதூகலிக்க மற்ற இருவரின் முகமும் அதிர்ச்சியில் உறைந்தது.

"ஏய் லூசு என்ன நீ அந்த இடத்தோட பெயரைக் கேட்டதும் எங்க முகம் மாறினத நீ கவனிக்கலையா? இல்ல உனக்கு அந்த இடத்தைப் பற்றி எதுவும் தெரியாதா?" பிரதியுமன் கேட்டான்.

" ஓ எஸ் நல்லா தெரியும் எனக்கு அங்க போகணும்னு ரொம்ப நாள் ஆசை பட் அதுக்கான டைம் கிடைக்கல இப்ப கிடைச்சுது இல்ல அதுக்காக தான் இந்த சந்தோஷம்" மேலும் குதூகலித்தே சொன்னான் மைத்ரேயன்.

இவனை எந்த வகையில் சேர்த்துக் கொள்வது என்பது போல் இருந்தது இருவரின் பார்வையும்.

" மேடம் இப்ப அங்க ஏன் போகணும்? மான்ஸ்டர் கேங் பிடிக்கறத விட்டுட்டு பேய பிடிக்கிறதா ஏதாவது எண்ணமா?" கதிரின் கேள்வியில் ஏளனம்.

அவனை உற்று நோக்கியவள் " என்ன கதிர் பேச்செல்லாம் ரொம்ப பலமா இருக்கு? சகவாச தோஷமோ?"

"அய்யோ மேடம் அப்படி எல்லாம் இல்ல.. ஒரு ஜெனரல் நாலேட்ஜ்" இழுவையாய் வந்தது அவன் பதில்.

" நான் எது செய்தாலும் ஒரு காரணம் இருக்கும்னு சொன்ன நீங்களே இப்படி பேசினா என்ன சொல்றது? எனி வே நான் உங்களோட சூப்பிரியர் ஆபிசர் சோ ஒபே மை ஆர்டர்" கட்டளையிடும் தோணியில் அவள் சொல்லவும் மறுமொழி பேசாமல் அமைதியாக தலையை மட்டும் ஆட்டினான் கதிர்.

அடுத்த ஒரு மணி நேரத்தில் போனாகார்டு டீ எஸ்டேட்டில் வண்டி நின்றது..சுற்றிலும் ரம்மியமான சூழ்நிலையில் 100

வருடத்திற்கும் மேலாக டீ இலைகள் உற்பத்தி செய்த இடம்.. இன்றும் காணும் இடம் எங்கும் பச்சை பசேலேன இருப்பதைப் பார்க்கவே பல கண்கள் வேண்டும்.. அந்த இடத்தை கடந்து 2 முதல் மூன்று கிலோ மீட்டர் பயணத்தில் அவர்கள் போனாகார்டு பங்களாவை அடைந்தனர்.. பகலில் அந்த இடத்தைப் பார்க்க அவ்வளவு அழகாக தெரிந்தது.. ஆனால் இரவில் பிடியில் அதன் பயங்கரம் தெரியும் என ஊரார் சொல்லினர்.. அஞ்சா நெஞ்சனையும் அஞ்ச செய்யும் என அவர்கள் சொன்ன விதமே பயத்தைப் பெருக்கியது.

உள்ளே சென்று கையில் கிடைத்ததை வைத்து சுத்தம் செய்து தாங்கள் கொண்டு வந்த பொருட்களை அடுக்கி வைத்தனர்.. சுற்றுலா பயணிகள் அங்கு அடிக்கடி வருவது உண்டு என்பதால் அவர்களைக் கண்ட யாருக்கும் எந்த கேள்வியும் கேட்க தோன்றவில்லை..

"ஏன் அம்மு ஏன் இந்த இடத்துக்கு வந்தோம்? நீ சொன்ன அந்த கும்பல் இங்க இருக்கா?" என மைத்ரேயன் கேட்டான்.

"இல்ல மைத்து.. அவங்க இந்த இடத்துக்கு அடிக்கடி வரர்தா கேள்விப்பட்டேன்.. இனி தான் கண்டுபிடிக்கணும்"

"என்னது? இன்னும் அவங்க எங்க இருக்காங்கனு கண்டு பிடிக்கலையா? இவள நம்பி வந்தோம் பாரு" தலையிலடித்துக் கொண்டான் பிரதியுமன்.

" யுமன் இது என்னோட வேலை இப்ப நீங்க நான் சொல்றத கேட்குற இடத்துல இருக்கீங்க.. சோ ப்ளீஸ் நான் என்ன செய்தாலும் கேள்வி கேட்காதீங்க"

"ஓகே மேடம்" என அந்த மேடம் என்ற வார்த்தையில் அதிக அழுத்தம் கொடுத்தவன் அதன் பின் அங்கு சற்று தொலைவில் இருந்த மரத்தின் அடியில் சென்ற அமர்ந்துக் கொண்டான்.

" ஏன் அம்மு?" ஆதங்கமாய் வந்தது மைத்ரேயனின் கேள்வி.

" மைத்து நான் எதுவும் தப்பா சொல்லல.. என்னை சொல்றதுக்கு தான் அவருக்கு உரிமை இருக்கு என் வேலைய சொல்ல இல்ல.. நான் அவர் வேலையில குறை சொன்னா அமைதியா இருப்பாரா? மாட்டார் இல்ல அப்படி தான் இதுவும்" என்றவள் விறு விறுவென உள்ளே போனவள் தன் உடையை மாற்றி மூவரையும் திரும்பி பார்த்துக் கதிரிடம் மட்டுமாய் மூவரும் ஜாக்கிரதையாக இருக்கும்படி சொல்லி விட்டு சென்று விட்டாள்.

" கதிர் அம்மு எங்க போறா?"

" அந்த கும்பல் பற்றி ஏதாவது தெரிஞ்சிக்க போறாங்கன்னு நினைக்கிறேன்"

"ஐயோ தனியா போறாளே ஏதாவது பிரச்சனை வந்துட்டா?"

"கவலைப்படாதீங்க மைத்ரேயன் அவங்க அவ்வளவு சீக்கரம் மாட்ட மாட்டாங்க.. ஒரு விஷயத்தை செய்யும் முன்ன நூறு தடவை யோசிப்பாங்க.. அதிலும் உங்க இரண்டு பேரோட பங்கு இதுல இருக்கு சோ வந்துருவாங்க"

சரி என்றவன் அதன் பின் பிரதியுடன் சென்று அமர்ந்துக் கொண்டான்.

கதிருக்கு அவர்களிடம் பேசும் எண்ணம் இல்லை, எந்த செய்வது எனப் புரியாமல் அந்த பங்களாவை சுற்றிப் பார்க்க கிளம்பி விட்டான்.

அவர்கள் இருக்கட்டும் தனியாக சென்ற நம் நாயகியின் நிலையைப் பார்த்து விட்டு வருவோமா?

திருவனந்தபுர காடுகளில் அடர்ந்த பகுதியை ஏற்கனவே அங்குள்ள வனத்துறை அதிகாரிகளிடம் விசாரித்தவள், அவர்கள் இருவரையும் தன்னுடன் வருமாறு கேட்டுக் கொண்டிருந்தாள்.. (ஏற்கனவே தன்னுடன் பணிபுரிய நேர்மையான அதிகாரிகளை வெற்றிமாறனிடம் சொல்லி ஏற்பாடு செய்து விட்டிருந்தாள்)

(மலையாளத்தில் நடக்கும் உரையாடல் தமிழில்)

"மேடம் எங்களுக்கு தெரிஞ்ச வரை இங்க எந்த விதமான தப்பான காரியமும் நடக்கல" என என்றார் ஒரு மூத்த அதிகாரி.

"எஸ் மேடம் நான் இங்க வந்து ஐந்து வருடம் ஆகுது இதுவரை இந்த காடும் அதைச் சுற்றி இருக்க ஜீவராசிகளும் சந்தோஷமாகவே இருக்கு"

இதைக் கேட்ட அம்புத்ராவின் உதடுகள் மென்னகை சிந்தியது.

" என்ன மேடம் சிரிக்கிறீங்க?"

" சார் தப்பு பண்றவங்க அதை பகிரங்கமா பண்ணனும்னு எந்த அவசியமும் இல்லையே"

" அப்ப அவங்க எல்லாம் எந்த சந்தேகமும் வராத மாதிரி ஊர்குள்ள இருக்காங்கனு சொல்றீங்களா?"

" எஸ் சார் எக்ஸாட்லி"

பேசிக் கொண்டே வந்தவர்கள் திடீரென்று கேட்ட மோட்டார் பைக்கின் சத்தத்தால் அங்கு இருக்கும் பெரிய பெரிய விருட்சத்தின் மறைவில் நின்று என்ன நடக்கிறது எனப் பார்க்க தொடங்கினர்.. அம்புத்ரா தன்னுடன் கொண்ட வந்த மோதிர காமிராவை உயிர்பித்தாள்.. அதில் பதிவாகும் அனைத்தும் ஒலி, ஒளி என இரண்டையும் அவளுடைய பிரத்யேக மடிக்கணினிக்கு அனுப்பி விடும் வகையில் யாரும் அறியாமல் உருவாக்கி இருந்தாள்.. சாதாரணமாக பார்ப்பவர் கண்களுக்கு அது வெறும் மோதிரம் மாதிரி தெரியும் வகையில் இருந்தது ஒரு பெரிய சௌகர்யம்..

சில நிமிடங்களில் ஆஜானுபாகுவான ஒரு மனிதன் முகம் முழுவதும் மறைத்தபடி அங்கு வந்து சேர்ந்தான்.. அவன் வந்த இன்னும் சில நிமிடங்களில் ஒரு காவல் துறை வாகனம் அங்கு

வந்தது.. இது அங்கு மறைந்திருந்த மூவருக்கும் சற்றே அதிர்ச்சியைத் தந்தாலும் அவர்களின் நடவடிக்கைகள் என்னவென்று பார்க்க அமைதியாகவே இருக்க வேண்டி இருந்தது.

வந்த காவல் துறை அதிகாரி "ஏய் எப்ப வந்த?" என சகஜமாக பேசவும் இவர்கள் நீண்ட நாள் பழகியவர்கள் எனப் புரிந்தது மட்டும் அல்லாமல் சரியானவர்கள் அல்ல என்பதும் தெளிவாகியது.

"இப்ப தான் வந்தேன் மாஸ்டர்.. போன காரியம் என்ன ஆச்சு?"

"நான் எடுத்த காரியம் எதை செய்யாம விட்டு வச்சேன்.. சக்சஸ் தான்"

"சூப்பர் மாஸ்டர் இந்த வருடம் நம்மளோட டார்கெட் பெருசு இதை முடிச்சு கொடுத்தா மான்ஸ்டர் இங்க வருவாரு.. அவர் வந்தா நாம இனி சில்லறை வேலை எதுவும் செய்ய வேண்டாம் அவர் எங்க போனாலும் நாமளும் கூடவே போகலாம்" குதூகலித்தான் அந்த முகம் தெரியாத மனிதன்.

" ஆமா எனக்கும் இங்க இருக்க ஆளுங்களுக்கு சல்யூட் போடுறது பிடிக்கல.. மான்ஸ்டர் வந்தா இதுக்கெல்லாம் அவசியமே இருக்காது"என அந்தக் காடே அதிரும்படி சிரித்தான் அந்த அதிகாரி.. உடன் அந்த தடியனும்.

" சரி கொடுக்க வேண்டியத கொடுத்துட்டு வாங்க வேண்டியத வாங்கிட்டு போங்க"

சரி என்றவன் தன் காவல் துறை வாகனத்திலிருந்து ஒரு கவரை எடுத்துக் கொடுத்தான்..

" இதுல எல்லா விவரமும் இருக்கு இந்த தடவை நிறைய சிக்கி இருக்கு.."

"அது தானே வேணும்" என்ற அந்த தடியன் இவனிடமும் ஒரு கவரைக் கொடுத்து வந்த வழியே திருப்பி சென்று விட்டான்.. காவல் துறை அதிகாரியும் சுற்றும் முற்றும் பார்த்துவிட்டு தன் வாகனத்தை கிளப்பிக் கொண்டு சென்று விட்டான்.

அவர்கள் சென்றதை உறுதி செய்துக் கொண்ட பின் மூவரும் வெளியே வந்தனர்.

"சார் இப்ப என்ன சொல்றீங்க?"

"எங்களுக்கு எதுவுமே புரியல மேடம்.. என்ன சொல்றதுன்னு தெரியல.. நாங்களும் வாரத்துக்கு ஒருமுறை இங்க ரவுண்ட்ஸ் வருவோம் ஆனால் இந்த மாதிரி ஒருநாள் கூட நடந்தது இல்லை"

"சார் சிம்பிள் நீங்க என்னைக்கு எல்லாம் வரீங்கனு அவங்களுக்கு தகவல் தர உங்க டிபார்ட்மென்ட்ல ஆள் இருக்க மாட்டாங்களா என்ன?"

" சரி தான்.. இனி ஜாக்கிரதையா இருக்கணும்.. மான்ஸ்டர் கும்பல் இங்க இருப்பாங்கன்னு நான் நினைச்சுக் கூடப் பார்க்கல மேடம்"

" சார் அவங்க ஒரு இடத்துல மட்டும் இருந்தா இந்த நேரம் யாராவது அவங்கள அழிச்சி இருப்பாங்களே.. பட் அவங்க ஒரு பெரிய மரத்தோட கிளை மாதிரி, நிறைய இடத்துல பரவி இருக்காங்க.. ஒரு ஒரு கிளையா வெட்டினா லேட்டாகும் அதான் மொத்தமா வேரோட சாய்க்க போறேன்" கடைசி வார்த்தைக் கூறும் போது அவள் கண்களில் அப்படி ஒரு ரௌத்திரம்.

" இனி இங்க அடிக்கடி வர வேண்டியதாக இருக்கும் பட் நீங்க இங்க வர போறது நம்மள தவிர வேற யாருக்கும் தெரியாமல் பார்த்துக்கணும்" என்றாள் அம்புத்ரா.

" புரியுது மேடம்.. சரி இப்ப கிளம்புவோம்.. உங்களுக்கு இந்த காடு சம்பந்தமா எந்த உதவி வேணும்னாலும் தயங்காம

கேளுங்க.. அண்ட் நீங்க எங்க தங்கி இருக்கீங்க?"பேசி கொண்டே நடக்க ஆரம்பித்தனர்.

" போனாகார்டு பங்களா ல தான்"

" ஏன் மேடம் நான் வேணும்னா வேற நல்ல இடத்துல ரூம் ஏற்பாடு பண்ணி தரேன்"

"ஏன் சர் நீங்களும் அந்த ரூமர்ஸ நம்புறீங்களா?" சிரித்தபடி கேட்டாள் அம்புத்ரா.

" நோ நோ மேடம் பட் தனியா நீங்க அங்க இருக்கறது அதுவும் இந்த மாதிரி டைம்ல.."

"டொணட் ஒர்ரி சார் நான் என்னோட பியான்ஸி, என்னோட கசின் அப்பறம் என் கூட வொர்க் பண்றவங்க கூட தான் இருக்க போறேன்"

" எதுக்கும் கொஞ்சம் ஜாக்கிரதையா இருங்க.. ஒரு அப்பாவா சொல்றேன்" என்றார் அந்த வயதில் மூத்த அதிகாரி.

" ஓகே அப்பா" என புன்முறுவலை சிந்தியவள் அவர்களிடமிருந்து விடைப்பெற்று பங்களா இருக்கும் பக்கம் ஆட்டோவில் சென்றாள்.

அங்கே.. மூவரும் குறுக்கும் நெடுக்குமாக நடந்து கொண்டிருந்தனர்.. அவர்களின் செய்கையை மறைந்திருந்து பார்க்கும் எண்ணம் தோன்ற அங்கிருந்த மரத்தின் பின்னால் ஒளிந்து கொண்டு என்ன நடக்கிறது என்பதை கண்காணிக்க ஆரம்பித்தாள்.

"டைம் என்ன ஆச்சு.. இவ எப்ப போனா? இருட்ட போகுது கொஞ்சமாவது பொறுப்பு இருக்கா? தனியா வேற போயிருக்கா.. இந்த காட்டுல மிருகம் எல்லாம் இருக்குன்னு தானே.." வாயில் வந்ததை பேசி கொண்டிருந்தான் பிரதியுமன்.

"அடேய் கொஞ்ச நேரம் கேப் விடுடா எவ்வளவு நேரம் இதே மாதிரி பொலம்பிட்டே இருப்ப? காதுல இருந்து ரத்தம் வராத குறை தான்" வேறு யார் மைத்ரேயன் தான்.

" ஏய் என்னடா பேசுற நீ? அவ போலீஸா இருந்துட்டு போகட்டும் அதுக்காக என் பொண்.."என ஆரம்பித்தவன் அதை முடிக்காமல் பாதியில் நிறுத்தி விட்டு அவள் வருவாளா என எதிர்நோக்கி காத்திருந்தான்.

அவன் என்ன சொல்ல வந்தான் என்பது அவளுக்கு புரியாதா என்ன?

"வாய திறந்த முழுசா சொன்னா தான் என்ன? அமுக்கினி மாதிரி இருக்கார்.. மனசுல என் மேல இருக்க காதல இந்த இடத்த விட்டு போறதுக்குள்ள சொல்ல வைக்கிறேன்" என தனக்குள் சபதம் செய்து கொண்டவள் அவர்கள் அந்தப் பக்கம் திரும்பிய நேரம் சாவகாசமாக நடந்து வந்தாள்.

இவள் வருவதை முதலில் கவனித்தது கதிர் தான்.." பிரதி சார் மேடம் வராங்க" என அவன் சொல்லி கூட முடிக்கவில்லை ஓடிச்சென்று அணைத்திருந்தான் பிரதியுமன்.

இதை அவள் சற்றும் எதிர்பார்க்கவில்லை என்பது அவளின் முக மாறுதலை வைத்தே அறிந்து கொள்ளலாம்.. நீண்ட காலமாக கிடைக்காத அந்த அணைப்பு அதுவும் தன்னை விட மாட்டேன் என்பதைப் போல் இறுக்கமான அணைப்பு.. அவர்களின் நிலை கண்ட மைத்ரேயன், கதிர் இருவரும் சிரித்தபடி பங்களாவிற்குள் சென்று விட்டனர்.

நொடிகள் நிமடங்களாக பிரதியுமன் அவளை விடுவதாக இல்லை.. முதலில் சுதாரித்து தன்னை அவனிடமிருந்து பிரித்தெடுத்து கொண்டது அம்புத்ரா தான்.. அவள் விலகியதும் தான் இவன் செய்த செயல் மூளைக்கு செல்ல என்ன செய்திருக்கிறான் என்பதை உணர்ந்தான் பிரதி.

"சாரி.. நீ வர லேட்டானதும் கொஞ்சம் டென்ஷன் அதனால தான்.." மென்று முழுங்கினான் வார்த்தைகளை..

அதைக் கண்டு சிரித்தவள் "யுமன் இந்த ஒரு அணைப்பு எனக்கு எவ்வளவு தேவையா இருந்தது தெரியுமா? எனக்காக நீங்க இருக்கீங்கனு வார்த்தையால தான் சொல்லணும்னு இல்ல இந்த மாதிரி சின்ன அணைப்பு போதும்.. எப்படிபட்ட கஷ்டம் வந்தாலும் கடந்து போயிடுவேன்.. இக்கட்டான சூழ்நிலையில நான் இருக்கிறேன்னு உங்க உள்ளங்கை அழுத்தம் போதும் நான் சாதிக்க.." அவள் பேச பேச இவன் கற்சிலையாய் மாறி போனனோ?

அவன் கையை தன் கைக்குள் வைத்ததும் தான் அந்த சிலைக்கு உயிர் வந்தது போலும்!

" என்ன பண்ற நீ.. கையை விடு" இந்த முறை வார்த்தைகள் மென்மையாகவே வந்தது.

" யுமன் ஏன் இப்படி பண்றீங்க?"

" நான் என்ன பண்ணேன்?"

" என் மேல உங்களுக்கு அளவில்லாத காதல் இருக்கு.. இதோ இப்ப கொஞ்ச நேரம் முன்னாடி நான் வர லேட்டானதும் உங்களோட அந்த செய்கை அது தான் நிஜம்.. என் மேல ஏன் இந்த கோப நாடகம் எல்லாம்? ஒருத்தர் மேல வைக்கிற பாசம் கடலுக்கு மண் அணை கட்டுறது மாதிரி தான்.. அலை அதிகமா வரும் போது அந்த மண் அணை கரைஞ்சு போயிடும்..

அது மாதிரி தான் பாசமும்.. இங்க இருந்த போறதுக்கு முன்னாடி அம்பு நீ தான் என் பொண்டாட்டினு சொன்னாலும் சரி, இல்ல தாலி கட்டி பொண்டாட்டியா ஆக்கி கொண்டாலும் சரி.. இது எல்லாம் இங்க இருக்கறதுக்குள்ள நடக்கணும்"

" நடக்கலன்னா?" கேள்வியாய் நோக்கினாள் அவளை..

சிறு புன்னகையை சிந்தியவள்" இங்க நடக்க போற இந்த யுத்ததுல நான் திரும்பி வருவேனான்னு தெரியல ஒரு வேளை எனக்கு எதாவது ஆச்சுன்னா அம்புத்ரா பிரதியுமனா உங்க மடியில தான் சாகணும்" என்றவள் அவனைக் கடந்து உள்ளே சென்றுவிட்டாள்.

அவள் பேசிய அந்த கடைசி வார்த்தை அவனைக் காயப்படுத்தியதோ?அவன் மனதில் தேங்கி இருந்த காதல் கர்வத்தை தொலைக்க போராடுகிறதோ? எவ்வளவு நேரம் அங்கையே இருந்தான் என்பது அவன் அறியான்.. அவன் இருந்த நிலை மற்ற மூவருக்கும் சங்கடத்தை கொடுத்தது, அம்புத்ரா மைத்ரேயனிடம் பிரதியுமனை கூட்டிக்கொண்டு வருமாறு சொல்லியும் அவன் மறுத்து விட்டான்..

"உங்களுக்குள்ள இருக்க பிரச்சனைக்கு ஒரு தீர்வு வரட்டும் அம்மு.. இன்னும் எத்தனை நாள் உன் மேல காதல் இல்லாத மாதிரி நடிப்பான்? அவன் உன்னை அணைச்சதுல தெரியல நீ அவனுக்கு எவ்வளவு முக்கியம்னு? மத்த விஷயத்துல புயலா இருக்க நீ இவன் விஷயத்துல மட்டும் ஏன் தென்றலா இருக்க? இவனுக்கு எல்லாம் அதிரடி தான் சரிபடும்.. நீ வேணும்னா பாரு அவன் முகம் எதையோ தீவிரமா யோசிக்கறத காட்டி கொடுக்குது.. எனக்கு தெரிஞ்சி சாதகமான பதில் வர வாய்ப்பு இருக்கு.. லேட்ஸ் வெயிட் பார் மார்னிங்"

அம்புத நல்லாள் - 27

அம்புத்ரா பேசிச் சென்ற பின் தன் போக்கில் எதையோ செய்தவன் இரவில் உணவு கூட ஏற்காமல் அமைதியாகவே படுத்துக் கொண்டான்.. மற்றவர்களிடம் எந்த உரையாடலும் இல்லை.. அதைக் கண்ட மைத்ரேயனும், அம்புதராவும் வேதாளம் மறுபடியும் முருங்கை மரம் ஏறியதாகவே நினைத்துக் கொண்டனர்.. ஆனால் நிகழ போவதோ வேறு என்பதை அறிந்தால்?

அம்புத்ரா தன் வேலைகளை முடித்துக் கொண்டு உறங்க நள்ளிரவு கடந்தது.. ஆனால் விடியல் முன் அவள் கண்விழித்திருந்தாள்.. கண் விழித்த மறுநொடி அவள் கண்கள் தேடியது அவளின் மன்னவனை தான்.. ஆனால் அவனோ அந்த இடத்தில் இல்லை, மற்ற இருவரும் இன்னமும் உறக்கத்தில் தான் இருந்தனர்.

பனிப் பொழியும் இந்த நேரத்தில் அவன் வெளியே சென்று அமர்ந்திருப்போனோ எனத் தோன்ற உடனடியாக வெளியே சென்று பார்த்தாள்.. அங்கேயும் அவன் இல்லாதது மனதில் கிலயை உண்டாக்க நொடியும் தாமதிக்காது அவனைத் தேடி புறப்பட்டாள்.

கண்ணுக்கெட்டிய தூரம் வரை அவனது உருவம் தெரியவில்லை.. தான் பேசியதால் கோபித்துக் கொண்டு சென்றிருப்பானோ எனத் தோன்றிய எண்ணத்தில் மனம் கனத்தது.. சிறிது தூரம் நடந்தவள் மைத்ரேயனையும், கதிரையும் எழுப்பாமல் வந்த பிசகை நினைத்து நொந்து கொண்டாள்.. உடனடியாக தங்கி இருக்கும் போனாகார்டு பங்களா சாலையில் நடந்தவளின் எண்ணங்கள் பிரதியுமனை நோக்கியே இருந்தது என்பதை சொல்ல தான் வேண்டுமோ?

பங்களாவின் அருகில் வந்தவளுக்கு அப்படி ஒரு ஆச்சரியம்.. தான் காண்பது கனவு தான் என முடிவு செய்துக் கொண்டாள்.. சில நிமிடங்கள் முன் இருள் சூழ்ந்து இருந்த அந்த இடமே

இப்பொழுது பிரகாசமாய், கண்களில் ஒளி மின்ன அவள் மன்னவன் பூங்கொத்துடன்.. அருகில் அவளின் இரு தோழர்கள், மற்றும் எஸ்டேட்டில் வேலை செய்யும் சிலர்.. எப்படி இருக்கும் அவளுக்கு? அவனைக் கண்ட தவிப்பு அத்தனையும் அவள் கண்களில் நீர் முத்துக்களாய் தோன்ற, அந்த முத்துக்கள் ஒவ்வொன்றிலும் பிரதியுமன் முகமே தெரிய ஓடிச்சென்று அவன் கன்னத்தில் ஓங்கி அறைந்தாள்.. இதனை எதிர்பார்த்தவன் போல் சிரித்த முகமாக நிற்க மேலும் அவன் நெஞ்சிலும் அடித்தவளின் கைகளைப் பற்றியதும் அடக்கி வைத்த அழுகையுடன் அவனை நிமிர்ந்து பார்க்க, "நான் செய்தது தப்பு தான், நீ மன்னிப்பு கேட்ட போது உன் பக்க நியாயத்தை யோசிச்சி பார்த்து இருக்கணும்.. அப்ப செய்யல.. நேத்து நீ பேசின ஒவ்வொரு வார்த்தையும் என்னை யோசிக்க வச்சது.. உன் மேல நான் அளவில்லாத காதலை வச்சி இருக்கேன்னு புரிஞ்சது, எனக்குள்ள இருக்க பயத்துக்காக உன்னோட வேலையை பற்றி பேசினது எவ்வளவு தவறுன்னு தெரிஞ்சது, என் பயம் இன்னும் போகல ஆனாலும் உன்னை இழக்குற தெம்பு இல்ல.. சோ

அவன் சொன்ன ஒவ்வொரு வார்த்தையையும் அவள் கண் இமைக்காமல் கேட்டுக் கொண்டிருந்தாள்.. அவன் பாதியில் நிறுத்தவும் அவனைப் பாவமாய் நோக்க "நீ என்னைக் கல்யாணம் பண்ணிக்கிறீயா அம்பு.. பெத்தவங்க இல்லாம இப்ப இங்க ஊரறிய கல்யாணம் பண்ணிக்க முடியாது ஆனாலும் இங்க பாரு" என தன் சட்டைப் பையிலிருந்து ஒரு பெட்டியை எடுத்தான் அதில் ஒரு தங்க சங்கிலி சின்னதாய் அவர்கள் இருவரின் முதல் எழுத்தைக் கொண்டு டாலர் நேர்த்தியாக இருந்தது..

" இதை நான் நம்ம கல்யாணம் ஆன பிறகு உன் கழுத்துல உரிமையாய் போட்டு விடணும்னு நினைச்சேன்.. பட் இப்ப இதை நான் கட்டுற தாலியா நினைச்சு ஏத்துப்பீயா? நான் செஞ்சது, பேசினது எல்லாத்தையும் மன்னிப்பீயா? என்னை கல்யாணம் பண்ணிக்க உனக்கு சம்மதமா?" அவன் ஆசையாய் அவள் முகம் பார்க்க இவளோ அவன் கையை உதறிக் கொண்டு

தள்ளி நின்றாள்.. இது மைத்ரேயனுக்கும், கதிருக்கும் ஆச்சரியத்தை தந்தது..

அவனின் இந்த சொல்லுக்காக மனதிற்குள் பல நாட்களாக கனவு கண்டு கொண்டிருப்பவள், இதை இவன் வாயால் கேட்டிராதவள் அல்ல என்றாலும் தன்னைப் பற்றி முழுமையாக தெரிந்த பின்னர் அவன் சொல்ல வேண்டும் தன்னை தனக்கென ஏற்றுக் கொள்ள வேண்டும் என்பது அவளது பெரிய ஆவா வாக இருந்தது என்பது இவர்கள் இருவருக்கும் தெரியும்.. அப்படி இருக்க அம்புத்ராவின் இந்த உதறலுக்கு காரணம் என்னவாக இருக்க கூடும்? என்பது பல மில்லியன் கேள்வியாக அவர்களின் தலையில் சுழன்றது.

பிரதியுமனுக்கு இது அதிர்ச்சி தான்.. ஆனாலும் அவளின் தான் பேசும் போது அவளிடம் தெரிந்த மாறுதல், கண்களில் தோன்றிய அந்த பிரகாசம் இப்பொழுது செய்யும் செயல் தன்னை சீண்டி பார்ப்பதற்காகவே என்பதைப் புரிந்து கொண்டான்.

மன்னவனின் மனநிலையை அறியாத மங்கையோ அவனை வம்பிழுக்கும் எண்ணத்தில் "சாரி யுமன் சிம்பதில வர இந்த சமாதானம் எனக்கு வேண்டாம்.. நீங்க மனசார ஏத்துக்குற வரை வெயிட் பண்ண ட்ரை பண்றேன்"

"வாட் கம் ஆகென்.. ட்ரை பண்ற? அதுக்கு என்ன அர்த்தம்?" பிரதியுமன் கேட்டான்.

"எவ்வளவு நாள் தான் உங்களுக்காக வெயிட் பண்ண முடியும்? ஒருவேளை நீங்க என்னை அம்புத்ராவா அக்சப்ட்(accept) பண்ணலன்னா நான் வேற பையன பார்த்துக்கிறேன்? நான் என்ன தியாகியா?சராசரி பொண்ணு தானே?"

" ஓ அப்ப சரி.. நீ வேற பையன பார்த்துக்கோ" என்றவனின் சட்டையைப் பற்றி இருந்தாள் அம்புத்ரா.

இவள் சட்டையை பிடிக்கவும் கதிரும், மைத்ரேயனும் அங்கிருந்தவர்களை போகுமாறு சொல்லிவிட்டனர்..அவர்களும் இதுங்க இரண்டும் திருந்தாது போல இருக்கு நாம போய் வேடிக்கைப் பார்த்துட்டு வரலாம் வா என ஒரு மனதாக சொல்லிக் கொண்டு நடக்க ஆரம்பித்தனர்.

அவர்கள் சென்றதும் "என்ன சொன்னீங்க நான் வேற பையன கல்யாணம் பண்ணிக்கணுமா?"

அவன் சிரித்தபடி "எஸ் நீ தானே சொன்ன.. வேற பையன பார்த்துக்கிறேன்னு..ஆனா நான் கல்யாணம் பண்ணிக்க சொல்லலையே? உனக்கு பையன் தான் வேணுமா அம்பு?" என்றான் விஷம தோணியில்.

தான் சொன்னதை சரியாக புரிந்துக் கொண்டானே! எனத் தோன்றியதும் அவளுக்கு என்றுமில்லாமல் வெட்கம் வந்தது.

அவளின் வெட்கத்தை ரசித்தவன்" சொல்லு அம்பு நீ சொன்னதுக்கு இதுதானே பதில்?"

" ஆமா.. நீங்க சொன்னா நான் கேட்கணுமா.. நீ ஏத்துக்கிட்டாலும், ஏத்துக்கலன்னாலும் உங்களோட ஜெராக்ஸ் எனக்கு வேணும்"

"நைட் தான் சாகுறத பற்றி எல்லாம் யாரோ பேசினாங்க?" என்றான் புருவத்தை உயர்த்தி.

"அது நேற்று இன்னைக்கு இந்த நிமிடம் நான் வாழணும்னு ஆசைப்படுறேன்.. உங்க குழந்தையை சுமக்கணும்னு ஏங்குறேன்..உங்க உருவத்துல, குணத்துல ஒரு குழந்தையை நான் பெற்றுக் கொடுத்துட்டு நான் பார்த்த அப்பறம் அந்த மரணம் என்ன நெருங்குனா போதும்னு இருக்கு இப்ப" என கண்களில் தன் மொத்த காதலையும் தேக்கியபடி சொன்னாள்.

அவளை அணைத்தவன்" அது சரி எனக்கு ஒரு ஆசை இருக்கு.. அம்பு மாதிரி ஒரு அழகான பொண்ணு, தைரியமா அவள

மாதிரியே, ஒருத்தன் மேல ஆசைப்பட்டா எந்த சூழ்நிலையிலும் விட்டுக் கொடுக்காம இருக்க குட்டி அம்பு வேணும்.. அவள அடக்க இந்த பெரிய அம்புவும் வேணும்" என அவள் நெற்றியில் நீண்ட நாட்களுக்கு பிறகு ஒரு முத்தம் வைத்தான்.

அந்த முத்தம் உயிர் வரை பரவியது அவளுக்கு.. கண்களை திறந்தவளின் எதிரில் கையில் செயினை கட்டவா என்ற பாவனையில் அவன்.

அதைப் பார்த்தவள் சரி என்பதைப் போல் தலையசைக்க அவள் கண்களில் ஆனந்த கண்ணீரோ?

யாருமில்லா அந்த இடத்தில் இயற்கை அன்னையின் துணை மட்டும் கொண்டு தன் கையில் இருந்த செயினை அவள் கழுத்தில் அணிவித்து மானசீகமாய் தன் மனைவியாக ஏற்றுக் கொண்டான் பிரதியுமன்.

அவர்களை ஆசிர்வதிக்கும் விதமாக வண்ண மலர்களை தூவி வாழ்த்தியது மரங்கள்.

தேவர்களே தங்களை வாழ்த்தியதாக எண்ணிய அந்த இளம் ஜோடி குதூகலித்தனர்.

சற்று நேரம் கழித்து இவர்களின் நிலை என்ன என்பதை அறிய வந்த கதிருக்கும், மைத்ரேயனுக்கும் சந்தோஷம் கலந்த நிம்மதி பரவியது என்றே சொல்லலாம்.. எலியும், பூனையுமாக சில காலம் இருந்த இந்த ஜோடி இன்று அருகருகே அமர்ந்து கண்களால் கவி பாடி கொண்டிருந்தனர்.

சுற்றி நடப்பது யாவும் அவர்கள் கண்களில் தெரியவில்லை என்பது அவர்களின் நிலை வைத்தே அறிய முடிந்தது.

"ஏன் கதிர் நம்ம லூசா இல்ல அவங்க லூசா?"

திடீரென்று மைத்ரேயன் இப்படி கேட்பான் என எதிர்பாராதவன் "என்ன மைத்ரேயன் புரியல? ஏன் அப்படி கேட்கறீங்க?"

"இல்ல இப்ப கொஞ்ச நேரம் முன்ன கூட சண்டை போட்டா மாதிரியா இருக்காங்க? கண்ணுல எவ்வளவு காதல் பார்த்தீங்களா? இவ்வளவு காதலையும் மறைச்சு வைச்சு இருந்து இருக்காங்க.. நாம வந்து இவ்வளவு சத்தமா பேசுறது கூட அவங்க காதுல விழாத அளவுக்கு வேற உலகத்துல இருக்காங்க.. இப்ப புரியுதா நான் ஏன் அப்படி கேட்டேன்னு"

" நீங்க சொல்றத வச்சி பார்த்தா நாம தான் லூசு.. நாம கூட தான் லவ் பண்றோம் ஆனா இப்படி ரொமேன்ஸ் பண்ண குடுத்து வைக்கலையே" ஆதங்கமாய் சொன்னான் கதிர்.

" அதானே.. வா போய் என்னனு கேட்போம்.." கதிர் வேண்டாம் என மறுத்தும் கேட்காமல் இழுத்துக் கொண்டு சென்றான் மைத்ரேயன்.

" ஹூக்கும்" என தொண்டையை கனைத்து சத்தம் செய்தான்

அவர்களிடம் எந்த அசைவும் இல்லை..

" மைத்ரேயன் நாம இவ்வளவு நேரம் எருமை மாடு மாதிரி கத்திக்கிட்டு இருந்ததே அவங்க கவனிக்கல இப்ப இந்த சத்தத்தையா கவனிக்க போறாங்க.. வாங்க உலுக்கி என்ன நடந்ததுன்னு கேட்டுத் தெரிஞ்சிக்குவோம்.

இருவரும் அருகில் சென்று தோளைத் தொட்டனர்..அழகான கனவு கலைந்தது போல் இருந்தது அவர்களின் பாவனை..

"ஏய் மைத்து.. என்னடா எப்ப வந்தீங்க?"

"ஏது எப்ப வந்தோமா? ரைட்டு நீ ஏன் எங்கள கவனிக்க போற? நீங்க இரண்டு பேரும் தான் வேற உலகத்துல இருந்தீங்களே

அது எப்படி இரண்டு பேரும் பாசத்த காட்டினாலும் அதிகமா காட்டிக்கிறீங்க கோபம்ன்னாலும் அதிகமா காட்டிக்கிறீங்க?"

"அதெல்லாம் லவ்வு மைத்து" என அசடு வழிந்தான்.

" அம்மு இப்ப சந்தோஷம் தானே? அவன் கொடுத்த செயின்ன போட்டுக்கிட்டியா?"

" ஆமா மைத்து.. இப்ப இந்த உலகத்துல என்ன விட சந்தோஷமா யாரும் இருக்க மாட்டாங்க.." என்றவளின் முகம் வெட்கத்தில் அந்தி வானமாய் சிவந்தது.

" கதிர் அசிஸ்டெண்ட் கமிஷனர் அம்புத்ராவை நீங்க பார்த்தீங்களா?"

" தெரியல மைத்ரேயன் இப்ப கொஞ்ச நேரம் முன்னாடி கூட இருந்தாங்க இப்ப பிரதியுமனோட அம்பு தான் இருக்காங்க" என்றதும் நாணம் சிலிர்த்தெழ" வாய மூடுங்க ரொம்ப தான் கிண்டல் பண்றீங்க" என்றவள் மேலும் அங்கு இருக்க முடியாமல் முன்னாள் பிரதியுமன் அமர்ந்திருந்த மரத்தின் அருகில் சென்றாள்.

" ஏய் அம்பு நீ வெட்கப்பட்டா ரொம்ப அழகா இருக்க ஐ லவ் தட் அண்ட் ஐ லவ் யூ" என அந்த இடமே அதிரும்படி கத்தினான் பிரதியுமன்.

அதில் மேலும் வெட்கம் கொண்டவள் அவனைத் திரும்பி பார்க்காமல் மரத்தின் மீது சாய்ந்து நின்று ஒவ்வொரு நொடியாக சந்தோஷத்தை அனுபவித்துக் கொண்டிருந்தாள்.

அதே நேரம்" பிரதி அவள கூட்டிட்டு வா காலையில இருந்து யாரும் எதுவும் சாப்பிடல நான் போய் இருக்கறத வச்சி ரெடி பண்றேன் நீங்க வாங்க.. கதிர் நீங்க வரீங்களா?"

"நான் விஷாலி கிட்ட பேசிட்டு வரேன்"

"சரி சரி சீக்கரம் வாங்க டிபன் சாப்பிடுவோம்"

"ஓகே மைத்ரேயன்.. ஐஞ்சு நிமிஷத்துல வரேன்" என இவன் மறுபுறம் செல்ல, பிரதியுமன் மரத்தின் அருகில் அவளை நெருங்கிய நொடி அவனைத் தாண்டி அம்புத்ராவின் தோளில் பாய்ந்தது துப்பாக்கி குண்டு.

அவள் அம்மா என அலறி திரும்ப, அம்பு என இவன் அந்த இடமே அதிரும்படி அலறினான்.

அம்புத நல்லாள் - 28

அம்புத்ராவை அழைக்க அவளை நெருங்கிய சமயத்தில் எதிர்பாராத விதமாக துப்பாக்கிக் குண்டு அவள் தோளைத் துளைத்தது..

பிரதியுமன் அம்பு என கத்திய சத்தம் கேட்டு உள்ளே இருந்து மைத்ரேயனும், பின் பக்கம் இருந்த கதிரும் ஓடி வந்தனர்..

ஆனால் அடிப்பட்ட அவளோ சீறும் சிறுத்தையாக கையில் வழியும் இரத்தத்தைக் கூடப் பொருட்படுத்தாமல் குண்டு பாய்ந்து வந்திருந்த திசையை நோக்கி ஓடினாள்.

ஆம், அம்புத்ராவின் இடது கையில் தான் குண்டு பாய்ந்தது.. பின்புறம் கையை கட்டி நடந்த நிகழ்வை எண்ணி மகிழ்ச்சியில் திளைத்தவள் சுற்றுபுறம் தன் கவனத்தைச் செலுத்தாமல் விட்டிருந்தாள்.

அவள் பின்புறம் கையை கட்டியது தெரியாமல் முதுகில் சுட்டால் நெஞ்சை துளைத்து விடும் எண்ணும் நோக்கோடு சுட்டிருப்பார்கள் போலும்.. ஆனால் நடந்ததோ வேறு.. கையில் வழிந்த இரத்தம் முதுகில் படரவே தாங்கள் வந்த காரியம் நிறைவேறியதாகவே நினைத்தனர் அந்த முகம் தெரியாத நபர்கள்.

அவள் துடிப்பதைப் பார்க்க வேண்டும் என்ற ஆவலில் தாங்கள் மறைந்திருந்த இடத்தில் அசையாமல் நின்றவர்கள் அவளின் அந்த ஆக்ரோஷமான ஓட்டத்தைக் கண்டு பதறியபடி வந்த வழியே ஓட ஆரம்பித்தனர்.

அம்புத்ராவின் நிலைக் கண்டு அதிர்ச்சியில் உறைந்திருந்தவர்கள் அவள் ஓடுவதைப் பார்த்ததும் மற்ற மூவரும் பின்தொடர்ந்து விரட்ட ஆரம்பித்தனர்.

"ஏய் நில்லுங்கடா இல்லன்னா உங்க நிலைமை என்ன ஆகும்னே தெரியாது" ஆங்காரமாய் கத்திக் கொண்டே ஓடினாள்.

"அம்பு அவங்கள அப்பறம் பார்த்துக்கலாம் இரத்தம் வருது பாரு.. நில்லு" என பிரதியுமன் சொல்ல,

"யுமன் நீங்க போங்க, மைத்து நீங்களும் போங்க.. கதிர் பாலோ மீ" இவளும் சொல்லிக் கொண்டே ஓடினாள்.

மர்ம நபர்கள் அடர்ந்தச் செடி கொடிகளில் எந்த தடையுமின்றி ஓடினர்.. அதைக் காணும் பொழுது இது அவர்களுக்கு பழக்கப்பட்ட இடம் என்றே தோன்றியது.

நால்வரும் நான்கு பக்கமாக சென்று அவர்களை சூழ்ந்துக் கொண்டனர்.. மர்ம மனிதர்களால் ஒரு அடி கூட எடுத்து வைக்க முடியவில்லை.. அதீத ஆத்திரத்தில் இருந்தவன் பிரதியுமன் தான்.. அவர்கள் கையில் சிக்கிய அடுத்த நொடி இடியென இறக்கியிருந்தான் அவனது அடியை.

அதில் கண்கள் சொருக நால்வரையும் பார்த்தபடி மயங்கினர் இரு மர்ம நபர்களும்.

கதிரும், மைத்ரேயனும் ஆளுக்கு ஒருவனை சுமந்து நடந்தனர்.. பிரதியுமன் அம்புத்ராவின் காயம்ப்பட்ட கையில் தன் கைக்குட்டையை அழுத்தி கட்டி விட்டான்.

அவள் வலியை மீறி அவனுக்காக சிரிப்பது இவனுக்கு புரிய தான் செய்தது.

"அம்பு கொஞ்சம் பொறுத்துக்கோ ஹாஸ்பிடல் போயிடலாம்" என்றான் பதட்டமாக.

"யுமன் டொண்ட் வொர்ரி கையில தான் அடிப்பட்டு இருக்கு சோ கவலை இல்ல.. இது மாதிரி நிறைய டைம் மிஸ் ஆகி இருக்கு பட் இன்னைக்கு அப்படி முடியல" என்றாள் சிரித்தவாறே.

அவளின் அந்த வார்த்தைகள் இவனுக்கு பெரும் கோபத்தை உண்டு பண்ணியது.. அந்த இருவரையும் மட்டுமல்லாமல் அவர்களை அனுப்பி வைத்த கயவனையும் பிடித்து துவம்சம் செய்யும் எண்ணம் அவனிடம்.

அவன் முகம் மாறுவதைக் கண்ட அம்புத்ராவுக்கு புரிந்து போனது.. இவன் திட்டம் தீட்டிக் கொண்டிருக்கிறான் என.. தான் எது செய்தாலும் அது டிபார்ட்மென்ட் ஏற்றுக் கொள்ளும் அதுவே இவர் செய்தால்? சிறு வயதில் நடந்த நிகழ்வே இன்னும் மனதில் ஆறாத வடுவாய் தேங்கி நிற்க இதுவேறையா என்பது போல் நொந்துக் கொண்டாள்.. தன்னுடைய கவனக் குறைவு இக்கட்டான நிலையில் தள்ளி விடுமோ? என்ற புது அச்சம் தோன்றியது.

சில நிமிடத்தில் தாங்கள் உடன் எடுத்து வந்த காரில் அவளை ஏற்றிக் கொண்டு பறந்தான் பிரதியுமன்.. போகும் முன் அந்த இருவரையும் நன்கு கவனிக்கும்படி கதிரிடம் சொல்லி விட்டே சென்றான்.

அங்கே, மருத்துவமனையில்

கையை மடக்கி இருந்ததால் குண்டு ஆழத்திற்கு செல்லவில்லை என்பதாக தெரிவித்த மருத்தவர்.. அந்த குண்டினை எடுத்து விட்டு கட்டு போட்டு விட்டிருந்தார்..

ரத்தம் அதிகமாக வெளியேறியதால் அவளுக்கு ஒய்வு தேவைப்பட்ட இவர்கள் அங்கேயே சில மணி நேரங்கள் தங்க வேண்டிய சூழ்நிலை ஏற்பட்டது.

"மிஸ்டர், நீங்க அவங்களுக்கு யாரு? மோஸ்ட்லி இந்த மாதிரி அடிப்பட்டு இருக்கவங்களுக்கு கம்பிளைண்ட் காபி இல்லாம டிரிட்மெண்ட் பண்ண மாட்டோம்.. இவங்க போலீஸ்னு ஐடி காமிச்சதுனால தான் பர்தரா பிரோசிட் பண்ணேன்.. அண்ட் அங்க இருக்க கமிஷனர் பேசினதுனால இங்க கம்பிளைண்ட் பைல் பண்ணலன்னாலும் நான் என்னோட சொந்த ரிஸ்க் ல

மேனேஜ் பண்ணிக்கிறேன்.." படபடவென பொரிந்தார் மருத்தவர்.

" ரொம்ப தாங்க்ஸ் சார்.. நான் இவங்களோட ஹஸ்பண்ட் தான்.. எதிர்பாராத விதமா இது நடந்து போச்சி.. தாங்க்ஸ் ஆகென் பார் யூவர் ஹெல்ப்"

" தட்ஸ் ஓகே.. நீங்க இரகசியமா இந்த வேலைக்கு வந்து இருக்கறதா சொன்னாங்க பட் எனக்கு அப்படி தோணல? சம் ஒன் இஸ் வாட்ச்சிங் யூ.. இன்னும் கொஞ்ச நேரத்துல நீங்க அவங்கள கூட்டிட்டு போகலாம் பட் அடிப்பட்ட கையை ரொம்ப ஸ்டிரின் பண்ணாம பார்த்துக்கோங்க" என்றவாறு நகர்ந்து விட்டார்.

உள்ளே, அவள் மயங்கவில்லை, கண்மூடி ஆழ்ந்த சிந்தனையில் இருந்தாள்.

" என்ன யோசனை அம்பு?" என்றவனின் குரல் கேட்டு மலர்ச்சியாய் கண் திறந்தாள்.

" ஒன்னுமில்லை யுமன்.. சும்மா தான்"

" நீ சும்மா யோசிக்கிற? அதை நான் நம்பணும் அப்படி தானே? நம்பிட்டேன்" கேலியாக அவன் சொல்லவும் "என்ன யுமன் கிண்டல் பண்றீங்களா?"

"அடிச்சேன்னா பாரு.. உன் உடம்புல இருந்து இரத்தம் வந்ததைப் பார்த்ததும் எனக்கு உயிரே போயிடிச்சி.. கையில அடிப்பட்டு இருக்குன்னு தெரிஞ்ச அப்பறம் கூட என் மனசு கேட்கல.. எங்க உன்ன இழந்துடுவேனோன்னு பயம் வந்திருச்சு..இன்னும் கூட நான் சமாதானம் ஆகல.. இதுல நான் உன்னை கிண்டல் பண்ணி விளையாடுறேனா?" மருத்தவமனை என்றும் பாராமல் அவன் கத்திக் கொண்டிருந்தான்.

இவள் சிரிப்புடன்" யுமன் நாம இருக்கறது ஹாஸ்டலில் இங்க இப்படி கத்த கூடாது.. உங்க கோபத்தைப் பார்க்கும் போது எனக்கு ரொம்ப சந்தோஷமா இருக்கு"

" என்னது.. நான் கஷ்டப்படுறது உனக்கு சந்தோஷமா இருக்கா?"

" எஸ்.. இப்ப இந்த உலகத்துல ரொம்ப சந்தோஷமா இருக்க ஆள் யார்னு தேடினா அது நானா தான் இருப்பேன்.. ஏன் தெரியுமா? எந்த வேலை உங்களுக்கு பிடிக்காம அதே வேலையை நான் செய்யுறேன்னு என் கிட்ட கோச்சிக்கிட்டு இருந்தீங்களோ இப்ப அந்த வேலையை சொல்லி எனக்கு டிரிட்மெண்ட் பார்க்க வைச்சி இருக்கீங்க.. அதுவும் எந்த வித முக சுளிப்பும் இல்லாம.. அப்ப நான் சந்தோஷமா தானே இருக்கணும்?"

" அது சரி.. உன் நிலைமையை பார்த்து வேற என்ன செய்யறது? என் ஐடி கார்ட் காண்பிச்சா டிரிட்மெண்ட் நடந்து இருக்குமா? அதனால தான் அப்படி செஞ்சேன்.. மத்தபடி வேற ஒன்னுமில்லை"

சிரித்துக் கொண்டே" ஒத்துக்க மாட்டீங்களே.. நாம எப்ப கிளம்பலாம்?"

" கொஞ்ச நேரம் கழிச்சி போகலாம்.. பட் ஸ்டிரைன் பண்ணக் கூடாதுன்னு டாக்டர் சொல்லியாச்சு"

" அவ்வளவு தானே.. பார்த்துக்கலாம்"

ஒரு மணி நேரம் கழித்து மருத்தவரை சந்தித்து அவளுக்கான மருந்துகளை வாங்கிக் கொண்டு, மறுபடியும் போனாகார்டு பங்களாவை சென்றடைந்தனர்.

மைத்ரேயனும், கதிரும் சோர்ந்து போய் அமர்ந்திருந்தனர்.

அவர்கள் அமர்ந்திருந்த கோலம் இவர்களுக்கு என்னவோ செய்ய" டேய் மைத்து என்ன ஆச்சு? ஏன் இரண்டு பேரும் இப்படி உட்கார்ந்து இருக்கீங்க? எனி ப்ராப்ளம்?"

"ஆமாடா இப்ப வந்து கேளு.. எனக்கு கை, கால் எல்லாம் வலிக்குது.. வந்தியே எங்களுக்கு டிபன் வாங்கிட்டு வந்து இருக்கலாம்ல.. காலையில போனவன் இப்படி இருட்டின அப்பறம் வந்து சேருர?

"டேய் என்ன ஆச்சு? கதிர் நீங்களாவது ஒழுங்கா பதில் சொல்லுங்க?"

அவன் சொல்வதற்குள் அம்புத்ரா முந்திக் கொண்டு "அந்த இரண்டு பேரும் உங்கள அடிச்சிட்டு தப்பிச்சு போயிட்டாங்களா?"

"ஏன் அம்மு நீ வேற.. அந்த இரண்டு தடியனுங்களும் குத்துக் கல்லு மாதிரி உட்கார்ந்து இருக்காங்க.. அவனுங்கள அடிச்சு அடிச்சி எங்க கை தான் வலிக்குது.. ஒரு வார்த்தைப் பேசல.. இவனுங்க கூடப் போராடி எங்களுக்கு பசி வந்து மயக்கம் வர ஸ்டேஜில இருக்கோம்"

" என்னடா சொல்ற? நீங்க சாப்பிடலையா?"

" ஏன் பிரதி சார்.. மைத்ரேயன் தமிழ்ல தானே சொன்னார்? நீங்க அதுக்கு டிரண்ஸிலேட் பண்ணிட்டு இருக்கீங்க?.. பசி வேற காதை அடைக்குது.."

"கதிர் சமைச்சு சாப்பிட்டு இருக்க வேண்டியது தானே?"

" அவனுங்கள விட்டுட்டு எங்க போக சொல்ற அம்மு? ஒருவேளை எஸ்கேப் ஆயிட்டா?"

" போன போகட்டும்.. அதுக்காக நீங்க ஏன் உங்கள கஷ்டப்படுத்திக்கிட்டு இருக்கணும்? அவனுங்க இரண்டு பேரும் அவ்வளவு முக்கியமான ஆள் இல்ல"

" வாட்? இதை ஏன் நீ முதல்லையே சொல்லிட்டு போகல? இவனுங்க ஓட கூடாதுன்னு சாப்பிட்டாம கூட இருந்தோமே..

கதிர் கூட சொன்னான் பரவாயில்லை நாம சமைக்கலாம் இவனுங்கள பார்த்தா முக்கியமான ஆள் மாதிரி தெரியல அதுவுமில்லாம எங்க போயிட போறாங்கன்னு.. கேட்டேனா நானு.. அய்யோ மயக்கமே வருதே"என சுவற்றில் சாய்ந்து விட்டான்.

அவன் நிலைமையை பார்த்த அம்புத்ரா இருவருக்கும் தனக்கேன வாங்கி வைத்திருந்த இரண்டு ஜூஸ்களை கொடுத்தாள்.. தான் ஏதாவது சமைத்து கொடுக்கலாம் என நினைத்து என உள்ளே வந்துப் பார்த்த நேரம் அனைவருக்கும் உப்புமா செய்ய ஆரம்பித்து இருந்தான் பிரதியுமன்.

"ஏய் அம்பு.. நீ போ இன்னும் 10 மினிட்ஸ்ல ரெடி ஆகிடும்.. அவனுங்களுக்கு எப்படி?"

"ஹூம் உண்மையை சொல்லட்டும் அப்பறம் கொடுக்கலாம்"

"பாவம் அம்பு"

"யுமன் இவனுங்களுக்கு பாவம் பார்க்காதீங்க.. இவனுங்களாள எத்தனை உயிர் போயிருக்கும் தெரியுமா? தெரிஞ்சி செய்யுற தப்புக்கு தண்டனை வேணும் இல்லையா?"

" ஆமா.. ஆனா"

" ஆனா எல்லாம் இல்ல.. பர்ஸ்ட் கதிருக்கும், மைத்துக்கும் டிபன் கொடுங்க.. நீங்களும் வேணும்னா சாப்பிடுங்க நான் அவங்கள என்னனு கேட்டுட்டு வரேன்"

" ஏய் அம்பு உனக்கு கை சரியில்லை.. நான் பேசுறேன்.. நீ அவங்கள பார்த்துக்கோ"

அவள் சிரித்தபடி" உங்க கிட்ட எல்லாம் அவனுங்க வாய திறக்க மாட்டாங்க யுமன்.."

"எனக்கு அவ்வளவு கோபம் அம்பு நான் பேசுறேன்.. இன்னைக்கு அவனுங்க வாயல இருந்து வார்த்தை வரலன்னா என்னை கேளு"

"சரி இவ்வளவு சொல்றீங்க.. ட்ரை பண்ணுங்க" என்றவாறு நகர்ந்து விட்டாள்.

இவள் இந்த பக்கம் போக, உள்ளே இருவரையும் கட்டி வைத்திருந்த அறைக்கு பிரதியுமன் சென்றான்.

அவனைக் கண்டு ஏளன சிரிப்பை அவர்கள் சிந்தியது அவனுக்கு மேலும் கோபத்தை ஏற்படுத்தியது.

" என்னங்கடா.. சிரிக்கிறீங்களோ? சிரிங்க சிரிங்க.. இதுவே உங்களுக்கு கடைசி சிரிப்பு ஆகாம பார்த்துக்கோங்க"

அதற்கும் அவர்கள் பதில் எதுவும் பேசாமல் சிரித்தபடியே இருந்தனர்.

அருகில் இருந்த சேரை போட்டு அமர்ந்தவன் " சோ நீங்க பேச மாட்டீங்க அப்படி தானே?"

அவர்கள் ஒருவரை ஒருவர் பார்த்துச் சிரித்துக் கொண்டனர்.

" ஓகே டன்.. நீங்க பேச வேண்டாம்" என எழுந்து சென்றவன் கைகளில் டிபனோடு வந்தான்.

டிபன் மணம் நாசி அருகில் வந்ததும் அவர்களுக்கு பசி கிள்ளியது.. காலையிலிருந்து சாப்பிடாமல் இருந்தது, கதிரும், மைத்ரேயனும் சேர்ந்து அடித்தது என அவர்கள் ஏற்கனவே துவண்டு போய் இருக்க பிரதியின் அந்த செயல் சற்றே ஒத்துழைத்தது.

"சீக்கரம் கொடு.. எங்களுக்கு பசிக்குது"

"பசிக்கிதா சாப்பிடுங்க"என தட்டை இருவரின் முன்னையும் நீட்டினான்.

பிரதியை சந்தேகமாக பார்த்தவர்கள் தட்டை வாங்காமல் தயங்கினர்.

அதைக் கவனித்தவன் "பயப்படாம சாப்பிடுங்க நான் உங்கள மாதிரி கொடூரமானவன் இல்லை.. முதுகுல குத்துற பழக்கமும் இல்லை.. தைரியமா சாப்பிடுங்க"

அவன் கண்களில் உண்மை தெரிய அதற்கு மேலும் மறுக்காமல் தட்டை வாங்கி சாப்பிட ஆரம்பித்தனர்.

வயிறார உண்டவர்களின் கண்களில் தெளிவு தெரிய "என்ன சாப்பாடு நல்லா இருந்ததா?"

" நல்லா இருந்தது.. ஆனா அதுக்காக நாங்க எதுவும் சொல்ல மாட்டோம்.. வேணும்னா உன்னை உயிரோட விடுறோம்" என்றனர் கர்வமாக.

"ஓ சரி சரி எனக்கு ரொம்ப பயமா இருக்கு.. என் உயிர நீங்க பிச்சை போடுறீங்களா? நல்லா கவனிச்சிக்கோங்க இன்னும் அரை மணி நேரத்துல இந்த மருந்தை நான் உங்களுக்கு கொடுக்கலன்னா நீங்க பரலோகத்துக்கு டிரெக்டா டிக்கெட் வாங்கிடுவீங்க"

அவர்களிடம் கலக்கம் தெரிந்தது.. "என்ன நம்பலையா?" என கைகளில் இருந்த மருந்தை காண்பித்தான்..

உங்களுக்காக ஸ்பெஷலா டாக்டர் கிட்ட கேட்டு வாங்கிட்டு வந்தேன்..ஒருவேளை நான் கேட்குற கேள்விக்கு பதில் சொன்னா என்ன பண்றதுன்னு மாத்து மருந்தும் வாங்கிட்டு வந்தேன்.. சோ என்னுடைய கேள்விக்கு பதில் சொல்றதும் சொல்லாம சாகறதும் உங்க கிட்ட தான் இருக்கு" என சொன்னவன் சேரில் சாய்வாக அமர்ந்தான்.

"நீ பொய் சொல்ற.. நாங்க நம்ப மாட்டோம்" என்றனர் இருவரும்.

இதையெல்லாம் ஜன்னல் வழியே பார்த்துக் கொண்டிருந்த மூவரும் அதிசயித்தனர்.

" மேடம் இவர் என்ன ஒரிஜினல் போலீஸ் மாதிரி செய்யறார்?"

" போலீஸ் மேடமுக்கு புருஷன்ல கதிர் அது தான் இப்படி யோசிச்சான் போல"
என்றதும் அவளின் முகத்தில் நாணத்தின் அறிகுறி.

"கதிர் இங்க பாருங்க உங்க மேடமுக்கு வெட்கம் வருது"என்றவனை "ஷட் அப் மைத்து.. அங்க என்ன நடக்குதுன்னு பார்க்கலாம்"

அதன் பின் மூவரும் உள்ளே கவனிக்க ஆரம்பித்தனர்.

" நான் ஏன் பொய் சொல்லனும்? என் அம்பு உடம்புல ரத்தத்தை வரவழைச்ச உங்களுக்கு இவ்வளவு சிம்பிளா சாவ தரேன்னு சந்தோஷப்படுங்க.. இங்க பாருங்க உங்களுக்காக நான் வாங்கிட்டு வந்த மருந்து.. படிக்க தெரியும் இல்லையா.. தெரிஞ்சி இருக்கணும்.. சோ செக் இட்" என கூகுள் செய்து காண்பித்தான்.

அதில் அவன் சொன்னது உண்மை எனப் புரிய கிலி வந்தது இருவருக்கும்.

" என்ன செய்யறதா உத்தேசம்? "

"இல்ல முடியாது எங்க உயிரே போனாலும் நாங்க எதுக்காக வந்தோம்ன்னு சொல்ல மாட்டோம்"

" ஓகே பைன்.. தென் என்ஜாய் யூவர் ஜெர்னி" என இவன் நகர போக "சார்" என்ற அழைப்பால் நின்றான்.

அவன் எதிர்பார்த்த ஒன்று தான் என்பது அவனது புன்னகையே சொன்னது.

திரும்பி என்ன என்றான்.

" சார் அவனுக்கு உயிர் மேல பயம் இல்லன்னா போகட்டும்.. ஆனா எனக்கு இருக்கு, எனக்கு குடும்பம் இருக்கு சார்.. இத்தனை நாளா செஞ்ச தப்புக்கு பரிகாரம் தேடிக்கிறேன்.. ப்ளீஸ் என்னைக் காப்பாற்றுங்க"

"ஓ சரி.. நீ ஒன்னு விடாம சொல்லு நான் மாற்று மருந்து தரேன்"

"டேய் போலிஸ்காரங்க சொல்றத கேட்காத நீ உண்மைய சொன்னாலும் உயிரோட விடமாட்டாங்க எதுவுமே சொல்லலன்னாலும் விடமாட்டாங்க" கத்தினான் மற்றவன்.

" பரவாயில்லை நான் செத்தாலும் உண்மைய சொல்லிட்டு சாகுறேன்.. இத்தனை நாள் செஞ்ச பாவம் போதும்னு தோணுது.. சார் நீங்க கேட்க வேண்டியத கேளுங்க அதுக்கு அப்பறம் நடக்கறது நடக்கட்டும்"

" அம்பு" என்றவன் இவன் புறம் திரும்பி உன் பெயர் என்ன? என்றான்.

" விமல்"

"ஓகே விமல்"

அதிரடியாக உள்ளே வந்த அம்புத்ரா கதிரிடம் கண்ஜாடை காட்டவும் அவன் மற்றொருவன் நெஞ்சில் குறி தவறாமல் துப்பாக்கி குண்டினை இறக்கியிருந்தான்.

அதைக் கண்ட பிரதியுமனும், மைத்ரேயனும் அதிர்ந்து நிற்க, "கதிர் பாரஸ்ட் ஆபிசர் நம்பர் இது அவங்களுக்கு கால் பண்ணி சொல்லிட்டேன்.. இவன இங்க இருந்து டிஸ்போஸ் பண்ணிடுங்க..அப்பறம் இன்னும் கொஞ்ச டிடைல்ஸ் கேட்டு

இருக்கேன் அதையும் வாங்கிட்டு வாங்க.. துணைக்கு மைத்துவ கூட்டிட்டு போங்க"

அதுவரை அதிர்ச்சியில் நின்றிருந்த மைத்ரேயன் அம்புத்ராவின் கடைசி வார்த்தையில் நெளிந்தான்..

" அம்மு என்னால முடியாது.."

"மைத்து நீங்க போங்க.. கூடவே கேமரா எடுத்துட்டு போங்க"

" உனக்கே நியாமா இருக்கா? லவ்வரோட ரொமேன்டிகா டிராவல் பண்ண வேண்டிய என்னை இப்படி பிணத்தோட டெரரா போக சொல்றீயே?"

"மைத்து.. நான்.."

"புரிஞ்சி போச்சு.. நீ சொல்றத கேட்கணும் அவ்வளவு தானே? " அவள் ஆம் என்பது போல் தலையாட்டவும்" வேற வழி போய் தொலைக்கிறேன்" அங்கிருந்து இறந்தவனை புலம்பியபடியே தூக்கிச் சென்றான் கதிருடன்.

அவர்களின் வண்டி கிளம்பியதும் கேமிரா சகிதம் விமல் எதிரில் தோரணையாக அமர்ந்தாள் அம்புத்ரா.

" சொல்லு விமல்.. உங்கள அனுப்பினது யார்? எதுக்காக என்னைக் கொல்ல நினைச்சீங்க?"

" நாங்க கொல்ல நினைச்சது உங்கள இல்ல மேடம்.. இவர" எனப் பிரதியுமனை காட்டினான்.

அம்புத நல்லாள் - 29

"நாங்க கொல்ல வந்தது உங்கள இல்ல இவர" என்று பிரதியுமனைக் காட்டவும் இருவருக்கும் என்னச் சொல்வது என்பதே விளங்கவில்லை.

'இவரை ஏன் கொல்ல ட்ரை பண்ணனும்?' மனதில் எழுந்த கேள்வியை விமலிடம் கேட்டாள் அம்புத்ரா.

"மேடம் நாங்க நோட் பண்ண வரை இவர் உங்களுக்கு ரொம்ப முக்கியம்னு தெரிஞ்சிது.. அதுவும் இல்லாம எங்க மான்ஸ்டர் இவரோட போட்டோ கேட்டார் நாங்களும் எடுத்து அனுப்பி வச்சோம்

முதல்ல உங்க கூட இருக்க ஆள கடத்தி உங்கள பயமுறுத்தி பார்க்குறது தான் பிளான்.. பட் போட்டோ அனுப்பின அப்பறம் என்ன தோணிச்சோ தெரியல இவர கொல்ல சொல்லிட்டார்"

" ஏன் என் மேல அவனுக்கு என்ன வன்மம்?"

" அது தெரியாது சார்.. நடந்தது இது தான்.. உங்கள குறி வச்சி தான் சூட் பண்ணோம் பட் நீங்க விலகி போயிட்டீங்க அது மேடம் கையில பட்டுருச்சு.. சரி இவங்க செத்தா கூட ப்ராப்ளம் இல்லன்னு நினைச்சு தான் வேடிக்கைப் பார்த்துட்டு இருந்தோம்.. அது எங்களுக்கே வினையா போச்சு"

"ஓ உயிர் எப்படி போகுதுன்னு வேடிக்கைப் பார்க்குற அளவுக்கு கேவலமான குணம் இல்லையா உனக்கு?" அம்புத்ரா அடி குரலில் சீறினாள்.

" அப்படி.. அது வந்து மேடம்..

" ஹும்.. கேட்குற கேள்விக்கு மட்டும் பதில்" என இவள் கையை நீட்டி எச்சரிக்கவும் அவன் தலையைக் குனிந்து அமர்ந்துக் கொண்டான்.

"ஓகே மேடம்"

"இவர ஏன் கொல்ல சொன்னான்?"

"அது தெரியாது மேடம்"

"பொய் சொன்னா உங்கூட வந்தவன் நிலைமை தான் உனக்கும் நியாபகம் வச்சிக்கோ"

"மேடம்.. மேடம் உண்மையாகவே எனக்கு தெரியாது.. எங்க கிட்ட இதைச் செய், அதைச் செய்ன்னு உத்தரவு போடுவாங்க, அதை செஞ்சு முடிக்கறது மட்டும் தான் எங்க வேலை.. வேலை முடிஞ்சதும் காச காட்டுக்குள்ள ஒரு மர பொந்து இருக்கும் அதுக்குள்ள வச்சி இருப்பாங்க நாங்க எடுத்துட்டு வந்துருவோம்"

" மர பொந்தா?"எனப் பிரதியுமன் கேட்கவும்" ஆமா சார்.. இதுவரை கையில காசு வாங்கினதே இல்ல.. தடியா ஒருத்தன் எப்பவாவது வருவான்.. முகம் கூட தெரியாது.. அவன் மான்ஸ்டர் சொன்னார்னு வேலை சொல்லுவான் நாங்க முடிச்சா இங்க காசு இருக்கும் எடுத்துக்கோனு சொல்வான்"

" இல்லனா?"

"யார செய்ய சொன்னானோ அவங்களோட உயிர எடுத்துடுவான்"

" சோ அப்ப நீயும் சாக போற அப்படிதானே?" அம்புத்ரா கேட்டாள்.

" ஆமா மேடம்.. இந்த நேரம் இவர் சாகலன்னு தெரிஞ்சி போயிருக்கும்.. எங்கள கொல்ல ஆள் அனுப்பி வச்சி இருப்பான்.."

"சரி முகமே தெரியாத ஒருத்தன் கிட்ட எப்படி வேலை செய்யற? எப்படி பழக்கம்?"

" நான் சின்ன பையனா இருந்த அப்ப என்னைக் கடத்திட்டு வந்து கொடுமை பண்ணி, சொல்றத கேட்டா என்னைப் படிக்க வச்சி ஆள் ஆக்குறதா சொன்னாங்க, நான் அவங்க பேச்சை கேட்க ஆரம்பிச்ச அப்பறம் தான்.. படிக்கவும் வச்சாங்க ஆனா நடுவுல ஒரு நாள் என் கையில துப்பாக்கி கொடுத்து சுட சொன்னாங்க..

எனக்கு பயமா இருந்தது..முடியாதுன்னு அழுதேன், அவங்க விடல.. அது ஒரு பெரிய கூட்டம் என்னைப் போல பல பசங்க இருந்தாங்க, கட்டாயப்படுத்தி துப்பாக்கி பிடிக்க, கத்தி பிடிக்க எல்லாம் சொல்லிக் கொடுத்தாங்க.. இந்த நாடு நமக்கு என்ன செஞ்சது இந்த மக்கள் என்ன செஞ்சாங்க இவங்க நமக்கு வேண்டாம் இது தான் அடிக்கடி சொல்ற டயலாக்..

அங்க வளர்ந்தவங்க பெரிய பெரிய இடத்துல இருக்காங்க.. ஏன் நானும் கூட இங்க ஒரு ஐடி கம்பெனில வொர்க் பண்றேன்.."

அவன் அவ்வாறு சொன்னதும் பிரதி அதிர, அம்புத்ரா இது ஏற்கனவே தெரியும் என்பது போல் மேலே சொல் என்பது போல் சைகை செய்தாள்.

" திடீர்னு கூப்பிடுவாங்க இவங்கள கொல்லனும்னு மெசேஜ் வரும்"

" மெசேஜ் வர நம்பர தா விமல்"பிரதியுமன் தான் கேட்டிருந்தான்.

"ப்ரைவேட் நம்பர்னு வரும்னு, சில நேரத்துல மட்டும் நம்பர் வரும் அதுவும் பேசி முடிச்சதும் ஆன்ல இருக்காது.. நானும் கண்டுபிடிக்க ட்ரை பண்ணிட்டேன்.. பட் முடியல"

" ஓ சரி.. இப்ப என்ன பண்றது அம்பு?"

" யோசிக்க என்ன இருக்கு? இவன போக சொல்லிட்டு நாம வேலைய பார்க்க வேண்டியது தான்"

" மேடம் மேடம் இப்ப என்னை வெளியே அனுப்பினீங்கன்னா என்னைக் கொன்னுடுவாங்க மேடம்.. நான் வீட்டுக்கு வருவேன்னு என் பசங்க காத்திருப்பாங்க.. நான் அவங்கள பார்க்கணும்"

" சென்டிமெண்ட் இல்லையா? இதுவரை நீ கொன்னவங்களுக்கு பசங்க இருந்திருக்க மாட்டாங்களா? அவங்களுக்கு இந்த ஏக்கம் இருந்திருக்காதா? சீ இனி உன்னால ஆக போறது எங்களுக்கு எதுவும் இல்ல.. சோ கெட் லாஸ்ட்"

" மேடம் ப்ளீஸ் மேடம்.. இனி நான் இப்படி செய்யவே மாட்டேன் எங்கையாவது கண்காணாத தூரத்துக்கு போயிட்டுறேன்"

" உன்னைப் போக சொல்லி ரொம்ப நாள் ஆச்சு"

" தப்பு செஞ்சவன் திருந்த ஒரு வாய்ப்பு தாங்க மேடம்.. சார் நீங்க கொஞ்சம் சொல்லுங்க"

" அங்க என்ன பேச்சு? தப்பு செஞ்சதுக்கு தண்டனை அனுபவிக்கிறேன்னு உன்கிட்ட வார்த்தையே வரலையே? நீ பண்ண பாவத்துக்கு கொஞ்சமாவது நீ உணர வேண்டாம்? போ உனக்கு ஆயுசு இருந்தா உன்னை மறுபடி பார்க்குறேன்" எனச் சொல்லி பிரதியுமனை அழைத்து கொண்டுச் சென்று விட்டாள்.

சில நிமிடங்கள் அவன் அங்கேயே இருந்தான்.. அப்பொழுது தான் பிரதி தனக்கு விஷம் கலந்து கொடுத்தது நினைவு வந்தது..

" சார் சார்" எனக் கத்தினான்.

பிரதி ஓடி வந்தான்.. அம்பு அவன் பின்னோடு வந்தாள்.

" என்ன விமல் எதுக்கு கத்தற?"

"சார் நீங்க எனக்கு சாப்பாட்ல விஷம் கலந்து கொடுத்தீங்களே.. நான் தான் எனக்கு தெரிஞ்ச உண்மைய சொல்லிட்டேனே ப்ளீஸ் சார் நீங்க சொன்ன டைம் முடிய போகுது அந்த மாற்று மருந்தை போட்டு விடுங்க" கெஞ்சினான் அவன்.

"முடியாது விமல்"

"சார் உங்கள கொல்ல வந்தது தப்பு தான்.. உயிர் போக போகுதுன்னு தெரிஞ்சி போறது கொடுமையா இருக்கு.. ப்ளீஸ் சார்"

" அட லூசு உனக்கு நான் விஷம் கலக்கல.. நீ கிளம்பு"

" ஓ தாங்க் யூ சார்.. நான் கிளம்பறேன்"

பிரதி அவன் தோளைத் தட்டி "இனி இந்த மாதிரி தப்ப செய்யாத..ஒழுங்கா வாழ பாரு"

அவனும் சரி என்பதாய் தலையை ஆட்டி சென்றான்.

அம்புத்ரா அவன் செல்லும் திசையைப் பார்த்திருந்தாள்.

அவன் சற்று தூரம் சென்றதும் துப்பாக்கி சுடும் சத்தம் கேட்டது.. அம்புத்ரா இதை எதிர்பார்த்து தான் இருந்தாள்.

"ஏய் அம்பு விமலுக்கு..?"

"எஸ் ப்யூ செகண்ட் வெயிட் பண்ணுங்க.. நம்ம கிட்ட சொல்லாத உண்மையும் இனி வெளியே வரும்"

"எதுவும் புரியல"

"புரியும்.. வாங்க இப்ப போகலாம்"

"எங்க?"

"விமல காப்பாற்ற"

"நீ தான் போக சொன்ன? ஜிபிஎஸ் எதுக்காக அவன் தோள்ல வைக்க சொன்ன?"

"யுமன் அவனைக் கொல்ல வந்த ஆட்கள நான் ஆல்ரெடி பார்த்துட்டேன்.. ஈவன் போட்டோ எடுத்து வச்சி இருக்கேன்.. முகம் தெரியல பட் ட்ரை பண்ணலாம்"

" சரி பார்த்துட்டு ஏன் சும்மா இருந்த? அவனை ஏன் போக சொன்ன?"

" இப்ப உங்களுக்கு பதில் சொல்லவா இல்ல அவனைக் காப்பாற்றலாமா?"

"இல்ல இல்ல போகலாம்"

" அவன் எந்த பக்கம் இருக்கான் யுமன்?"

" நார்த் சைட் 1 கிலோ மீட்டர் ரேஞ்ச்"

" தட்ஸ் பைன்.. கம் லெட்ஸ் கோ.. எனக்கு டிரீட் பண்ண டாக்டருக்கு கால் பண்ணி பேசிட்டேன்.. வந்துட்டு இருக்கார்"ஓடிக் கொண்டே சொன்னாள்.

" அவர எப்படி சம்மதிக்க வச்ச?" ஓடிக் கொண்டே பேசுவது மூச்சு வாங்கியது இவனுக்கு.

" உங்க கேள்விக்கான விடை எல்லாம் சொல்றேன்.. அவன முதல்ல தேடுவோம்.. நாளைக்கு நமக்கு காட்டுக்குள்ள வேலை இருக்கு.. மைத்துவும், கதிரும் வரட்டும்"

பேசிக் கொண்டே விமல் இருந்த இடத்துக்கு அடைந்திருந்தனர்.

இவர்கள் வருவதற்குள் அவன் அரை மயக்கத்தில் இருந்தான்.. நெஞ்சின் அருகே குண்டு பாய்ந்திருந்தது..

" ஓ மை காட்.. அம்பு இவன் என்ன இப்படி இருக்கான். எவ்வளவு பீளிட்டிங்.. சீக்கரம் தூக்கிட்டு போகணும்" இவன் அவனைத் தூக்கி கொண்டு ஓடினான்.. அவனை மயங்க விடாமல் பேச்சுக் கொடுத்து கொண்டே சென்றான்.

சில நிமிடங்களில் பங்களாவை அவன் அடைவதற்கும் ஆம்புலன்ஸ் வருவதற்கும் சரியாக இருந்தது.. கதிர் வந்தான் அதிலிருந்து.. விமலை பின் பக்கம் முதலுதவி செய்வதற்கு படுக்க வைத்தான்.. அம்பு அவனோடு ஏறவும் வண்டி சீறி பாய்ந்தது.

ஆம்புலன்ஸ் செல்லவும், மைத்ரேயன் காரை எடுத்து வரவும் சரியாக இருந்தது.

"கதிர் நீங்க.. மைத்து?" பேச்சு வரவில்லை பிரதிக்கு.

"பிரதி சார் நீங்க முகம் கழுவிட்டு, டிரஸ் மாத்திட்டு வாங்க ஹாஸ்பிடல் போகலாம்.."

"என்ன நடக்குது இங்க எனக்கு எதுவுமே புரியல"

"எனக்கும் தான் பிரதி.. பட் இதுக்கெல்லாம் ஏதோ ஒரு காரணம் இருக்குனு உனக்கு புரியலையா?"

" புரியாம இல்ல.. பட் மனசு ஏத்துக்க மறுக்குது"

" மனச தூக்கி ஓரம் போடுங்க பிரதி சார்.. போய்டடு வாங்க.. போகும் போது எனக்கு தெரிஞ்சத சொல்றேன்..மீதி மேடம் சொல்லுவாங்க"

அவனும் சரி என்று தலையாட்டி உள்ளே இவர்களும் உள்ளே சென்று குளித்து உடை மாற்றினர்.

காரில்..

அந்தகாரம் சூழும் இருள் மேலும் இருளைடைந்து காணப்பட்டது போல் தோன்றியது பிரதிக்கு..சந்தோஷமாக ஆரம்பித்த இந்த நாள் ஏன் இவ்வாறு மாற வேண்டும்? அவன் ஏன் என்னைக் கொல்ல வர வேண்டும்? ஒருவனை கொன்றுவிட்டு மற்றொருவனை சாவின் முனையில் நிறுத்தியிருப்பது எதற்காக? கேள்விகள் அவன் மூளையைச் சுற்றி எழும்பி கொண்டே இருந்தது, ஆனால் ஒரு வினாவிற்கு கூட விடை அறிய முடியவில்லை அவனால்.

நீண்ட மௌனத்திற்கு பிறகு "கதிர் நீங்க எப்படி ஆம்புலன்ஸ்ல வந்தீங்க?"

"மேடம் எனக்கு மெசேஜ் பண்ணி இருந்தாங்க சார்.. டாக்டர் மொபைல் நம்பர் கொடுத்து என்னைப் பேச சொன்னாங்க.. அவரோட வர சொன்னாங்க.."

"நீங்க ஏன்னு கேட்கலையா?"

"கேட்கல சார்.. ஒருத்தன சுட்டுட்டு எப்படியும் இன்னொருத்தனுக்கு ஏதோ பிளான் பண்ணி இருப்பாங்கனு யூகிச்சேன்.. பட் அவன் சாகுற நிலையில் இருப்பான்னு யோசிக்கல"

" அம்புத்ரா புரியாத புதிர் தான் இல்ல கதிர்?" மைத்ரேயன் தனது மௌனத்தைக் கலைத்தான்.

வண்டி ஓட்டிக் கொண்டிருந்தவன்" இல்ல மைத்ரேயன் மேடம் தேவையில்லாம எதுவும் செய்ய மாட்டாங்க.. ஐ ஹோப் தேர் மஸ்ட் பீ சம் ரீசன் (i hope there must be some reason) நாம வந்த வேலை சீக்கரம் முடிய போகுதுன்னு நினைக்கிறேன்"

" அவன் செஞ்ச தப்புக்கு தண்டனை கொடுத்து இருக்கா.. திருந்தி வாழவும் வாய்ப்பு தரா" பிரதியுமன் ஜன்னலை வெறித்தபடி பேசினான்.

இவர்களுக்கு அவன் பேசியது கேட்கவில்லை.. கதிரும், மைத்ரேயனும் அன்று நடந்த சம்பவங்களை பேசியபடியே மருத்தவமனையை அடைந்திருந்தனர்.

" பிரதி ஹாஸ்பிடல் வந்திருச்சு வா போகலாம்"

" வரேன்"

இவர்கள் இருவரும் முன்னே செல்ல இவனுக்கு தன்னை யாரோ உற்றுக் கவனிப்பதுப் போல் தோன்ற சுற்றுமுற்றும் பார்த்தான்.. அவன் கண்களுக்கு எதுவும் புலப்படாமல் போகவே இவனும் உள்ளே சென்றுவிட்டான்.

இவன் உள்ளே சென்றதும் மண்டிக் கிடந்த புதரின் பின் இருந்து ஓர் உருவம் வெளிப்பட்டது.. அதன் கண்களில் அத்தனை ரௌத்திரம்.

"உன்னைக் கொல்லாம விட்டது என் தப்பு பிரதியுமன்" எனக் கறுவிக் கொண்டது அந்த உருவம்.

உள்ளே..
விமலின் நிலைமையை மருத்துவரிடம் விசாரிக்க சென்றனர்.. அங்கே அம்புத்ராவும் இருந்தாள்.

மருத்தவரைக் கண்டதும் பிரதி "சார் விமல் எப்படி இருக்கான்? அவனுக்கு எதுவும் ஆகாது இல்லையா?"

மருத்துவர் அவனைக் கூர்ந்துப் பார்த்துவிட்டு "மேடம்.. இங்க நடக்கறது எனக்கு எதுவுமே புரியல, நான் இங்க இந்த ஹாஸ்பிடல் தொடங்கி இருபது வருஷம் ஆகுது இதுவரை இந்த மாதிரி எந்த கேஸ்ஸும் வந்தது இல்லை.. இங்க என்ன தான் நடக்குது? யார் அவன்? ஏன் அவனை சூட் பண்ணாங்க? மார்னிங் உங்கள யார் சூட் பண்ணது? நீங்க இங்க ஏன் வந்தீங்கனு நான் கேட்டாலும் நீங்க உண்மைய சொல்ல போறது இல்ல.. சோ ஆஸ் ஏ டாக்டரா என் கடமையை நான் செய்யறேன் பட் இதனால என்னோட பிரபஷனுக்கு எதுவும் ஆகாம

பார்த்துக்க வேண்டியது உங்க பொறுப்பு" நீண்ட உரையை முன் வைத்தார் அவர்.

" சார் நான் என்ன கேட்டேன் நீங்க என்ன பதில் சொல்றீங்க? விமலுக்கு எப்படி இருக்கு?" சற்று கடுமையாகவே பேசினான் பிரதி.

அவனை மைத்ரேயன் தோள் தொட்டு அடக்கினான்.

" மிஸ்டர் சத்தம் போடாதீங்க.. நீங்க கேட்ட கேள்விக்கு பதில் சொல்றத விட எனக்கு என்னோட ஹாஸ்பிடல் முக்கியம், அதுக்காக பேஷண்ட் முக்கியம் இல்லையான்னு கேட்காதீங்க அவங்களும் முக்கியம் தான்.. விமலுக்கு ஆபரேஷன் பண்ணி இருக்கு கான்ஷியஸ் வர 24 ஹவர்ஸ் ஆகும்.. நிறைய பிளட் லாஸ் நேரத்துக்கு டிரிட்மெண்ட் பண்ணதுனால உயிருக்கு எந்த ஆபத்தும் இல்ல.. போதுமா?"

அவன் தாங்க்யூ என மட்டும் சொல்லி விட்டு வெளியேறி விட்டான்.

அவன் வெளியேறியதும்" சார் விமல பற்றி சொன்னது?"

" எஸ் உங்கள அதைச் சொல்ல தான் வர சொன்னேன்..கண் விழிச்சதும் மெதுவா உங்களுக்கு வேணும்ன்னு நினைக்கிற இன்பர்மேஷன கேட்டுக்கோங்க பட் ரொம்ப ஸ்டிரைன் பண்ண விட வேண்டாம்"

"ஓகே டாக்டர் பட் செக்யூரிட்டி?"

"எனக்கு தெரிஞ்ச வரை இங்க எந்த ப்ராப்ளமும் இல்ல.. ஒருவேளை அதையும் மீறி எதுவும் நடந்தா அதுக்கு நான் எப்படி பொறுப்பாக முடியும்?"

" ஓகே டாக்டர் தாங்க்யூ" என இவள் வெளியேறவும் கதிரும், மைத்ரேயனும் உடன் சென்றனர்.

" இப்ப என்ன பண்றது மேடம்?"

" என்ன பண்ண முடியும்? காவல் காக்க வேண்டியது தான்" எனச் சாய்வாக சேரில் அமர்ந்தாள்.

மைத்ரேயன் பிரதியிடம் சென்றான்" பிரதி ஏன் ஒரு மாதிரியா இருக்க?"

அவன் நிமிர்ந்து பார்க்கவில்லை.. மேலும் மைத்ரேயனே தொடர்ந்தான் "விமல் கண்ணு முழிக்கற வரை இங்க தான் இருக்கணும்.. நீ என்ன பண்ண போற? நீ சாப்பிட கூட இல்ல இங்க கான்டீன்ல ஏதாவது இருக்கான்னு பார்க்குறேன்" என எழப் போனவனை கைப் பிடித்து தடுத்தான் பிரதி.

" என்ன பிரதி? ஏதாவது சொல்லனுமா?"

"நம்மள சுற்றி என்ன நடக்குது மைத்து? உனக்கு விஷயம் தெரியுமா, அந்த விமல் கொல்ல வந்தது அம்புவ இல்ல என்னை"

அந்த ஆள் அரவமற்ற ஐசியூ வளாகத்தில் பிரதி சொன்னது கதிர் காதிலும் விழ அதிர்ச்சியில் அம்புத்ராவைப் பார்த்தான்.. அவள் ஆம் என்பது போல் தலையசைக்க குழப்பத்துடன் பிரதியிடம் சென்றான்.

கதிருக்கே இவ்வளவு அதிர்ச்சி என்றால் மைத்ரேயன் நிலை சொல்லவா வேண்டும்.." என்ன சொல்ற பிரதி? இது உனக்கு எப்படி தெரியும்?"

"அவனே சொன்னான்.. இது எனக்கும் அம்புக்கும் மட்டும் தெரியும்.. அது தெரிஞ்சதும் சில விஷயங்களை கேட்டு போக சொல்லிட்டா அப்பறம் கொஞ்ச நேரம் கழிச்சி அவனுக்கு அடி பட்டு இருந்தது.. இப்ப இங்க இருக்கோம்" அவன் மேலே பார்த்த வண்ணம் அனைத்தையும் சொல்லி கொண்டிருக்க, கையில் டீ, பிரட் சகிதம் அவர்கள் அருகில் வந்தாள் அம்புத்ரா.

"பிரதி அம்மு வாங்கிட்டு வந்தத சாப்பிடு"

" இல்ல எனக்கு வேண்டாம்.. என் கேள்விக்கு பதில் சொல்ல சொல்லு அவள"

" எதுவா இருந்தாலும் நேரடியாக கேளுங்க யுமன்"

"என்னடி கேட்கணும் ஏற்கனவே கேட்டேன் தானே? நீ இங்க எதுக்காக எங்கள கூட்டிட்டு வந்த? குறிப்பா என்னை?"

"சொல்றேன் அதுக்கு முன்னாடி இதை சாப்பிடுங்க" கைகளில் உள்ளதை திணித்தாள் அவனிடம்.

அதை வாங்கி அவசரமாக சாப்பிட்டவன் சொல்லு என்பதாய் அவளை நோக்கினான்.. கதிரும், மைத்ரேயனும் கூட அவள் சொல்வதைக் கேட்க தொடங்கினர்.

அம்புத்ரா என்ன சொல்வாள்?

அம்புத நல்லாள் - 30

பிரதியுமன் கேட்ட கேள்விக்கு அம்புத்ராவின் பதிலுக்காக அவளையே பார்த்திருந்தனர் மூவரும்.

அவள் சுற்றும் முற்றும் பார்த்துவிட்டு "இதை இங்க சொல்ல வேண்டாம்னு நினைக்கிறேன்.. பிகாஸ் நைட் டைம் யார் எங்க இருப்பாங்கன்னு தெரியாது இல்லையா?"

"யாரப் பற்றி சொல்ற அம்மு?"

"நம்மள யாராவது வாட்ச் பண்றாங்களே மேடம்?" மெதுவான குரலில் கேட்டான் கதிர்.

அவள் ஆம் என்பது போல் தலையாட்டினாள்.

"கதிர் திரும்பி பார்க்காதீங்க ரொம்ப நேரமா யுமன ஒருத்தன் நோட்டம் விட்டுட்டு இருக்கான்.. முகம் தெரியல பட் அந்த கேங் ஆளுன்னு மட்டும் தெரியுது"

கதிர் யாரும் அவன் அறியா வண்ணம் தன் கையில் இருந்த வாட்சசைப் பார்க்கும்படி அதிலுள்ள காமிராவை இயக்கினான்.. அதில் அவன் பின்னெதிரே இருந்த அந்த மர்ம உருவம் படமாக்கபட்டது.. இதை அவன் உணர்ந்தானோ என்னவோ சடுதியில் அவ்விடத்தை விட்டு நகரலனான்.

இதைக் கவனித்த மைத்ரேயன் "அம்மு அவன் போறான்.. நான் அவன பாலோ பண்ணவா?"

"நோ நோ மைத்து நாம பாலோ பண்ணணும்னு தான் கண் எதிரே வந்து நின்னுட்டு போறான்.. சோ ஐ கெஸ் ஹி ஹாஸ் சம் பிளான்"

அதன் பின் மருத்தவர் அனுமதியுடன் ஐசியூ வில் இருந்த தடுப்பு அறையில் விமலுக்கு பாதுகாப்பாய் தான் சொல்வது யாரும்

அறியாமல் இருக்க வேண்டும் என்ற நோக்கோடு அங்கேயே இருக்க செய்தாள் அம்புத்ரா.

" இப்பவாவது சொல்லுவியா?" பிரதி கேட்டான்.

" சொல்றேன் யுமன்.. நாம இங்க வந்தது மான்ஸ்டர் கேங் அடியோட ஒழிக்க தான் அதுல எந்த சந்தேகமும் வேண்டாம்.. பட் அது உங்களால மட்டும் தான் சாத்தியம்னு கொஞ்ச நாள் முன்னாடி தான் தெரிஞ்சிது"

"வாட்? என்ன சொல்ற அம்மு நீ? பிரதி எப்படி? தெளிவா சொல்லு"

"சொல்லிட்டு தானே இருக்கேன் மைத்து.. எஸ் பிரதி தான் மான்ஸ்டர் கேங் பிடிக்கிற சாவி.. சின்ன வயசுல அவர கடத்திட்டு போன கும்பல் இன்னும் அவர தொடர்ந்து வராங்கனு சொன்னா உங்களால நம்ப முடியுமா?"

" என்ன சொல்றீங்க மேடம்?"

"ஆமா அந்த கேங் தலைவன் அதான் மான்ஸ்டர்க்கு யுமன் மேல இருக்க வெறுப்பு போகலன்னு நம்பிக்கையான இடத்துல இருந்து தகவல் வந்தது"

" என் மேல வெறுப்பா? நான் என்ன செஞ்சேன் அவன நான் பார்த்ததுக் கூட கிடையாதே"

" நீங்க பார்த்து இருக்கீங்க யுமன்"

"தீவரவாத கும்பல் தலைவன பார்க்க நான் என்ன தீவரவாதியா?"

" இப்ப இல்ல உங்க சின்ன வயசுல.."

அவள் அவ்வாறு சொன்னதும் கடந்த கால நினைவுகள் நிழலாட ஒருவேளை அவன் அந்த காவல் உடையில் இருந்த அந்த

கயவனோ என்ற எண்ணம் தோன்ற அதை அவளிடம் கேட்டும் விட்டான்.

" ஆமா அது அவன் தான்.. கந்தசாமி மாமா உங்க கிட்ட காமிச்ச நியூஸ் பொய்.. உங்கள பழைய நிலைக்கு திருப்ப அவர் டாக்டர் கிட்ட கேட்டு இப்படி செய்து இருக்கார்

எனக்கு தெரிஞ்சி நீங்க அதை மனசார நம்பல.. அதனால தான் இன்னுமும் அந்த டிரஸ் பார்த்தா உங்களுக்கு பயம் வருது"

"அதெல்லாம் சரி தான் ஆனா அவன் ஏன் என்னைக் கொல்ல நினைக்கணும்?"

" அதை அவன் தான் சொல்லணும்..எனக்கு தெரிஞ்சி அந்த மான்ஸ்டர் தான் மத்தவங்கள நம்பாம உங்க பின்னாடி யாருக்கும் தெரியாம சுத்துறான்னு நினைக்கிறேன்"

" நோ வே மேடம் மான்ஸ்டர் இங்க இருந்து இருந்தா இந்த ஊரே சுடுகாடா ஆகி இருக்கும்"

" ஏன் அப்படி ஆகணும்? அவனுக்கு தேவையில்லாம எந்த ஒரு விஷயத்தையும் அவன் செஞ்சது இல்ல.. இப்பவும் யுமன உயிரோட பிடிச்சி சித்தரவதை பண்ணி கொல்றதா அவன் பிளான் இருக்கலாம்.. யாருக்கு தெரியும்"

" ஏய் அம்மு என்ன இப்படி சொல்ற? பிரதி உயிர் உனக்கு அவ்வளவு இளக்காரமா போச்சா?" மைத்ரேயன் கேட்டான்

" மைத்து என்னைப் பற்றி உனக்கு தெரியாதா?எனக்கு யுமன் எவ்வளவு முக்கியம்னு நான் சொல்லி தான் தெரியணுமா?"

" முக்கியம்னு சொல்ற அப்பறம் ஏன் இவன இங்க கூட்டிட்டு வந்த?"

அவர்கள் பேசிக் கொண்டிருக்க பிரதியுமன் அமைதியாகவே அமர்ந்திருந்தான்.

"பிரதி நீ ஏன் அமைதியா இருக்க?"

" என்ன பேச சொல்ற? இவ என்னவோ பிளான் பண்ணி இங்க கூட்டிட்டு வந்து இருக்கா.. அது என்னனு மேடம் சொன்னா தான் தெரியும்"

" ஏன் மைத்து யுமன இங்க கூட்டிட்டு வரலன்னா அவர் உயிருக்கு ஆபத்து இல்லையா?"

"என்ன பேசுற நீ அவனுக்கு இதுவரை எந்த ஆபத்தும் வந்தது இல்ல.. நானாவது யார் கிட்டயாவது வம்ப வளர்த்து அடி வாங்கிட்டு வருவேன்.. அவன் வந்து காப்பாற்றி தான் இருக்கான் அவனுக்கு சின்ன கீறல் கூட ஏற்பட்டது இல்ல அம்மு"

" உங்களுக்கு தெரியலன்னு சொல்லுங்க.. அவர் அந்த இன்சிடென்ட் நடந்த அப்பறம் அவருக்கு நிறைய அட்டெம்ட் நடந்து இருக்கு அது உங்களுக்கு தெரியுமா?"

" ஏய் என்ன பேசுற அம்பு நீ? அப்படி எதுவும் நடந்தா மாதிரி எனக்கு தெரியல"

" மாமா கிட்ட கேளுங்க யுமன் எவ்வளவு மிரட்டல் வந்து இருக்குனு"

" என்ன சொல்ற அம்மு?"

" எஸ் இதை நான் நேற்று தான் கன்பார்ம் பண்ணேன்..யுமன அங்கிருந்து கூட்டிட்டு வந்த அப்பறம் அவர் கண்முழிக்க இரண்டு நாள் ஆச்சு..அந்த இரண்டு நாள் யுமன கொல்ல நிறைய சதி நடந்து இருக்கு ஆனா கடவுள் புண்ணியத்துல யுமனுக்கு எதுவும் ஆகல

கொஞ்ச மாசம் நல்லா போச்சி ஆனாலும் யுமனுக்கு அந்த சம்பவத்தை மறக்க முடியாம இருக்கார்னு அத்தையும் மாமாவும் புரிஞ்சிக்கிட்டு இருந்து இருக்காங்க.. ஒரே பையன்

அவர் இப்படி இருக்கறத அவங்களால பொறுத்துக்க முடியல சோ என்ன செய்யலாம்னு யோசிச்ச அப்ப தான் மைத்துவோட அப்பா பேப்பர்ல ஒரு நியூஸ் காமிச்சி இருக்கார் அப்பறம் அவருக்கு இந்த மாதிரி செஞ்சா என்னனு தோணி இருக்கு.. அதை செய்யவும் தான் அவர் கொஞ்சம் கொஞ்சமா மாற ஆரம்பிச்சி இருக்கார் ஆனாலும் பயம் மட்டும் அப்படியே இருந்து இருக்கு, பையன் தூங்காம உடம்ப கெடுத்துக்கறது இது பரவாயில்லைனு நினைச்சவங்க அப்படியே விட்டுட்டாங்க யுமன சகஜமா பேச வச்ச முக்கியமான ஆள் மைத்து தான், அந்த கடத்தல் அப்பறம் மைத்து இவர் கூடவே இருந்து பேசி, சிரிக்க வச்சு, சாப்பிட வச்சு, கூடவே படிக்க போய் அதுலிருந்து எங்க போனாலும் பிரதியுமன் மைத்ரேயன் இல்லாம இருந்தது இல்ல, யோசிச்சா உங்களுக்கே தெரியும்

ஏன் மைத்து சின்ன வயசுல உங்களுக்கு அடிபட்டது நியாபகம் இருக்கா?"

" நான் நிறைய தடவை அடிபட்டு வந்து இருக்கேன், நீ எதைப் பற்றி கேட்குற அம்மு"

" ஒரு தடவை யுமன் உங்கள இழுத்துட்டு ஓடி வந்து அதுல நீங்க கீழ விழுந்து.." அவள் முடிக்க கூட இல்லை அவனே சொல்ல ஆரம்பித்தான்

" எஸ் நாங்க டென்த் படிக்கும் போது நாங்க வழக்கமா போற வழிய மறிச்சு போலீஸ் செக்கிங் நடந்தது அவங்கள பார்த்ததும் பிரதி ரொம்ப பயந்தான் என்னை இழுத்துட்டு ஓடினான்.. காரணம் கேட்டா எதுவும் சொல்லல ஆனாலும் ஓட்டம் நிக்கல

அந்த தெருவ தாண்டி வந்து ரொம்ப நேரம் ஆன அப்பறம் கூட அவன் ஓடிட்டே இருந்தான் எனக்கு ரொம்ப கோபம் வந்தது அவன புடிச்சி நிறுத்தி ஏன்டா இப்படி ஓடி வரன்னு கேட்டேன் அவன் எதுவும் இல்லைனு சமாளிச்சான் நான் விடாம கேட்கவும் அந்த போலீஸ் பார்த்து தான் ஓடி வந்தேன்னு சொன்னான், எனக்கு ரொம்ப அதிர்ச்சி இத்தனை வருஷத்துல அவன் இந்த மாதிரி பிஹேவ் பண்ணதே இல்ல சோ நான்

வீட்டுக்கு கூட்டிட்டு போய் மாமா கிட்ட சொன்னேன் அவருக்கு கூட இது புதுசு தான்னு அவரோட ரியாக்ஷன் வச்சி புரிஞ்சிக்கிட்டேன் என்னோட அப்பாவும், மாமாவும் சேர்ந்து இவன ஹாஸ்பிடல் கூட்டிட்டுப் போனாங்க அங்க என்ன சொன்னாங்கனு எனக்கு தெரியாது அதுக்கு அப்பறம் எங்க இரண்டு பேரையும் ஹாஸ்டல சேர்த்து விட்டுட்டாங்க.. வேலைக்கு போற வரைக்கும் அங்க ஹாஸ்டல் தான் லீவுக்கு மட்டும் வீட்டுக்கு போனோம் அப்ப எல்லாம் பிரதி கிட்ட எந்த ப்ராப்ளமும் இல்ல நல்லா தான் இருந்தான் போலீஸ் பார்த்தா மட்டும் பயந்தான் மத்தபடி ரொம்ப தைரியம் ஏன் படம் கூட பார்க்க மாட்டான், சோஷியல் மீடியால ஆக்டிவ் கிடையாது அவனோட அக்கௌணட்ட நான் தான் யூஸ் பண்ணுவேன்.. பயத்துக்கான காரணம் அவன் சொன்னான் அதுக்கு அப்பறம் நாங்க அவன அப்படியே விட்டுடோம்"

" அது தான் பிரச்சனையே.. அவரோட பயத்துக்கான காரணத்தை நீங்க கேட்டு அதுக்கான தீர்வ அப்பவே எடுத்து இருந்தா இந்த தொல்லையே இல்ல"

" அதெல்லாம் முடிஞ்சி போன கதை.. அவனுக்கு அதை தவிர வேற பிரச்சனை எதுவும் இல்லையே.. அப்பறம் என்ன? எங்கள விடு அம்மு நாங்க ஊருக்கு போய் சேருறோம்.. என்னைக் கேட்டா உனக்கு கூட இந்த கேஸ் வேண்டாம்னு தான் சொல்லுவேன்"

" இங்க பாரு மைத்து அவரைக் கூட்டிட்டு போக கூட என்னோட அனுமதி வேணும் ஏன்னா அக்னி சாட்சியா இல்லன்னா கூட இந்த செயினை மனசார தாலியா கட்டி அவர பொண்டாட்டின்ற ஸ்தானத்தில இருக்கேன்"

" நீ ஏதோ பெரிய ரிஸ்க்ல மாட்ட பார்க்குற.. அவனைக் கூட்டிட்டு வந்த சரி என்னை எதுக்கு பிடிச்சி இழுத்துட்டு வந்த?"

" அதுவா அவருக்கு துணையா இருக்க தான்.. உங்கள விட அவரை என்னால கூட பத்திரமா பார்த்துக்க முடியுமான்னு கேட்டா முடியாதுன்னு தான் சொல்லுவேன்"

" அம்மா பரதேவதை இன்னும் எவ்வளவு நாள் இந்த கொடுமை?"பிரதியுமன் கேட்டான்.

அவனை ஒருமாதிரியாக பார்த்தவள்" விமல் கண்ண முழிச்சதும் அவன் கிட்ட அவங்களோட மறைவிடத்திற்கு போகணும்"

" சரியா போச்சு.. இவன் எப்ப கண்ண முழிக்கறது நாம எப்ப போறது?"

" நாளைக்கு கண்ண முழிச்சிடுவான், இவன் வந்து தான் வழி காட்டணும்னு இல்ல சொன்னா மட்டும் போதும்"

"யுமன் நான் உங்க கிட்ட ஒன்னு கேட்கவா?"

" எல்லாம் என்னவோ என்னைக் கேட்டு தான் செஞ்சா போல பேசுற.. கேளு" சலித்துக் கொண்டான் அவன்.

" ஒருவேளை அந்த ஆள நீங்க மறுபடியும் பார்த்தா என்னை செய்வீங்க?"

இதைக் கேட்டதும் பிரதியின் கை, கால்கள் எல்லாம் முறுக்கியது.. கண்களில் அப்படி ஒரு கோவத்தை மைத்ரேயன் கூட கண்டதில்லை என்பதை அவனின் அதிர்ந்த முகத்தை வைத்தே சொல்லலாம்.

" ஏய் பிரதி காம் டவுன்.. காம் டவுன்"அவனை சமாதானம் செய்ய முயன்றான் மைத்ரேயன்.

அவன் அதைக் கேட்கும் நிலைமையில் இல்லை.. "சொல்லுங்க யுமன் மான்ஸ்டர பார்த்தா உங்களோட ரியாக்ஷன் எப்படி இருக்கும்?"

"அம்மு வில் யூ ப்ளீஸ் ஸ்டாப் இட்.. ஹி இஸ் லூசிங் இஸ் கான்ட்ரோல் *(ammu will you please stop it, he is losing his control)*"

அவன் சொன்னதை அவளும் கேட்கவில்லை, திரும்ப திரும்ப பிரதியுமனைக் கேட்டுக் கொண்டே இருந்தாள் கதிர் கூட சொல்லி பார்த்தான் அவள் விடுவதாய் இல்லை.

மைத்ரேயன் இது சரிவராது எனத் தோன்ற பிரதியுமனை மருத்துவரின் அறைக்கு அழைத்துச் சென்றான்.. அது சற்றே பெரிய மருத்துவமனை என்பதால் விமலுக்கு மருத்துவம் செய்தவர் மனோத்தத்துவ நிபுணரை அழைத்து இருபது நிமிடத்தில் அவனை அரை மயக்க நிலைக்கு கொண்டு சென்றார்.

அவனின் நிலைமையை பார்த்த மைத்ரேயனுக்கு அம்புத்ராவின் மேல் அப்படி ஒரு கோபம், கதிருக்கும் கூட சரியாக தோன்றவில்லை தான் ஆனாலும் எதுவும் பேசாமல் அமைதியாகவே இருந்தான்.

"ஏய் அம்புத்ரா என்ன வேலை செஞ்சி வச்சி இருக்க பார்த்தியா? அவன ஏன் இப்படி பாடாப்படுத்துற? அவன் உனக்கு என்னை செஞ்சான்? யாராவது நேசிக்கிற ஒருத்தவங்கள இப்படி கஷ்டப்படுத்தி பார்ப்பார்களா? அப்ப நீ.. ?"

மேலும் அவனை பேச விடாமல் தடுத்து "அவர நான் உண்மையா தான் லவ் பண்ணேன்..எப்ப முதல் தடவைப் பார்த்தேனோ அப்பவே என் கணவனா அவர மனசுல பதிஞ்சிட்டேன்"

" அப்பறம் ஏன் இப்படி?"

" காரணமா தான்.. யுமன் கிட்ட நாம தெரிஞ்சிக்காத பக்கம் ஒன்னு இருக்குனு என் மனசு சொல்லுது.. அது டாக்டர் பேசினா தான் தெரியும்"

அதற்கு மேல் எதுவும் பேசாமல் மருத்துவரிடம் அனுமதி வாங்கி பிரதியுமன் பேசுவதைக் கேட்க மற்றொரு அறையில் அவனைப் பார்க்கும்படி நின்றனர் மூவரும்.

மருத்துவர், வழக்கமான சில கேள்விகளை கேட்டு அம்புத்ரா சொன்ன கேள்வியை கேட்க ஆரம்பித்தார்.

" மிஸ்டர் பிரதியுமன் உங்களுக்கு போலீஸ்ன்னா உண்மையாகவே பயமா?"

"அது.. அது.. என.. எனக்கு பயம் தான்"

"ஓ அப்ப சரி சின்ன வயசுல உங்களுக்கு நடந்த ப்ராப்ளம் இன்னுமும் உங்க மனசுல பயத்தை உண்டு பண்ணுதா?"

"இல்ல.. ஆனா போலீஸ்ன்னா பயம்"

"பொய்ன்னு நான் சொல்றேன்"

"நோ.. உண்மை தான்"

" மான்ஸ்டர் பார்த்தா என்ன செய்வீங்க?"

" அவன் தீவரவாதி சாதாரண குடிமகன் நான் என்ன செய்ய முடியும்?"

மைத்ரேயனுக்கு ஆச்சரியமாக இருந்தது.. சற்று நேரம் முன்பு வரை தன்னிலை இழந்து இருந்தவன் இப்பொழுது எப்படி இவ்வளவு தெளிவாக பதிலுரைக்க முடியும்?'

" அம்மு என்ன நடக்குது இங்க?"

" எதுவும் இல்ல.. டாக்டர் வரட்டும்"

வெளியே வந்த மருத்துவர்" மேடம் அவருக்கு அந்த பர்ட்டிக்குலர் (particular) பர்சன் மேல எந்த கோபமும் இருக்குற மாதிரி தெரியல.. பயம் இருக்குன்னு சொல்றார்.. நீங்க இதுக்கு மேலையும் அவர கம்பல் பண்றது நல்லது இல்ல.. அவர நார்மல் ரூம்க்கு ஷிப்ட் பண்ணுவாங்க கொஞ்ச நேரம் தூங்குவார் "சொல்லிவிட்டு நகர்ந்து விட்டார்.

" போதுமா.. அவன நிம்மதியா இருக்க விடு அம்மு.. சொல்லி விட்டு பிரதியுமன் உறங்கும் அறைக்கு சென்றவனை பாரத்தவள், கதிரிடம் மருத்துவர் கொடுத்த மருந்துகளை வாங்கி வருமாறு அனுப்பி வைத்தாள்.. மருந்தகம் சற்று தள்ளி இருந்ததால் அவன் வர தாமதம் ஆகும் என ஊர்ஜிதம் செய்தவள் புயலென அறைக்குள் நுழைந்தாள்.

"மிஸ்டர் பிரதியுமன்.. நடிச்சது போதும் எழுந்திருங்க"

"அம்மு.."

"ஹூம்.. சத்தம் வர கூடாது.. என்ன நடந்தாலும்.." வார்த்தைகள் அழுத்தமாக வந்தது அம்பத்ராவிடமிருந்து.

பிரதியுமன் சிரித்தபடி எழுந்தமர்ந்தான்.

மைத்ரேயன் அதிர்ச்சி விலகாமல் பார்க்க, அம்புத்ராவின் முகத்தில் சிறு புன்னகை.

" அசிஸ்டெண்ட் கமிஷனர் மேடமுக்கு என்ன தெரியணும் இப்ப?"

" எஸ் அசிஸ்டெண்ட் கமிஷனரா தான் கேட்கறேன் நீங்க யாரு? நீங்க எதையோ மறைக்குறீங்கனு மட்டும் புரியுது ஆனா என்னனு தெரியல"

"எஸ் கரெக்ட்.. மறைக்குறேன் தான்.. இவ்வளவு கண்டுபிடிச்ச நீ அதையும் கண்டுபிடிச்சி இருக்கலாமே!" கேலியாக கேட்டான் அவன்.

" பிரதி என்ன இது? அவ சொல்றா மாதிரி நீ என்ன மறைக்கிற? முக்கால்வாசி நேரம் நான் கூட தானே இருக்கேன்.. எனக்கு தெரியாத ரகசியம் உனக்கு இருக்கா?"

" இருக்கு மைத்ரேயன்.. அது அவர் மூலமா கேட்க தான் இவ்வளவு போராட்டம்"

" இங்க வா அம்பு" குழைந்து வந்தது அவனின் வார்த்தைகள்.

" பரவாயில்லை சொல்லுங்க"

" கிட்ட வந்தா சொல்லுவேன்.. ஏன்னா இது பெரிய சீக்ரெட்"

" பாவி உன்னோட சீக்ரெட் என்னனு எனக்கு சொல்ல மாட்டியா?"

" இரண்டு பேரும் வாங்க.. என் வாழ்க்கையில் நீங்க இரண்டு பேரும் ரொம்ப முக்கியமான ஆள் சோ யாருக்கும் சொல்லாத என்னோட இன்னொரு பக்கத்தைப் பற்றி சொல்றேன் டோர லாக் பண்ணு.. சீலிங் பேன், டேபிள் பேன், ஏசி எல்லாத்தையும் ஐ ஸ்பிட்ல வை மைத்து"

" என்னடா இப்படி எல்லாம் சொல்ற?"

" சொல்றத செய்ங்க மைத்ரேயன்"

'என்ன இதுங்க இரண்டும் நம்மள மிரட்டி வேலை வாங்குதுங்க.. இவன் வேற புதுசா என்னத்த சொல்ல போறான்.. எதுவுமே புரியலையே' நினைத்தபடியே அவன் சொன்ன அனைத்தையும் செய்து முடித்தான்.

வந்தவனை அம்புத்ராவின் அருகில் அமர்த்தி" அம்புத்ரா நீ கெஸ் பண்ணது சரி தான்.. உங்களுக்கு தெரியாத இன்னொரு பக்கம் எனக்கு இருக்கு.."

"எப்பா டேய் இதை தானடா அப்பவும் சொன்ன.. பாட்ஷா படத்துல வரா மாதிரி எக்கோ போட்டு கேட்கணுமா உனக்கு?"

"மைத்ரேயன்.."

"சரிம்மா பேசல போதுமா?"

"யுமன் நீங்க உண்மையாகவே சாப்ட்வேர் என்ஜீனியர் தானா?"

" என்ன..என ஆரம்பித்த மைத்ரேயன் பிரதியுமனின் முறைப்பால் அமைதியானான்.

"இப்ப உனக்கு என்ன தெரியனும்? நான் நடிக்கிறேனான்னு தெரியணும் அது தானே?"

"எஸ்"

"வெல்.. சொல்றேன்.. நல்லா கேட்டுக்கோங்க ஐ ஆம் பிரதியுமன்.. ஆபிஷயலி வொர்க்கின் ஆஸ் ரா ஏஜென்ட் இன் இந்தியா *(am prathiyuman working as Raw agent in india)*" என்றதும் இருவரும் மயங்கி விழாத குறைதான்.

அம்புத நல்லாள் - 31

தன்னை ஒரு ரா ஏஜென்ட் என அறிமுகம் செய்து கொண்டதும் அம்புதராவும், மைத்ரேயனும் மயங்கி விழாத நிலையில் அவனையே பார்த்துக் கொண்டு இருந்தனர்.

அவன் சொல்வது உண்மையா என சோதிக்க அருகிலிருந்த அம்புத்ராவின் கையில் கிள்ளியவன் அவளின்" ஆ" என்ற சத்தத்தில் நடப்பது கனவல்ல நிஜம் என்பது தெளிவாகியது மைத்ரேயனுக்கு.

"பிரதி நீ சொல்றது?"

"100 பர்சென்ட் உண்மை"

"ஏன் இவ்வளவு நாளா இதை மறைச்ச? அதுவும் என்கிட்ட கூட சொல்லாம? இதெல்லாம் எப்ப நடந்தது?"

"நான் சீக்ரெட் ஏஜென்ட் மைத்து.. என்னோட பேமலி மெம்ரஸ், பிரண்ட்ஸ் யாருக்கும் என்னோட உண்மையான அடையாளத்தை சொல்ல கூடாது.. அதான் சொல்லல.. அண்ட் காலேஜ்ல நீயும் நானும் ஒன்னா இல்ல மைத்து.. யோசிச்சி பாரு புரியும்" என்றதும் அவன் அப்படியும் இருக்குமோ என ஆராய தொடங்கினான்.

இதற்குள் அம்புத்ரா புறம் திரும்பியவன்" அம்பு" என்றதும்" எனக்கும் உங்க கிட்ட கேட்க சில கேள்விகள் இருக்கு யுமன்"

" கேளு அம்பு"

அவள் பேச ஆரம்பித்ததும் மைத்ரேயன் தன்னுடைய சிந்தனையை விடுத்து அவள் என்ன கேட்க போகிறாள் என்பதைக் கவனிக்க தொடங்கினான்.

" உங்களோட அந்த பயம் என்ற நாடகம் ஏன்? அண்ட் இங்க நான் உங்கள கூட்டிட்டு வந்து இருக்கேனா, இல்ல நீங்க..?"

"வெல்.. நீ சொன்ன அந்த இன்சிடென்ட் தான் போலீஸ் பார்த்து பயந்து மைத்துக்கு அடிப்பட்டு இருந்த நேரம், என்னையே நான் கேள்வி கேட்டுக்கிட்டேன்.. நான் ஏன் பயப்படணும், தப்பு பண்ற அவன் கூட்டமே தைரியமா வெளியே நடமாடும் போது நான் ஏன் ஓடி ஒளியனும்னு..

"அப்ப நீங்க பார்த்து ஓடினது?"

"மான்ஸ்டர் பார்த்து தான்.. சின்ன வயசு அவன எதிர்த்து நிற்குற தைரியமோ, உடல் பலமோ இல்லாத போது நான் இவனைக் கூட்டிட்டு ஓடிவந்து தானே ஆகணும்?"

"எது? மான்ஸ்டரா அடப்பாவி அப்பவே ஏன் சொல்லல?"

"மைத்து சொல்லி இருந்தா மட்டும் என்ன செய்ய முடியும்?"

" அது சரி.."

"சொல்லுங்க நீங்க அவனப் பார்த்து பயந்தது உண்மைதான்.. ஆனா பதுங்கி பாய தயராக்கிக ஓடி இருக்கீங்க அப்படிதானே?" அம்புத்ரா கேட்டாள்.

" எஸ் எக்ஸாட்லி.. வெறும் பிரதியுமனா என்னால இவ்வளவு தூரம் வந்து இருக்க முடியும்னு நீ நினைக்கிறீயா அம்பு?"

" முடியாது.. ஆனா ஏன் இந்த நாடகம்? போலீஸ் பார்த்தாலே பயம்னு?"

" காரணம் இருக்கு..நான் மைத்து கூட ஹாஸ்டல் சேர்ந்த அப்பறம் கூட என்னை பாலோ பண்ணிட்டே இருப்பது போல தோணிச்சு ஈவன் அது உண்மையும் கூட.. ஹாஸ்டல் இருந்த போது கூட என்னைக் கடத்த நிறைய அட்டெம்ட் நடந்தது.. என்னை ஏன் பின் தொடர்ந்து வந்தாங்கனு இதுவரை என்னால சரியா யூகிக்க முடியல அது தான் சாட் நியூஸ் பட் நான் அவங்கள

பற்றி நிறைய கண்டுபிடிச்சேன்.. உன்னை முதல் தடவை பார்த்தது கூட அப்படி தான்..

"வாட் அப்ப என்னைக் காப்பற்ற தண்ணிக்குள்ள நீங்க வரலையா?" முகத்தை சோகமாக வைத்துக் கேட்கவும் அதை உடனடியாக மறுத்தான் பிரதியுமன்.

"நோ அம்பு நீ தண்ணிக்குள்ள பால் எடுக்க போனப் போது உன்னைப் பார்த்தேன் எனக்குள்ள ஏதோ ஒரு உணர்வு,அது என்னனு சொல்ல தெரியல பட் உன்னை மட்டும் பார்க்க சொல்லி மனசு சொல்லிச்சு.. நீ தத்தளிக்கவும் வந்த காரியத்த அப்படியே விட்டுட்டு உன்னைக் காப்பற்ற வந்தேன்.. அதுக்கு அப்பறம் நடந்தது தான் உனக்கே தெரியுமே" என்றதும் தான் அவள் முகம் பிரகாசமானது.

" அடேய் உன் லவ் ஸ்டோரிய அப்பறம் சொல்லு.. கதிர் வரதுக்குள்ள மத்ததையும் சொல்லி தொலை"

" இன்னும் என்ன தெரியணும் உனக்கு?"

" ஏன் பயந்தா மாதிரி நடிச்ச? நீ சாப்ட்வேர் என்ஜீனியரா தானே வொர்க் பண்ணி பார்த்து இருக்கேன்? அப்பறம் எப்படி?"

"நான் தைரியமா இருக்கேன்னு தெரிஞ்சா அவனுங்க என்னைப் பின் தொடர்ந்து மாட்டிப்பானுங்களா? அதுக்காக தான் அப்படி நடிச்சேன்.. அதை கரெக்டா செஞ்சா தானே நீங்க எல்லாம் நம்புவீங்க? அண்ட் நான் வெளி உலகத்துக்காக ஒரு வேலை செய்து தானே ஆகனும்? சோ அதுக்காக சாப்ட்வேர் என்ஜீனியர்" என்றான் தோளை குலுக்கியவாறு.

" அவ்வளவு தானா?" கேட்டது பிரதி தான்.

" இல்ல.. இப்ப அடுத்தது நீங்க என்ன செய்ய போறீங்க? மான்ஸ்டர் எங்க இருக்கான்? அவனோட கும்பல் எங்க இருக்கு? இதுல நான் இருக்கறது உங்களுக்கு முன்னரே தெரியுமா?"

" மான்ஸ்டர் இஸ் ஆன் தி வே.. அவனோட கும்பல் காட்டுக்குள்ளே சுரங்கத்தில் இருக்காங்க.. அண்ட் நீ இந்த கேஸ்க்கு வந்தது என்னால தான்"

" வாட்?"

" எஸ்.. இந்த கேஸ்க்கு டிடைல் கலெக்ட் பண்ண போது அவங்க கேங் ஆளுங்க இரண்டு பேர நீ கொன்ன ரெக்கார்ட் இருந்தது.. நான் ஆல்ரெடி உன்னைத் தேடிட்டு இருந்தேன் நீ இந்த பீல்ட்னு தெரிஞ்சதும் உன்னையும் உள்ள இழுத்து விட்டுட்டேன்" எனக் கலகலவென சிரித்தான்.

அவனை முறைத்தவள் "என்ன நடிப்புடா சாமி.. கிரேட்"

" தாங்க் யூ." என்று புன்னகையுடன் அவன் கூற இவளும் புன்னகைத்தாள்.

" சரி உன்னோட அடுத்த பிளான் என்ன?"மைத்ரேயன் கேட்டான்.

" விமல் முழிக்கனும் அதுக்கு தான் வெயிட்டிங்"

" நீங்க தான் இவ்வளவு கண்டுபிடிச்சிடீங்களே அப்பறம் ஏன் விமலுக்கு வெயிட் பண்றீங்க? இப்ப அவன் எழுந்து வரனும்னு எந்த அவசியமும் இல்லையே?"

"ஹும்.. நீ சொல்றது கரெக்ட் தான்.. என்னை சின்ன வயசுல காப்பற்றி விட்டவன் அவன், அவனை அப்படியே விட்டுட்டு போக எனக்கு மனசு வரல அம்பு"

" என்னது?" என்றனர் இருவரும் ஒருசேர.

சிரித்தவன்" ஆமா என்னை அந்த மான்ஸ்டர் கிட்ட நெருங்கினப் போது என்கிட்ட பாட்டில தள்ளி விட்டது விமல் தான்.. நான் அவன குத்திட்டு மயங்கின நேரம் என்னை தாங்கி பிடிச்சி "கவலைப்படாத உன்னைக் காப்பற்ற உங்க அப்பா வராங்க.. நீ

இங்க இருக்க வேண்டாம் போயிடுன்னு சொன்னான்" அதுக்கு அப்பறம் நான் மயங்கி விழுந்துட்டேன்.

"அதெல்லாம் ஓகே அது விமல் தான்னு உனக்கு எப்படி தெரியும்?"

"தெரியும்.. அவன நான் பார்த்த அப்ப இருந்த முகம் இன்னுமும் மாறல.. அண்ட் எனக்கு அவன் பேமலிய தெரியும்.. சோ அவங்களுக்காக ஹி ஷூட் அலைவ்"

" எப்பா டேய் ஒரு நாள்ல எத்தனை ஷாக்.. எனக்கு சின்ன இதயம்டா தாங்காது"

" இது மட்டும் தான் மைத்து.. கேட்டுட்டு ரெஸ்ட் எடு"

"சரி சொல்லி தொலை.."

"இதுக்கு முன்னாடி இங்க வந்த போது விமலப் பார்த்து அவன நெருங்கி பேச போனேன் பட் அவனோட ஆக்டிவிடி எனக்கு சந்தேகத்தை ஏற்படுத்தியது.. சோ பாலோ பண்ணேன்.. அவன் காட்டுக்குள்ள போனான் இன்னும் கூர்மையா கவனிச்சேன், என்னை அவன் கவனிக்கல அங்க யாரையோ மிரட்ட சொல்லி விமலுக்கு பணம் கொடுத்தாங்க.. அதுக்கு அப்பறம் அவன் பேமலிய மீட் பண்ண போனான்.. அங்க அவனோட வொயிப் திட்டிக்கிட்டு இருந்தா இந்த மாதிரி வர காசுல எங்கள காப்பற்ற வேணாம் அதுக்கு பதிலா கொன்னுடுன்னு..

"விமல் அதுக்கு என்ன சொன்னான்?" அம்புத்ரா கேட்டாள்.

"அதுக்கு அவன், நான் என்ன இஷ்டப்பட்ட அங்க இருக்கேன்? எனக்கு இருக்க வேலைய வச்சே உங்கள பார்த்துக்க முடியும்.. நான் வெளிய வந்து உங்களுக்கு ஏதாவது ஆகிடும்மோன்னு பயமா இருக்கு.. அவனுக்கு உங்கள எதுவும் பண்ணலன்னாலும் என்னை கண்டிப்பா கொன்னுடுவாங்க பிகாஸ் அவனுங்களோட முக்கியமான ஆட்கள் என்னை

கண்காணிச்சிட்டே இருக்காங்க.. இப்ப சொல்லு நான் இல்லன்னா நீ என்ன செய்வனு? கேட்டான்"

"அப்ப மான்ஸ்டர அவன் பார்த்தது இல்லன்னு சொன்னது?"

" அப்பட்டமான பொய்"

மைத்ரேயன் எதுவோ கேட்க வர கதவு தட்டப்படும் ஓசை கேட்டது.. கதிராக தான் இருக்கும் என நினைத்தவர்களை ஏமாற்றாமல் அவனே வந்தான்.

" பிரதி சார் இப்ப பரவாயில்லையா? ஏன் எல்லாத்தையும் ஆன் பண்ண வச்சி இருக்கீங்க அதுவும் இந்த கிளைமட்ல?"

" ஐயம் ஆல்ரைட் கதிர்..காற்று வரலன்னு ஆன் பண்ணோம் போக போக ரொம்ப சில்லுன்னு ஆகி போச்சு" என்றவன் மைத்து என்றதும் அவன் ஆப் பண்றேன் என ஏசியை அணைத்தான்.

"டேப்லெட் கிடைச்சிதா கதிர்?" என அம்புத்ரா கேட்கவும்" எஸ் மேம் இங்க கிடைக்கல சோ கொஞ்சம் தள்ளி இருந்த மெடிக்கல் ஷாப்ல போய் வாங்கிட்டு வந்தேன்"

" ஓ ஓகே, நீங்க மூனு பேரும் இங்க இருங்க நான் விமல் கூட இருக்கேன்" என கதவை திறந்து கொண்டு அவனிடம் சென்று விட்டாள் அம்புத்ரா.

போகும் அவளையே பார்த்தவன் நீண்ட பெருமூச்சோன்றை விடுத்து" மைத்து, கதிர் தூங்கலாமா?"

கதிருக்கு காலையிலிருந்து ஏற்பட்ட அலைச்சலால் அவன் உடனே சரி என்றவன் அங்கிருந்த சோபாவில் சாய்ந்து தூங்க ஆரம்பித்து விட்டான்.

அவன் தூங்குவதை உறுதி செய்த மைத்து பிரதியுமனிடம் மெதுவான குரலில் "பிரதி எல்லாம் சரி டாக்டர் உன்னை

ஹிப்னாடைஸ் பண்ண போது கூட நீ உண்மைய சொல்லையே!" என்றான் சந்தேகமாய்.

"அதெல்லாம் எங்களோட ட்ரைனிங் மைத்து" என கண்ணடித்தவன் "போய் தூங்கு மைத்து.. காலையில நிறைய வேலை இருக்கு உனக்கு"

"எனக்கா? எனக்கு என்ன வேலை?"

"அதை காலையில சொல்றேன்.. குழப்பிக்காம தூங்கு.. நாளைய பொழுது நல்லதாக விடியட்டும்"என அவனும் படுத்து விட்டான்.

மைத்ரேயன் 'ஆண்டவா ஆளப் பார்த்தா டம்மி பீசா இருக்கானேன்னு எவ்வளவு திட்டி இருக்கேன்.. பயப்புளள அதனால எங்கையும் என்னைக் கோர்த்து விடாம பார்த்துக்கோ' என அவன் மனதில் நினைத்தது பிரதியுமனுக்கு கேட்டதோ என எண்ணும் அளவிற்கு" நீ என் மைத்துடா அப்படி எல்லாம் கோர்த்து விட மாட்டேன்.. பயப்படாம தூங்கு" என்றதும் "மனசுல கூட நினைக்க முடியாதா.. கஷ்டம்.. போடா டேய்" புலம்பி கொண்டே தூங்கி விட்டான் மைத்ரேயன்.

அதிகாலை ஐந்து மணி.. கதிரவன் கூட எட்டிப் பார்க்காத அந்த நேரம் அம்புத்ரா பிரதியுமனை எழுப்பி கொண்டிருந்தாள்.

பிரதியுமனோ" வாட் அம்பு இன்னும் கொஞ்ச நேரம் தூங்கிட்டு வரேனே" என்று கெஞ்ச" உங்கள வச்சிக்கிட்டு.. விமல் கண்ண முழிச்சிட்டான் யுமன்" என்றாள் மற்ற இருவருக்கும் கேட்காத வண்ணம்.

"என்ன?" என்று எழுந்தவன் சத்தமில்லாமல் ஐசியூவை அடைந்தான் அம்புத்ராவுடன்.

"ஹே விமல் குட் மார்னிங்.. இப்ப எப்படி இருக்கு?"

" வலி இருக்கு சார்.. பட் பரவாயில்லை, அண்ட் தாங்க்ஸ்"

" எதுக்கு உன்னை காப்பாற்றினேனே அதுக்காகவா?"

ஹூம் என்று தலையாட்டினான்.

"குட்.. உன்னால நான் கேட்குற கேள்விக்கு பதில் சொல்ல முடியும் தானே?"

"சொல்றேன்.. எமன் கிட்ட போயிட்டு வந்த பீலிங்.. இனி சாவு வந்தா கூட எனக்கு பயம் இல்ல சார்"

" பைன்.. மான்ஸ்டர் பற்றி, அவனோட முக்கியமான ஆட்கள் பற்றி உனக்கு நல்லா தெரியும்னு எனக்கு தெரியும்.. ஈவன் நீயும் அதுல ஒன்னுன்னு எனக்கு தெரியும்.. இப்ப எனக்கு தெரிய வேண்டியது ஒன்னே ஒன்னு தான் உனக்கு வாழ ஆசையா இல்ல சாக ஆசையா?"

பிரதியுமனின் கேள்வியால் அவன் அதிர்ச்சியில் உறைந்தான் என்றே சொல்லலாம்..அவனது நிலையை அறிந்த அம்புத்ரா பிரதியுமனின் காதருகில்" யுமன் என்ன இப்படி கேட்கறீங்க?"

" நான் சரியா தான் கேட்கிறேன் அம்பு."என்றவன் மறுபடியும் விமலிடம் அதே கேள்வியைக் கேட்க அவனிடத்தில் பதில் இல்லை.

"ஹீம் நீ பதில் சொல்ல விருப்பபடலன்னு நினைக்கிறேன்.. கேள்வி கேட்ட நானே அதுக்கான விடையயையும் சொல்றேன்" என்றதும் விமலின் முகம் இவன் ஏன் இதையெல்லாம் பேசுகிறான் என்ற எண்ணத்தைச் சூடிக் கொண்டிருந்தது.

அதைக் கண்டு கொண்டவன் சின்ன சிரப்பொன்றை உதிர்த்து விட்டு "விமல் நான் ஏன் இதெல்லாம் சொல்றேன்னு நீ யோசிக்கலாம், ஏன்னு சொல்றேன் அவன் கொல்ல நினைச்சது என்னைத் தானே சோ அவன கண்டுபிடிக்கிற வேகம் எனக்கு

இருக்கலாம் இல்லையா?" இவன் மறுபடியும் கேள்வி கேட்கவும் அமைதியாகவே இருந்தான்.

மேலும் பிரதியுமனே தொடர்ந்தான் "விமல் என்னைக் கேட்டா நீ இந்த உலகத்துல வாழ தகுதி இல்லன்னு சொல்லுவேன்.. பட் ஐ வுட் லைக் டு கிவ் ஏ சான்ஸ் பார் யுவர் பேமலி(*but I would like to give a chance for your family*) அவங்களுக்கு நீ வேணும்.. நல்ல கணவனா, நல்ல அப்பாவா இருக்கனும்னு அவங்க விரும்புறாங்க.." அதற்குள் விமல் ஏதோ கேட்க வரவும் அதனைக் கை நீட்டி தடுத்தவன்" நான் பேசி முடிச்சிடுறேன் விமல், உன்னோட பேமலி பற்றி எனக்கு எப்படி தெரியும்னு யோசிக்காத.. நார்மலா தப்பு செய்றவங்களுக்கு அவங்க குடும்பம் துணை போகாது, வீட்ல தப்பு செய்றவன் யாரா இருந்தாலும் திருந்தி நல்லா வாழணும்னு தான் நினைப்பாங்க.. சோ ஐ கெஸ்டு இட்.." என்றான்.

சில நொடிகள் அமைதியாக கழிந்தது.. அந்த அமைதியை விமல் கலைத்தான்" சார் நான் திருந்தி வாழ நீங்க வாய்ப்பு தரேன்னு சொல்றீங்க, எப்படின்னு தெரியாது ஆனாலும் என்னால உங்களுக்கு ஏதாவது செய்ய முடிஞ்சா கண்டிப்பா செய்வேன், எனக்கும் அந்த கூட்டத்துல இருக்க ஆசையில்லை சார்"

அம்புத்ராவைப் பார்த்து அர்த்த புன்னகை உதிர்த்தவன், நொடியும் தாமதிக்காது வெளியே சென்று விட்டான்.

செல்லும் அவனைப் பார்த்தது ஒரு நொடி தான் அதன் பின் விமலிடம்" விமல் எனக்கு சில டீடைல் தெரியணும்" என்றவள் அவனிடம் பேசுவதை காணொலியாக எடுக்க தொடங்கினாள்..

வெளியே.. பிரதியுமன்

"கவுண்ட் யூவர் டேஸ் மான்ஸ்டர்" என்றவனின் முகம் வேட்டையாடும் சிங்கத்தை ஒத்திருந்தது.

அம்புத நல்லாள் - 32

கறம் வைத்து துடிக்கும் இரு உள்ளங்கள் வெல்ல போவது யார்?

விமலிடம் தனக்கு தேவையான அனைத்து விவரங்களையும் சேகரித்து கொண்டு, அவனை கவனமாக இருக்க சொல்லி விட்டு அறையை விட்டு வெளியேறி வந்தாள் அம்புத்ரா.

அங்கே, கதிர் அவளுக்காக காத்திருக்கிறான் என்பது அவனின் முக பாவனையை வைத்தே தெரிந்தது.

"என்ன ஆச்சு கதிர்?"

"நத்திங் மேம்.. பிரதி சார் அண்ட் மைத்ரேயன் இரண்டு பேரும் பங்களாக்கு கிளம்பிட்டாங்க.. நீங்க வந்ததும் கூட்டிட்டு வர சொன்னாங்க"

"எப்படி போறது? கார்?" கேள்வியாய் அவனை நோக்க,

"கொடுத்துட்டு போயி இருக்காங்க மேம், அவங்க இரண்டு பேரும் ஆட்டோல அங்க போயிட்டாங்க" என்றதும் சரி என மருத்துவரிடம் விமலை பத்திரமாக பார்த்துக் கொள்ளும்படி கேட்டுக் கொண்டு சென்றனர் இருவரும்.

செல்லும் வழியெங்கும் பிரதியுமனை பற்றிய சிந்தனையே அவளை ஆட்கொண்டிருந்தது.

'எத்தனை மாற்றங்கள் அவரிடம்? இதில் எது அவரின் உண்மையான முகம்? என் மீது காதலோடு பார்க்கும் அந்த கண்களா இல்லை மான்ஸ்டர் வெறிக் கொண்டு தேடும் அந்த கண்களா? ஏன் இந்த பழி உணர்வு? அவனுக்கு என்ன என் யுமன் மேல் அவ்வளவு வன்மம்? யோசிக்க யோசிக்க அவளுக்கு தலையே வெடித்து விடும் போல் இருந்தது.. அதற்குள் போனாகார்டு பங்களா வந்து விட "மேம் வாங்க" என்றவன் அவளுக்கு முன் உள்ளே சென்று விட்டான்.

அவனையும் கூர்ந்துப் பார்த்து விட்டு எல்லாம் கடவுள் செயல் என எண்ணிக் கொண்டு அவளும் உள்ளே சென்ற போது அவள் கண்ட அந்த காட்சி நொடியும் தாமதிக்காது தன் துப்பாக்கியை எடுக்க வைத்தது.

"ஏய் சொல்லுடா அவன் உன்னை இவர கொல்ல அனுப்பி வச்சானா? இப்ப உண்மைய சொல்லல உன் தலை இங்கையே சிதறிடும்" எனக் கண்ணில் அனல் பறக்க பேசி கொண்டிருந்தவளைக் கண்டு எதிரிலிருந்தவன் நடுங்கினான் எனில் பிரதியுமனோ வயிற்றைப் பிடித்துக் கொண்டு சிரித்தான்.

பல நாட்கள் கழித்து அவனின் அந்த சிரிப்பில் ஒரு நொடி தன்னைத் தொலைத்தவள் மறுநொடியே" டேய் யாருடா நீ? யுமன் நீங்க ஏன் சிரிச்சிட்டு இருக்கீங்க?" உண்மையில் புரியாமல் கேட்டாள் அம்புத்ரா.

"ஹே அம்பு ரிலாக்ஸ் இது நம்ம மைத்து" என்றதும் அவள் கண்களை அவளால் நம்ப முடியவில்லை.. ஏன் இதற்கு முன் வந்த கதிர் கூட அவனைத் தாக்க தான் வந்தான், அவனையும் பிரதி தான் தடுத்து நிறுத்தினான்.

" எ.. என்ன சொல்றீங்க நீங்க? ஓ அதுக்குள்ள பிளான எக்ஸிகுயூட் பண்ணியாச்சா?"

"என்ன பிளான்? எனக்கும் தெரியாது அம்மு.. இவன் இங்க வந்ததிலிருந்து இந்த வேலைய தான் பண்ணான்.. நானும் பல தடவைக் கேட்டுப் பார்த்துட்டேன் பதிலே இல்ல..இப்ப நீ சொல்றத பார்த்தா நீங்க ஏதோ பிளான் பண்ணி இருக்கீங்க போல" அவன் பங்கிற்கு முகமூடியை அவிழ்த்து விட்டு புலம்பினான் மைத்ரேயன்.

"என்ன சார் இதெல்லாம்?" கேட்பது கதிரின் முறையாயிற்று.

"என்ன கேட்டா எனக்கு என்ன தெரியும் கதிர் இதெல்லாம் உங்க மேடம் பிளான் தான்"என்றான் பிரதியுமன்.

இது மைத்ரேயனுக்கு அதிர்ச்சி என்பது அவன் முகம் போன போக்கில் நம்மால் தெரிந்த கொள்ள முடியும், அதே சமயம் அம்புத்ரா இதை எதிர்பார்த்தாள் என்பது அவளது சிரிப்பே சொல்லியது.

" ஓ அப்படியா மேடம்.. சரி ஏன் மைத்ரேயனுக்கு இப்படி ஒரு வேஷம்?அவர அந்த கும்பல் இருக்க இடத்துக்கு அனுப்ப போறீங்களா?" என்றான் கதிர்.

"என்னது? அம்மு என்ன இது?"

"என்ன மைத்து? உங்கள மாதிரி தைரியசாலி இருக்க முடியுமா? சிங்கத்தோட குகைக்குள்ள போக உங்கள தவிர வேற யாரால முடியும்?" சிரியாமல் அவள் சொல்வதை அவன் கவனிக்காமல்" ஏய் அம்மு நான் அவ்வளவு ஒர்த் இல்லம்மா.. என்னை இப்படி கோர்த்து விடுறீயே நான் உனக்கு என்ன பாவம் பண்ணேன்?" கதறிக் கொண்டிருந்தான்.

அதனைக் கண்டு சிரித்தவள்" டொண்ட் ஒர்ரி மைத்து உங்ககூட நாங்களும் இருப்போம்.. பட் கொஞ்சம் தள்ளி"

"ஆக மொத்தம் என்னைப் பலி கொடுக்க தயாராகிட்டீங்க அப்படி தானே?"

" ஏய் மைத்து அப்படி எல்லாம் சொல்லாத உனக்கு ரொம்ப பயமா இருந்தா நீ போக வேண்டாம்" பதறியபடி சொன்னான் பிரதி.

அவன் பதற்றமான முகம் கண்டு" நோ பிரதி நான் போயிட்டு சொன்ன வேலையை கரெக்டா முடிச்சிட்டு வந்துடுறேன்.. நீ பீல் பண்ணாத.. சரியா?" சிறு குழந்தைக்கு சொல்வது போல் சொல்லவும் அவனும் தலையை ஆட்டி வைத்தான்.

அம்புத்ராவிற்கு பிரதியுமனைப் பற்றி சரியாக கணிக்கவே முடியவில்லை.. தன்னிடம் பேசும் போது காதலாக குழைந்து வரும் வார்த்தைகள், மைத்ரேயனிடம் குழந்தையாய் பேசும்

வார்த்தைகள் இன்று தன் வேலையைப் பற்றி சொல்லும் போது அதிலிருந்த அழுத்தமான வார்த்தைகள் இதில் எது அவனின் உண்மை குணம்? வினாக்கள் மட்டுமே எழுந்தது அதற்கான விடையை அவன் தானே சொல்ல வேண்டும்? என தோன்ற அது இப்போதைக்கு முடியாது என்பது விளங்க அதை ஓரம் கட்டி விட்டு பிரதியுமனின் செயல்களை கவனிக்க தொடங்கினாள்.

அவன் அவள் சொல்லி வைத்தாள் என்பதைப் போலவே கதிரிடம் அடுத்த கட்ட பணிகளை செய்ய சொன்னான்.. அவனும் இவளின் பார்வையை வைத்தே சரி என கேட்டுக் கொண்டிருந்தான்.

விமலிடம் கேட்டுப் பெற்றுக் கொண்ட விவரங்களை மூவரிடமும் போட்டுக் காட்டியவள் மைத்ரேயனை இவ்வழியே சென்று புகுந்து கொள்ளுமாறு சொன்னாள்.

அவனும் நிலைமையின் தீவிரத்தை புரிந்து கொண்டு விளையாட்டுதனமாய் இல்லாமல் சர்வ ஜாக்கிரதையாக கேட்டுக் கொண்டிருந்தான்.

பிரதியுமனுக்கு அவளின் செயல்பாடுகள் திருப்தியே என்பது முகம் மாறுதல்களே சொல்லியது.

"மேடம் மைத்ரேயன் அங்க போகும் போது நாமளும் பாலோ பண்ணி போக வேண்டாமா? அவருக்கு நம்ம உதவி தேவை இல்லையா?"

"வேண்டாம் கதிர் யுமனும், மைத்துவும் தான் போக போறாங்க ஒருத்தருக்கு ஒருத்தர் துணை.. நாம அவங்கள கொஞ்ச தூரத்துல இருந்து கவனிக்க போறோம்"

"பட் மேடம் பிரதி சார்.. அவருக்கு இதெல்லாம் புதுசு,மைத்ரேயனாவது பிரஸ்ல இருக்காரு சோ இந்த மாதிரி ரவுடிங்க கும்பல் கிட்ட எல்லாம் மாட்டி எஸ்கேப் ஆகி வந்து இருப்பார் ஆனா பிரதி சார் அப்படி இல்லையே?" கேள்வியோடே நிறுத்தினான்.

'ஏது? இவனுக்கு பயமா.. பாவமா மூஞ்ச வச்சிட்டு எல்லாரையும் ஏமாத்திட்டு திரியுரான் பாவி' என மனதில் மட்டுமே நினைக்க முடிந்தது மைத்ரேயனால்.

அம்புத்ராவோ" யுமனுக்கு சில வேலைகள் சொல்லி இருக்கேன்.. அதை அவரால மட்டும் தான் செய்ய முடியும்.. அங்க இருக்க டேட்டாஸ் எல்லாம் யாருக்கும் தெரியாம இவரால மட்டும் தான் எடுத்து தர முடியும்.. அதுக்கு துணை மைத்து.. இப்ப புரியுதா யுமனுக்கு அங்க என்ன வேலைன்னு?" என கேள்வியோடு முடித்தாள்.

" ஓகே மேடம்"என்பதோடு மட்டும் முடித்துக் கொண்டான் வேறு என்ன சொல்லி விட முடியும் அவனால்.

இவர்கள் தயாராகட்டும் நாட்டுக்குள் என்ன நடக்கிறது என அறிந்து வருவோம் வாருங்கள்.

கேரளாவில் சரக்குகள் ஏற்றி வரும் வண்டிகள் அணிவகுத்து வந்தனர்.. காவல்துறை அதிகாரிகள் சோதனைக்கு பிறகு அனைத்து வண்டிகளும் அந்த அந்த ஊருக்கு செல்லும் வழியில் நகர, ஒரு வண்டி மட்டும் காட்டுக்குள் செல்லும் பாதையில் ஊர்ந்து கொண்டு சென்றது..

சுற்றிலும் பச்சை பசேலேன இருக்கும் இடத்தை ஆசை தீர இரசித்தபடி வந்தான் அவன்.. அவனைப் பார்க்கும் யாரும் நின்று பேசாமல் செல்ல மாட்டார்கள், அப்படி ஒரு சாந்தம் குடிக் கொண்டிருக்கும் அவன் முகத்தில்.. ஆனால் அவனின் இன்னொரு முகத்தை அறிந்தால்! அவனைப் பார்க்க கூட தயங்குவர்.

ஆம்..நாம் இத்தனை அத்தியாங்களாக தேடிக் கொண்டிருக்கும் அந்த நபர் அவன் தான்.. மான்ஸ்டர்.

பிரதியுமனின் நீண்ட கால எதிரி, மான்ஸ்டர் பார்க்க அவ்வளவு கொடூரமானவனாக தெரிய மாட்டான்.. சராசரிக்கும் அதிகமான

உயரம், நல்ல நிறம், கண்களில் கூர்மை அவனையும் அழகன் என்றே சொல்லலாம்.. அவனுக்கு நாற்பது வயதுக்கு மேல் என சத்தியம் செய்தால் கூட யாரும் நம்ப மாட்டார்கள்.. இத்தனை இருந்தும் என்ன பயன்? வெள்ளை சிங்கம் பார்க்க அழகாக தான் இருக்கும் ஆனாலும் அதன் பிறவி குணம் மாறாதே! அதுபோல் தான் இவனின் குணமும்.. அவனுடைய இடமான காட்டிற்குள் அந்த வண்டி நெருங்க ஆரம்பித்ததும் முகமும் கடுமையை பூசிக் கொண்டது.

சற்று நேரத்திற்கெல்லாம் இடம் வந்து விட சுற்றும் முற்றும் பார்த்து விட்டு தான் வந்த வண்டியின் ஓட்டுனரை சத்தமின்றி கொன்று விட்டான்(?).. அதை இரண்டு ஜோடி கண்கள் பார்ப்பதை அவன் அறியான். ஓட்டுனர் இறந்து விட்டான் என்பதை உறுதி செய்து கொண்டு தான் கொண்டு வந்த சிறிய மூட்டையை எடுத்துக் கொண்டவன் முகமூடியை அணிய தவறவில்லை.. பெரும்பாலும் அவன் மக்களிடையே சகஜமாக நடமாடுவான்.. ஆச்சரியம் என்னவெனில் அவனைப் பற்றி அறிந்தவர் யாரும் இல்லை, அவனின் முகம் கூட யாரும் இதுவரைப் பார்த்ததில்லை, மான்ஸ்டராக வலம் வருவதை விட சாதரண குடிமகனாக தன்னை காட்சிப்படுத்தி கொள்வதில் அவனுக்கு நிகர் அவனே.. தீவரவாத கும்பலில் இருக்கும் அத்தனை பேருக்கும் அவனின் கண்கள் மட்டுமே பரிட்சியம்.

தன்னை கண்ணாடியில் ஒருமுறை பார்த்துக் கொண்டவன், திருப்தியாக தோன்றவே தொடர்ந்து நடக்கலனான்.. அவன் வந்த சேர்ந்த அதே நேரம் இரு உருவங்கள் அவனை நோக்கி வந்தனர்.. அது யார் என்று நீங்கள் இந்நேரம் யூகித்து இருக்க கூடும், ஆம் நம் நாயகர்களே அது.. எதிரில் ஆஜானுபாகுவாய் வந்து கொண்டிருந்தவனைப் பார்த்ததும் பிரதி ஒரு நொடி நின்றான்.. அதை கவனிக்காத மைத்ரேயன் "டேய் பிரதி இவன் தான் மான்ஸ்டரா? அசால்டா கொலை பண்றான்!"

அவன் ஹூம் என்று மட்டும் சொன்னான்.

பிரதியை பார்த்தவன் "டேய் பார்க்க உண்மையாவே மான்ஸ்டர் மாதிரி தான்டா இருக்கான்! என்ன ஹயிட்டா சாமி.. என்னத்த சாப்பிடுவான்! " என்றான் ஆச்சரியம் மேலோங்க.

"பேசாம வா மைத்து அவன் காதுல விழுந்தா நமக்கு இப்பவே சங்கு தான்" என மெதுவாக சொல்லவும் அதுவும் சரி தான் என்பது அவனைப் பார்க்கும் போது புரிந்தது மைத்ரேயனுக்கு.

இந்த இடத்திற்கு வந்த இறங்கியதிலிருந்தே அவனைக் கண்காணித்து வந்தனர்.. அப்பொழுது பார்த்த அந்த முகத்திற்கும் இப்பொழுது இந்த முகமூடியோடு பார்க்கும் முகத்திற்கும் எத்தனை வித்தியாசங்கள்? சாந்தம் சூடிக் கொண்டிருந்த அந்த வதனம் எங்கே, குரூரத்தைச் சூடிக் கொண்ட இந்த கண்கள் எங்கே? என அறியவும் தவறவில்லை இருவரும்.

அருகில் வந்ததும், இருவரையும் ஓர் நொடி உற்றுப் பார்த்தவன் "வண்டியில மூட்டை எல்லாம் இருக்கு சீக்கரம் எடுத்துட்டு வந்து சேருங்க.. ஜாக்கிரதை யாரும் பார்க்க கூடாது.." என நடைப் போட்டவன் இவர்கள் வண்டியை நோக்கி நடக்கவும் "ஏய் நில்லுங்க" என்ற சிம்ம குரல் காதில் விழவும் உறைந்து நின்றனர்.. பிரதியுமன் சற்றே அதிர்ச்சி அடைந்தாலும் அதனை வெளிக்காட்டி கொள்ளவில்லை, ஆனால் மைத்ரேயன் கால்களோ அவனது பயத்தை அப்பட்டமாக வெளிச்சம் போட்டு காட்டியது.. அதனை மான்ஸ்டர் கவனிக்கும் முன் பிரதி கவனித்து" மைத்து காம் டவுன் அவன் என்ன சொல்றான்னு கேட்போம்.. பயப்படாதே" அவன் காதருகில் சொல்லவும் அவன் கொடுத்த கையின் அழுத்தம் தான் இருக்கிறேன் என்பதாய் இருந்தது..

அதில் சிறிது தைரியம் பெற்றவன் கலங்காமல் நிற்பது போல் நடித்தான்.

"ஏய் கூப்பிட்டது காதுல விழல? என்ன நான் அங்க வரணுமா? கூப்பிட்ட உடனே வரணும்னு தெரியாது? கொஞ்ச நாள் இந்த பக்கம் வரலன்னா பயம் விட்டு போயிடுமா.. வாங்க இங்க"

மான்ஸ்டர் கர்ஜித்ததும் அவசர அவசரமாக அவனருகில் சென்றனர்.

பிரதி தான் "சாரி பாஸ், அது கால்.. அவன் கால் வேர்ல மாட்டிக்கிட்டு இருந்தது அதான்.."

அவன் மைத்ரேயனை ஆராயவும்" ஆமா இங்க பாருங்க "என கால்களில் இருந்த கொடியை காண்பித்தான்.. அடர்ந்த காட்டு பகுதி அதனால் இதெல்லாம் எப்பவும் நடக்கும் என்பதால் தயங்காமல் பிரதி சொன்னான் அதுவுமின்றி மைத்ரேயன் கால்களில் இருந்த கொடியை ஏற்கனவே கவனித்து இருந்தான்.

அவன் சொல்வது நம்பும்படியாக இருக்க" உங்க பெயர்?" என அவன் யோசிக்கவும் 'பிரதி இதை நம்ம யோசிக்கவே இல்லையடா இப்ப என்ன பண்றது?' தன் மனதிற்குள் யோசித்தவன் மான்ஸ்டர் முகத்தைப் பார்க்கவும் அவன் இன்னமும் யோசிப்பது போல் தெரிய "உன் பெயர் நீ சிவா, இவன் சந்திரன் தானே?" அவனே தங்களுக்கு பெயர் சொல்லவும் இவரும் தாமதிக்காமல் ஆமாம் என தலையசைத்தனர்.

"சரி சரி சீக்கரம் வரணும்.. முக்கியமான மீட்டிங் இருக்கு" அவன் நடக்கவும் தான் இவர்களுக்கு மூச்சு சீராக வந்தது.

அவன் தொலைவில் சென்று விட்டதை உறுதி செய்துக் கொண்ட பிரதியுமன்" வா மைத்து" எனக் கைப்பிடித்து வண்டியருகே அழைத்துச் சென்றான்.

"பிரதி கொஞ்ச நேரத்துல என் மூச்சே நின்னு போச்சுடா, பார்க்க தான் ஆள் பல்கா இருக்கான்னு நினைச்சா பேசினா அதைவிட பயங்கரமா இருக்கே.. இதெல்லாம் நமக்கு தேவையா பிரதி, இப்ப கூட எதுவும் கெட்டு போகல வந்த வழியே திரும்பி போயிடலாம்" என்றவனை முறைத்தவன்

"எப்படி பிணமா போக போறீயா?"

" என்னடா இப்படி சொல்ற?"

" இப்ப நாம ஒரு இடத்துல நின்னோமே அது தான் அவனோட ஏரியா ஸ்டார்ட் ஆகுற இடம், நாம புதர் உள்ள மறைஞ்சி இருந்து அவன் வந்ததும் சத்தம் செய்யாம எழுந்து எதிரே கேஷுவலாக வந்தோம், சோ எங்க இருந்து வந்தோம்னு தெரியாது ஆனா உள்ளே இருந்து தான் வரோம்ன்னு அவனால கன்பார்ம் பண்ணி இருக்க முடியும் தானே, அதுவும் இல்லாம மெயின் ஏரியால கேமிரா இருக்கு இப்ப நாம அவன் கிட்ட பேசின ஒவ்வொரு செகண்டும் அதுல இருக்கும்"

" இவ்வளவு தானா? அவனுக்கு தான் நம்ம முகம் தெரியாதே பிரதி அப்பறம் நம்மள எப்படி கண்டுபிடிப்பான்.. சில்லி ரீஸன் வேண்டாம்.. ரிஸ்க், சோ வீ ஷால் லீவ்"

" முட்டாள் மாதிரி பேசாத மைத்து.. அவனுக்கு கண்ண வச்சே ஆள கண்டுபிடிக்கிற அளவுக்கு திறமை இருக்கு, இன்னும் கொஞ்ச நேரத்துல நாம அங்க போகலன்னா அடுத்த செகண்ட் நாம அவ்வளவு தான், உன்னையும் என்னையும் கண்காணிக்க இந்நேரம் ஆட்கள் வந்துட்டு இருப்பாங்க"என அவன் சொல்லி வாயை மூடவில்லை சரகுகள் மிதிபடும் ஓசைக் கேட்கவும் துரிதமாக உள்ளே இருந்த சிறிய அளவிலான நான்கு மூட்டைகளை ஆளுக்கு இரண்டாக எடுத்துக் கொண்டனர்.

" பிரதி என்னடா இவ்வளவு வெயிட்டா இருக்கு? உன்னை நம்பி வந்தே பாரு என்னைச் சொல்லணும், நீயாவது லவ், ரொமேன்ஸூன்னு பண்ணி இருக்க நான் அதெல்லாம் பார்க்காமலேயே போயிடுவேன் போல இருக்கே" அவன் புலம்பியதும் காலில் ஓங்கி மிதித்தவன் "பேசாம இரு என்ன பேச்சு பேசுற, நீ இல்லாம நான் மட்டும் இங்க இருந்து போக மாட்டேன்டா வா"

அவன் அவனைப் பாசமாக பார்த்து" என்மேல உனக்கு அவ்வளவு பாசமா பிரதி?"

" அதெல்லாம் இல்ல, இன்னும் நீ என்னால அனுபவிக்க வேண்டியது எவ்வளவோ இருக்கே, அதுக்கு தான்" என்றாலும் அவன் முகம் புன்னகை புரிய இவனும் சிரித்தபடி துரிதமாக நடந்தனர்.

இவர்கள் மான்ஸ்டரை சந்தித்த இடத்திற்கு வந்ததும் எதிர்பட்டனர் மற்ற முகமூடி ஆட்கள் 'பிரதி சொன்னது கரெக்ட் தான் போல, நம்பாம ஆளுங்கள அனுப்பி வச்சி இருக்கானே' மனதில் மட்டுமே நினைக்க முடிந்தது அவனால்.

"ஏன் இவ்வளவு நேரம்?"

"அது ஒன்னுமில்லை அங்க ஐடம் டான்ஸ் ஆடிட்டு இரண்டு கரடி இருந்தது அதைப் பார்த்துட்டு நின்னுட்டு இருந்தோமா, அதான் லேட்"என்றவனை அவர்கள் முறைப்பது தெரிய "அவன் விளையாடுறான் மூட்டைய எடுக்கும் போது கீழ விழுந்துட்டான் கால்ல சின்ன சுளுக்கு அதான் லேட் "வாயில் வந்ததை அடித்து விட்டான் பிரதியுமன்.

" அப்படியா இவ்வளவு நேரம் அவன் நல்லா தானே நடந்து வந்தான்?" ஒருவன் கேட்கவும்
மைத்ரேயன் சுதாரித்துக் கொண்டு "இல்ல இல்ல நான் தாங்கி தாங்கி தான் நடந்து வந்தேன்" என்றதும் வேறு எதுவும் கேட்காமல் அவனிடமிருந்த மூட்டைய மட்டும் வாங்கி கொண்டு நடக்க துவங்கினர், மைத்ரேயன் நடையையும் கவனிக்க தவறவில்லை, அவர்கள் பார்க்கிறார்கள் என்பதற்காக பொய்காக காலை தாங்கி தாங்கி நடந்து வந்தான்.

பிரதியுமனை பார்த்தவன்' விஷம் விஷம் இவன் விழுந்தான்னு சொல்ல வேண்டியது தானே பாவி என்னையே கோர்த்து விடுறான் குள்ளபய' (மைத்ரேயன் பிரதியை விட சற்று உயரம் அதிகம் அதான் அப்படி சொல்றான்)

சில நிமிடங்களில் அனைவரும் ஒர் இடத்தில் நிற்க அங்கே பெரிய அளவிலான மர பொந்து ஒன்று இருந்தது, அதில் ஒரு யானையே கூட நுழையலாம் ஆனால் அடர்ந்த

புதர்களுக்கிடையே மறைந்து இருப்பதால் சாதரணமாக பார்க்கும் யாருக்கும் அது இருப்பது தெரியாது.. உள்ளே சென்றதும் சுரங்கத்திற்குள் செல்வது போன்ற வழி அதுவும் அகலமாகவே இருக்க இருவரும் ஆச்சரியமாகப் பார்த்தபடி நடந்தனர்.

மேலும் சில அடிகள் நடந்த பிறகு மின்தூக்கி ஒன்று இருந்தது, அதில் அனைவரும் ஏறினர் பிரதி, மைத்ரேயன் முன்னே நிற்க மற்றவர்கள் பின்னே நின்றனர், அதில் ஒருவன் "ஏய் சிவா பாஸ்வேர்ட் போட்டு லிப்ட்ட ஸ்டார்ட் பண்ணு.. மீட்டிங் இருக்கு சீக்கரம் போகணும்" என்றதும் பேயறைந்தது போல் ஆயினர் இருவரும்.

அம்புத நல்லாள் - 33

மின்தூக்கியின் பொத்தானுக்கு அருகில் நின்ற பிரதியுமனை அழைத்து பாஸ்வேர்ட் போடு சிவா என்றதும் இருவரும் அது என்னவென்று தெரியாமல் முழிக்க, அவர்களோ "சீக்கரம் சிவா டைம் ஆச்சு.. லேட்டா போனா உங்க இரண்டு பேர் கூட சேர்ந்து நாங்களும் மாட்டனும்" என்றான் ஒருவன்.

இருவருக்கும் அது என்னவாக இருக்கும் என்பது துளியும் தெரியவில்லை.. விமல் இதை சொல்லாமல் விட்டு இருந்தான் 'பாவிபய இது சொல்லாம கோர்த்து விட்டுடானே, கீழ போக முன்னாடியே மேலே போயிடுவோமா?' என மனதில் தோன்றியதை அடக்கி விட்டு பிரதியை பார்க்க அவன் தீவிரமாக யோசித்துக் கொண்டிருந்தான், அதுவும் ஒரு நொடி தான் அதன் பின் அவன் சொன்ன பதில் தான் மைத்ரேயனுக்கு வயிற்றை கலக்க ஆரம்பித்தது.

"என் கையில தான் மூட்டை இருக்கே.. நான் எப்படி பாஸ்வேர்ட் போட முடியும்?" என்றதும் "ஆமால்ல சந்திரா நீ பாஸ்வேர்ட் போட்டு லிப்ட்ட ஆன் பண்ணு.. ஹும் சீக்கரம்" என மிரட்டும் தோணியில் சொல்லவும் இவனுக்கு அய்யோ என்றானது.

'தெரியாத பாஸ்வேர்ட நான் எங்க இருந்து டைப் பண்ணுவேன், எப்படியும் நாளு நம்பர் தான் இருக்கும், கண்ண மூடிட்டு டைப் பண்ணி வைப்போம்' என இவன் அழுத்த போகும் சமயத்தில் அழைப்பு வர மைத்ரேயனை தள்ளி விட்டு அங்கிருந்த வேறொருவன் அதை கடவுச்சொல் போட்டு இயக்கினான்.

அவன் கடவுச்சொல் போடும் போதே அது என்னவென்று பார்த்து வைத்துக் கொண்டான், அது மான்ஸ்டர் கும்பல் உருவான வருடம் என்பது பிரதிக்கு புரிந்தது.

இரண்டு நிலைகள் கீழே செல்கிறது என்பதை மின்தூக்கியின் காட்சி பலகையில் தெரியவும் ஆர்வமாக பார்த்துக் கொண்டு வந்தான்.

மின்தூக்கி நின்றதும் வெளிவந்தவர்களின் கண்கள் ஆச்சரியத்தை தாக்கி கொண்டது..அது சுரங்கம் எனக் கூவி கூவி சொன்னாலும் யாரும் நம்ப மாட்டார்கள்.. அப்படி ஒரு நேர்த்தி அங்கே.. அலங்கார விளக்குகள், சுவரெங்கும் சித்திரங்கள், சிறியதும், பெரியதுமாய் அறைகள் அதற்குள் அனைத்து வசதிகளும் உள்ளடக்கி இருந்தது.. அதுமட்டுமல்லாமல் ஸ்பீக்கர், அருகலை *(wifi)* என அனைத்துமே இருந்தது.

"பிரதி என்னடா இது இந்த இடம் இவ்வளவு சூப்பரா இருக்கு, சுரங்கத்துக்குள்ள இருக்க பீலிங்கே இல்லடா எங்கேயோ ஹோட்டல்ல இருக்க பீல்" மைத்ரேயன் சொல்லவும் அவன் சின்ன புன்னகை சிந்தினான் என்பது அவன் கண்கள் காட்டி கொடுத்தது.

அவர்களுடன் வந்தவர்கள் இவர்களுக்கு வெகு தொலைவில் சென்றுக் கொண்டிருந்ததால் மைத்ரேயன் பேசுவது காதில் விழவில்லை.

" பிரதி ஒரு டவுட் கேட்கவா?"

" கேளு மைத்து"

" இல்ல இங்க நம்மள சிவா, சந்திரன்னு சொல்லி கூப்பிடறாங்க.. தீடீரின்னு அவனுங்க இரண்டு பேரும் வந்து நம்மள கண்டுபிடிச்சிட்டா?" கேள்வியோடு அவனை நோக்கவும்

"கண்டுபிடிக்க மாட்டாங்க மைத்து"

"எப்படி சொல்ற? அந்த பெயரில் ஆள் இருக்க போய் தானே சொல்றாங்க.. அவனுங்க உள்ளேயே இருந்து நாம டூப்னு கண்டுபிடிச்சா?"

" வரமாட்டாங்க மைத்து.. இந்த டாப்பிக்க விடேன்"

" என்னடா வரமாட்டாங்க, கண்டுபிடிக்க மாட்டாங்கன்னு உறுதியா சொல்ற? எப்படி?" சற்று கடுமையாக கேட்கவும்" அவங்க உயிரோட இருந்தா தானே வருவாங்க" என்றான்.

" என்னடா சொல்ற? அவனுங்க உயிரோட இல்லன்னு உனக்கு எப்படி தெரியும்?"

" நான் தானே கொன்னேன், அப்பறம் எப்படி தெரியாம போகும்" என்றதும் இவன் அதிர்ச்சியில் அப்படியே நின்றுவிட்டான்.

இவன் நிற்பதை கவனிக்காமல் முன்னே சென்ற பிரதி" ஏய் சந்திரா ஏன் அங்கேயே நிக்குற?" என அவர்களுக்கு முன்னே சென்றவர்கள் கேட்கவும் தான் அவன் அப்படியே நிற்பது தெரிய, இவன் சென்று" மைத்து வா ஏன் இங்கேயே நிக்குற? டவுட் வர போகுது" என தன்னுடன் அழைத்துச் சென்றுவிட்டான்.

அவர்கள் இவர்களுக்காக காத்திருக்கவும் "சுளுக்கு இல்லையா அதான் கால் வலிக்குதுன்னு நின்னு இருக்கான்"

"டைம் ஆச்சுன்னு உனக்கு தெரியாதா? உனக்கு பயம் விட்டு போச்சு போல.. இதெல்லாம் சரியில்ல சந்திரா, மான்ஸ்டர் இன்னைக்கு ஏதோ நல்ல மூட்ல இருக்கார், அதான் உங்க நடவடிக்கைய பார்த்தும் அமைதியா இருக்கார், எப்பவும் இதே மாதிரி இருக்க மாட்டார்ன்னு உனக்கே தெரியும்" எச்சரித்து விட்டு நகரவும் அதன் பின் எதுவும் பேசாமல் செல்ல தொடங்கினர்.

உள்ளே, பெரிய கூடம் நூற்றுக்கணக்கான ஆட்கள் நிற்கும் அளவிற்கு இருந்தது..ஆனால் அங்கே இருந்தது இருபது நபர்கள் மட்டுமே.. அதில் பிரதியுமனும், மைத்ரேயனும் அடக்கம்.

" பிரதி என்னடா இது இவ்வளவு பெரிய இடத்துல கொஞ்சம் பேர் தான் இருக்கோம்?"

"அவன் தான் மீட்டிங்னு சொன்னான்ல.. அதான் முக்கியமான ஆளுங்கள மட்டும் கூப்பிட்டு இருப்பான்"

"சிவா, சந்திரா அமைதியா இருங்க.. மான்ஸ்டர் வராரு" என்றதும் இருவரும் அமைதியாக நிற்க கூடத்தின் மறுபுறமிருந்து கம்பீரமாக வந்தான் மான்ஸ்டர், அவனைக் கண்டதும் அனைவரும் மரியாதை நிமித்தமாக தலை வணங்கி நிற்க பிரதியுமன் மட்டும் அவ்வாறு செய்யவில்லை.. அவனுக்கு செய்யவும் விருப்பம் இல்லை என்றே சொல்லலாம்..

அவன் யாரையும் கவனிக்கவில்லை, தீவர சிந்தனையில் இருக்கிறான் என்பது அவனின் நடையின் வேகமே சொல்லியது.. அவனுக்கான ஆசனம் வந்ததும் அமர்ந்தவன் அனைவரையும் அமர செய்தான்.

சில நொடிகள் அமைதிக்கு பிறகு..

"இப்ப நாம இங்க எதுக்கு கூடி இருக்கோம்னு உங்களுக்கு தெரிஞ்சி இருக்க வாய்ப்பில்லை.. பட் நானே நேரடியா வந்து இருக்கறதுனால முக்கியமான விஷயம்னு மட்டும் யூகிச்சு இருப்பீங்க"

அனைவரும் ஆமாம் எனச் சொல்ல "எஸ் இந்த தடவை நம்மளோட பிரஜெக்ட் வேற மாதிரி இருக்கு"

"சொல்லுங்க மான்ஸ்டர் செய்ய காத்திருக்கோம்" என்றனர் ஒருசேர.

" பிரதி வாட்ஸ் ஹபனிங் ஹியர்"

" ஷ்ஷ் அவன் சொல்றத கவனி மைத்து"

" என்னவோ போடா" என்றவன் மான்ஸ்டர் சொல்வதில் கவனமானான்.

"இந்த தடவை நம்மளுக்கு வந்து இருக்கறது கொஞ்சம் வித்தியாசமான ப்ராஜக்ட் " என்றதும் அனைவருமே ஆர்வமானவர்கள் பிரதியுமனையும் சேர்த்து.

மேலும் அவனே பேசினான்" ரஷ்யன் டிராரிஸ்ட் கிட்ட இருந்து சீக்ரெட் மிஷன் வந்து இருக்கு.. அது என்னன்னா அங்க இருக்க முக்கியமான சிலருக்கு வேலை செய்ய அதாவது அடிமையா சில பசங்க, பொண்ணுங்க தேவைப்படுறாங்களாம், அது மட்டும் இல்லாம அவங்களுக்கு சில ஆர்கான் தேவைப்படுது.. சோ நல்ல ஆரோக்கியமான ஆளுங்கள பிடிச்சி அவங்க கிட்ட இருந்து நமக்கு தேவைப்படுறத எடுத்துக்க வேண்டியது.. இவ்வளவு தான்.. இதை செய்யலாம் தானே?" கேள்வியாய் அவன் கேட்கவும் மற்றவர்கள்" மான்ஸ்டர் இது நமக்கு புதிய வேலையாச்சே.. ஏதாவது சொதப்பிரிச்சுன்னா?"

" அது எப்படி ஆரம்பிக்காமையே சொதப்பும்னு சொல்ற? உங்களால முடியாதது ஏதாவது இருக்கா? இதை நாம கரெக்டா செய்து முடிச்சா பல நூறு கோடி லாபம் வரும்.. அதை வச்சி நம்மளோட இனத்துக்கும், நம்மள சேர்ந்த ஆளுங்களுக்கும் நிறைய நன்மை செய்யலாம்" என்றதும் தான் தாமதம்" நாங்க செய்யுறோம், செய்றோம்" என்ற சத்தம் அந்த இடத்தையே அதிரும்படி செய்தது.

" பிரதி"

" பேசாத மைத்து.. அவன் பேசி முடிக்கட்டும்" என்றதும் அமைதியானான்.

" அவ்வளவுதான் நீங்க இன்னைலிருந்தே இந்த வேலையைப் பார்க்க ஆரம்பிங்க.. எல்லாரும் போகலாம்"

மான்ஸ்டர் அங்கிருந்து நகர.. மற்றவர்களுக்கும் வெளியே சென்று விட்டனர் என்பதை உறுதிச் செய்துக் கொண்ட பிரதி, மறைந்திருந்த தூணின் பின்புறமிருந்து வெளி வந்து யாரும் பார்க்கும் முன் மைத்ரேயனை அழைத்துக் கொண்டு மான்ஸ்டர் இருக்கும் பக்கம் அழைத்துச் சென்றான்.

" பிரதி வாட் ஆர் யூ டூயிங்.. தெர் மஸ்ட் மீ எ சர்வலன்ஸ் கேமிரா.. திஸ் இஸ் டென்ஜரஸ் (prathi what are you doing, there must a surveillance camera, this is dangerous)"

"எஸ் ஐ நோ மைத்து, ஐ ஹவ் எ பிளான்.. ஜஸ்ட் பாலோ மீ (yes I know mythu, I have a plan.. Just follow me)"

என்னவோ என்பது போல் அவனைப் பின் தொடர்ந்தான்.

மெல்ல நடந்து மான்ஸ்டர் அறையை நோக்கி சென்றுவிட்டனர்.. உள்ளே அவன்.

பிரதிக்கு அவனைப் பார்க்கும் நேரம் தனல் மேல் நிற்பதைப் போன்ற உணர்வு.. இருந்தும் தன்னைக் கட்டுப்படுத்திக் கொண்டு அவன் பேசுவதில் கவனமானான்.

" மான்ஸ்டர் கேட்குறேன்னு தப்பா நினைச்சிகாதீங்க" பூடகமாக ஆரம்பித்தான் அவன் ஆஸ்தான நண்பன்.

"சொல்லு கபீர்.." சாந்தமாகவே வந்தது மான்ஸ்டரின் மறுமொழி.

'இவனுக்கு இப்படியெல்லாம் அமைதியா பேச தெரியுமா? என யோசித்தவன்' அப்படி பேசி தானே என்னை கூட்டிட்டு வந்தான்' என்பதையும் நினைக்க தவறவில்லை.

"இந்த ப்ராஜக்ட் நமக்கு தேவை தானா?"

"ஏன் அப்படி கேட்குற?"

"இல்ல இதுவரை நாம தப்பே செஞ்சாலும் நம்ம கடத்திட்டு வந்தவங்கள நல்ல நிலையில தான் வச்சி இருக்கோம், வெளி உலகத்தைப் பொறுத்த வரை அவங்க எல்லாம் நல்ல கவுரவமான வேலையில இருக்காங்க.. அப்படி இருக்கவங்கள

போய் பசங்கள அடிமையா கூட்டிட்டு வர சொல்றது நியாயமா?"

'கபீர் கொஞ்சம் நல்லவன் போல' என இவன் நினைத்ததையே மைத்ரேயன் அவன் காதருகில் சொன்னான்.

அதை ஆமோதித்தவன் மான்ஸ்டர் என்ன சொல்ல போறான் என்பதைக் கவனிக்க தொடங்கினான்.இவர்கள் நல்ல நேரமோ என்னவோ இவர்கள் நின்றிருந்த இடத்தில் சிசிடிவி இல்லை.. அதனால் ஆசுவசமாக சுற்றும் முற்றும் பார்த்தவாறு நின்றிருந்தனர்.

"என்ன அமைதியாகவே இருக்க மான்ஸ்டர்? ஏதாவது சொல்லு"

"ஹா ஹா" எனச் சத்தமாக சிரித்தவன் "என்ன சொல்லணும், நீ சொல்றத எல்லாம் சரி தான் நம்ம கடத்திட்டு வந்த எல்லாரையும் நல்ல நிலையில வச்சி இருக்கறதுக்கு காரணம் அவங்க மேல எந்த சந்தேகமும் வந்துற கூடாதுன்னு தான்.. மத்தபடி அவங்க மேல எதுவும் இல்ல, இதுவரை அவனுங்க பர்சனல் விஷயத்துல தலையிட்டது இல்ல.. சோ இது எனக்கு தப்பா தெரியல, எவ்வளவு நாள் தான் வெளிநாட்டுகாரன் பேச்சை நான் கேட்டுட்டு இருக்கறது? இதை சக்சஸ்புல்லா முடிச்சிட்டா நான் டிரைன் பண்ற ஆளுங்க அங்க இருக்க பர்சனல் டெட்டா எல்லாம் என்கிட்ட கொடுத்துடுவாங்க அப்பறம் அவனுங்க ஆட்டம் என் கையில"

" ஆனாலும்.. பொண்ணுங்களையும் சேர்த்து கடத்தச் சொல்றது எனக்கு சரியாபடல"

அவ்வளவு நேரம் பொறுமையாக பேசிக் கொண்டிருந்தவன் கத்த ஆரம்பித்தான்" என்ன கபீர் சரியாபடல? ஹான் எது தப்பா தெரியுது உனக்கு? அப்பா அம்மா இல்லாம, இல்லன்னா சாப்பாட்டுக்கே கஷ்டப்படுற பொண்ணுங்க தானே எல்லாம் சரியா வரும்"

" ஏன் மான்ஸ்டர் புரிஞ்சு தான் பேசுறீயா அவங்க பொண்ணுங்கள வேலை செய்ய மட்டும் கூப்பிடல.. சற்று இடைவெளி விட்டவன் ரொம்ப கஷ்டப்படுவாங்க.. இதுவரை பொண்ணுங்கள நாம எதுவும் செஞ்சது இல்ல, இது வேணாம்.."

" இங்க பாரு கபீர் எனக்கு அவனுங்களாள வர காசும் முக்கியம் மத்தவங்க என்னைப் பார்த்து நடுங்குற பயமும் முக்கியம் அதுக்காக நான் என்ன வேணும்னாலும் செய்வேன்.. ஏன் உன் பொண்ண கூட அடிமையா அனுப்பி கூட வைப்பேன்" என்றது தான் தாமதம் மான்ஸ்டரின் கழுத்தைப் பிடித்திருந்தான் கபீர்..

" என்ன சொன்ன? என் பொண்ண நீ அங்க அனுப்பி வைப்பியா? எனக்கு பொண்ணு இருக்கறதுனால தான் இது வேண்டாம்னு இவ்வளவு நேரம் பொறுமையா எடுத்துச் சொன்னேன் நீ கேட்குற மாதிரி இல்ல, இங்க பாரு நீ பொண்ணுங்கள கடத்துறன்னு தெரிஞ்சிது அப்பறம் நான் என்ன செய்வேன்னு எனக்கே தெரியாது" என கர்ஜிக்கவும்

" ஏய் கபீர், நான் சும்மா விளையாட்டுக்கு சொன்னேன்.. உன் பொண்ண போய் அப்படி நினைப்பேனா.. அதெல்லாம் எதுவும் இல்ல, உன்னோட பொண்ணு என் பொண்ணு மாதிரி இல்லையா.. அவள எதுவும் செய்ய மாட்டேன்.. ரிலாக்ஸ்"

" நான் என் பொண்ணுக்காக மட்டும் பேசல எந்த பொண்ணும் இங்க வர கூடாது "எனத் திரும்பியவரின் தலையில் பிளவர் வாஷ் வைத்து ஓங்கி அடிக்கவும் கபீர் அவனை கோபமாக பார்த்தான்.

" இங்க பாரு நீ என் நெருங்கிய நண்பன்னால இதோட விடுறேன்.. என் கழுத்துலேயே கை வைப்பியா? மறுபடியும் நியாயம், தர்மம் இப்படி பேசிட்டு வந்த குடும்பத்தோட எரிச்சிடுவேன்" என்றவன் அறைக் கதவை தாளிட்டு வெளியே சென்று விட்டான்.

அவன் கண்ணில் படாதவாறு நின்றிருந்தவர்கள் அவன் தூரமாக போய் விட்டான் என்பதை உறுதி செய்துக் கொண்டு" மைத்து

நான் உள்ளே போய் இவனோட டெட்டாஸ் எல்லாத்தையும் காபி பண்ணிட்டு வரேன், நீ யாரும் வந்தா கதவ லைட்டா தட்டு சரியா" என்றவன் அவன் பதிலைக் கூட எதிர்பாராமல் உள்ளே சென்றுவிட்டான்.

கபீரை உற்று நோக்கியது ஒரு நொடி தான்..அவன் மயங்கி இருக்கவும், வந்த வேலை நினைவுக்கு வர நொடியும் தாமதிக்காது மான்ஸ்டரின் மடிக்கணினியை ஹாக் செய்திருந்தான்.

டெட்டாக்களை தன்னுடைய பென்டிரைவில் பதிவேற்றம் செய்துக் கொண்டிருந்தான்.. சீக்கிரமாகவே பதிவேறிக் கொண்டிருந்தது.. அதற்குள் தாங்கள் இங்கு வந்த தடயத்தை அழிக்க சிசிடிவி காட்சிகள் பதிவாகும் கணிணி அருகில் சென்று, அதனை முழுவதுமாக பிறர் அறியா வண்ணம் அழித்து வைத்தான்.

98 சதவீதம் பதிவேறிய நிலையில் மைத்ரேயன் கதவினைத் தட்டினான்.. பிரதி சுதாரித்துக் கொண்டான்.. காலடி சத்தம் அருகில் கேட்க ஆரம்பித்தது.. கதவை நெருங்கும் வேளையில் அது முடிய பென்டிரைவை எடுத்துக் கொண்டு மடிக்கணினிய்யை முன்னர் இருந்தது போல் வைத்து விட்டு மர அலமாரியின் பின் ஒளிந்துக் கொண்டான்.. அது அதிக உயரமாக இருப்பதால் பிரதியின் உருவம் தெரியவில்லை.

மான்ஸ்டர் தான் வந்திருந்தான்.. வந்தவன் அறை முழுக்க ஆராயும் பார்வைப் பார்த்து வைத்தான்.
அவன் கண்ணுக்கு எதுவும் புலப்படவில்லை.. ஒருவனை அழைத்தான், அவன் மருத்தவரோடு வந்தான்.

"என்ன ஆச்சு இவருக்கு?"

"நான் தான் அடிச்சேன்.. டிரிட் பண்ணி வீட்ல விட சொல்லுங்க.. சும்மா வெட்டி நியாயம் பேசிட்டு இத்தனை வருஷமா கூட இருக்கான் இன்னமும் திருந்தல.. உலகத்தையே ஆட்டி

படைக்கணும்னு சொன்னா வேண்டாம்னு சொல்றான்.. அதான் அடிச்சேன்"

"அதுக்காக இப்படி அடிச்சிருக்க வேண்டாம், காயம் கொஞ்சம் ஆழமா இருக்கு" என்றார் மருத்துவர்.

" ப்ச்.. மருந்து போட்டுட்டு கூட்டிட்டு போங்க.. எனக்கு வேலை இருக்கு"

மருத்துவரும் அதன் பின் எதுவும் பேசாமல் மருத்துவம் பார்த்து விட்டு மற்றொருவரின் உதவியோடு கபீரை அழைத்துச் சென்றுவிட்டார்.

அவர்கள் சென்றதும் ரஷ்ய தீவிரவாதிகளுக்கு காணொலி அழைப்பு விடுத்தான்.. பிரதியால் அவர்கள் பேசுவதைக் கேட்க மட்டுமே முடிந்தது.. கையிலிருந்த கடிகாரத்தில் அதனைப் பதிவு செய்துக் கொண்டே பேசுவதைக் கேட்டுக் கொண்டிருந்தான்.

(ஆங்கிலத்தில்) "மான்ஸ்டர் திட்டம் என்ன ஆச்சு?"

"ஆரம்பிச்சாச்சு இன்னும் ஒரு மாசத்துல உங்க கையில எல்லாம் இருக்கும்"

"உன்னை நம்பி இதை ஒப்படைச்சு இருக்கோம், மாட்டினா எங்களுக்கு எந்த பிரச்சினையும் இல்ல.. கவனமா செய்.. காரியம் முடிஞ்ச அப்பறம் உன்னோட கணக்குக்கு பேசியபடி பணம் வந்து சேரும்"

" ஓகே"

"பொண்ணுங்க சின்ன வயசா இருக்கணும்"

" ஏன்?" உண்மையாகவே புரியாமல் கேட்டான்.

"அப்ப தானே ரொம்ப நாளைக்கு..." என விகாரமாக சிரித்தான்.

பிரதியுமனுக்கு அதைக் கேட்கும் பொழுது ரத்தம் துடித்தது.. மான்ஸ்டரை இங்கேயே கொன்று விடும் எண்ணம் வந்தது.. ஆனாலும் அவனின் கும்பல் பற்றிய இந்த பதிவு வெளியே செல்லாத வரையில் அவன் உயிரோடு இருந்து தான் ஆக வேண்டும்..என்ற எண்ணம் தோன்ற அதனைப் புறம் தள்ளியவானாய் வெளியேறும் நொடிக்காக காத்திருக்க தொடங்கினான்.

அரை மணி நேரம் கடந்திருக்கும் மான்ஸ்டர் ஒரு துளி கூட நகரவில்லை.. இவனுக்கோ மைத்ரேயனின் நிலை பற்றிய கவலை எழ ஆரம்பித்து இருந்தது.. 'மைத்து அங்க என்ன பண்றான்னு தெரியலையே? பாவம் இதுல அவன வேற சிக்க வச்சி இருக்கோம்' மனதில் நினைத்த நேரம் அவன் குரலே கேட்டது.

முதலில் தன் பிரம்மை என்று நினைத்தவன் மறுபடியும் கேட்ட அவன் குரலால் அது இல்லை என ஊர்ஜிதமாயிற்று.

'இவன் எதற்காக இங்கு வந்தான்?' மனது படபடக்க மைத்ரேயன் பேசுவதை கேட்டான்.

"மான்ஸ்டர் நம்ம ஆளுங்க ஒருத்தருக்கு ஒருத்தர் அடிச்சிக்கிறாங்க, என்னனு தெரியல.. நீங்க கொஞ்சம் வரீங்களா?" என கேட்கவும்

"என்ன பண்றானுங்க இவனுங்க முக்கியமான வேலை இருக்க சமயத்துல இப்படியா சண்டை போட்டுபானுங்க? வந்து ஒருத்தன கொன்னு புதைச்சா தான் அடங்க போறானுங்க"

'என்னடா இவன் ஆடு, கோழிய வெட்டுறா மாதிரி சொல்லிட்டு இருக்கான்' மனதில் மட்டுமே நினைக்க முடிந்தது மைத்ரேயனால்.

எரிச்சலுடன் மான்ஸ்டர் நகர, அவனைப் பின் தொடர்வது போல் சற்று தொலைவு சென்றவன், அவன் அசந்த நேரம்

மறுபடியும் மான்ஸ்டர் அறைக்கே வந்து" பிரதி நீ இங்க தான் இருக்கியா?"

அவன் குரல் கேட்டதும் தாவி அணைத்து கொண்டவன் "நான் உன்னை நினைச்சு தான் பயந்தே போயிட்டேன்.. அங்க சண்டை நடக்குதுன்னு உனக்கு எப்படி தெரியும்?"

"அதை நான் தானே தொடங்கி வச்சேன்" என்றான் கண்சிமிட்டியவாறு.

"ஹா ஹா.. சரி வா அவன் வரர்துக்குள்ள கிளம்புவோம்"

அவனுக்கும் அதுவே சரியென பட கிளம்பலாம் என்றவன் "பிரதி சிசிடிவி?" என்றான் கேள்வியோடு.

" ஜாமர் இருக்கு மைத்து.. ஆன் பண்ணிட்டேன்.."

"செல்லக்குட்டி" என்று கட்டிக் கொண்டவனை" டேய் நான் நிர்குணா இல்ல"

"லூசு அவளா இருந்தா சீனே வேற"

" கருமமே.. வந்து தொலை"

எந்த தடையுமின்றி அவர்கள் மின்தூக்கி வழியே வெளியே வந்து விட்டனர்.

"அப்பாடா பிரதி இப்ப தான் நிம்மதியா மூச்சு விட முடியுது"

" இனி உங்களாள அது முடியாது மைத்ரேயன்"

குரலை கண்டு கொண்டவர்கள் அதிர்ந்து திரும்ப அங்கே மான்ஸ்டரின் ஒட்டு மொத்த கும்பலும் நின்றிருந்தது.

அம்புத நல்லாள் - 34

ஒருவழியாக தப்பித்து விட்டோம் எனச் சொன்ன மைத்ரேயனை திகைக்க செய்தது பின்னிருந்து கேட்ட மான்ஸ்டரின் குரல்..

"என்ன மிஸ்டர் மைத்ரேயன்.. டிவி ரிப்போர்ட்டர் வேலைப் பார்த்தா அதோட நிறுத்திகணும்.. உன்னை யாரு இந்த துப்பறியும் வேலைக்கு எல்லாம் வர சொன்னது? வீணா வந்து உயிர கொடுக்க போறீயே சோ சேட்" என உச்சுக்கொட்டினான் போலியாக.

மான்ஸ்டரின் கும்பல் இவர்களுக்கு சற்று தொலைவில் இருந்ததினால் இவர்களின் பேச்சு அவர்கள் காதினில் சரியாக விழவில்லை.

இவர்களுக்கு எதுவும் புரியவில்லை.. தன்னைப் பற்றிய விவரம் அவனுக்கு எப்படி தெரியும் என யோசிக்கையில்" மைத்து எப்படி இது?"

" எனக்கும் தெரியலடா.. நான் ரொம்ப உஷாரா தான் இருந்தேன்"

" அப்பறம் எப்படி? யோசித்தவன் உன்னோட ஐடி வச்சி இருந்தியா?"

"ஆமா பிரதி"

"அது இப்ப இருக்கா?"

அவன் சொன்னதும் இவன் தேட "ரொம்ப தேடாத மைத்ரேயன்.. அது என்கிட்ட இருக்கு" மான்ஸ்டர் அதை தன் கையில் வைத்திருந்தான்.

'இது எப்படி அவன் கைக்கு போச்சு' யோசிக்கையில் அவனே அதற்கான விடையும் தந்தான்.

"நீங்க இரண்டு பேரும் என்னை பாஸ்ன்னு கூப்பிடும் போதே லைட்டா டவுட்டு வந்தது.. அதுமில்லாம நீ சண்டை நடக்குற இடத்து கிட்ட விட்டுட்டு போன பிறகு, சமாதானம் செய்து வச்சிட்டு வெளியே வந்தா இந்த ஐடி கார்டு இருந்தது.. யார்னு பார்த்தா நீ தான்.. நீ இங்க இருக்கன்னா உன்னோட மாமா பையன் பிரதியுமன் எங்க? அவன் தானே இது?" என அதையும் கேட்டு விட்டான்.

இதற்கு மேல் மறைத்து பயனில்லை என நினைத்த பிரதி" இங்க தான் இருக்கேன்" என தன் முகமூடியை அகற்றினான்..

அவன் முகத்தைப் பார்த்தவன்" இத்தனை வருஷமா உன்னை தூரத்துல இருந்து கொன்னா போதும்னு நினைச்சுட்டு இருந்தேன்.
ஆனா இன்னைக்கு நீயா வந்து சிக்கிகிட்ட" கண்களில் அனல் பறக்க கூறியவனின் வன்மம் தான் என்ன?

"என்னை எதுக்கு கொல்ல பார்க்குற?"

"அதுக்கு நான் உன்கிட்ட சொல்லணும்னு அவசியம் இல்ல.." என்றவன் தன்னுடன் இருந்தவர்களிடம் கண் காட்ட உடனடியாக பிரதியுமனையும், மைத்ரேயனையும் பிடித்து இழுத்துச் சென்றனர்.

தப்பிக்க முயற்சி செய்யவில்லை இருவரும்.. மாறாக அமைதியாகவே நடந்தனர் அவர்களுடன்.

மான்ஸ்டரின் இருப்பிடத்திற்கு வந்ததும் துப்பாக்கி முனையில் கட்டி வைக்கப்பட்டு இருந்தனர்.

"ஏய் எங்கள எதுக்கு கட்டிப் போட்டு வச்சி இருக்க?" பிரதியுமன் தான் கேட்டான்.

"ஹான் ஹான் மரியாதை முக்கியம் பிரதியுமன்.. சாப்ட்வேர் என்ஜீனியர் அது கூட தெரியாதா உனக்கு?"

"உனக்கு எல்லாம் எதுக்குடா மரியாதை.?சொந்த நாட்ல இருந்துட்டு அவங்களுக்கு எதிரா வேலைப் பார்க்குற..இப்ப அதுக்கு ஒருபடி மேல போய் நாட்டு மக்கள கூட்டிக்கொடுக்கப் பார்க்கற மாமா பையன் தானே நீ.. உனக்கு இந்த மரியாதையே அதிகம்" அவன் பேசவும் மான்ஸ்டரின் ஆட்கள் அவன் தலையில் துப்பாக்கி வைத்தனர் ஏய் என்ற சத்தத்துடன்.

அவர்களை அடக்கிய மான்ஸ்டர்" கரெக்ட் தான்.. ஆனா உனக்கு தேவையில்லாத விஷயத்துல தலையிடாத.. அப்பறம் உங்க இரண்டு பேருக்கும் இங்க என்ன வேலை? அந்த ஐபிஎஸ் அனுப்பி வச்சாளா? அவ உன்னோட லவ்வர் இல்ல? பார்க்க அழகா இருக்கா பேசாம அவளையும் ரஷ்யாக்கு ஏற்றுமதி பண்ணிடலாமா?" என்றதும் பிரதியுமன் மட்டுமின்றி மைத்ரேயனும் அவர்களை சுற்றி இருந்தவர்களை தாக்கி விட்டு மான்ஸ்டரின் கழுத்தைப் பிடித்து இருந்தனர்.

மான்ஸ்டரிடம் அவர்கள் நிற்கவும் செய்வதறியாது நின்றனர் அவனின் ஆட்கள்..

" ஹே ரிலாக்ஸ் கயிஸ்.. எதுக்கு இவ்வளவு டென்ஷன்? அவ தான் சீறும் புலியாச்சே..அவள நம்பி தானே நீங்க இங்க வந்தீங்க? சொல்லுங்க எதுக்காக இரண்டு பேரும் இங்க வந்தீங்க?"

"ஐடி கார்டு இல்லன்னா நாங்க வந்ததே உனக்கு தெரிஞ்சி இருக்காது.. இந்த முட்டாள்பய பண்ண காரியத்துல இங்க வந்து உன்கிட்ட எல்லாம் பேச வேண்டி இருக்கு"

" ஏய் தேவையில்லாம பேசாத? எதை தெரிஞ்சிக்க இங்க வந்த?"

" அதை உன்கிட்ட சொல்லணும்னு எந்த அவசியமும் இல்லை" என்ற மைத்ரேயனை ஓங்கி ஒரு குத்து விட்டான்..

அவன் புரியாமல் பார்க்க" நான் கேள்வி கேட்குறவங்க மட்டும் தான் பதில் சொல்லணும்.. நீ" அமைதியாக இரு என்பது போல் செய்கை செய்தான்.

அதன் பிறகு மைத்ரேயன் அமைதியாகிவிட" நீ சொல்லு"

" முடியாது"

" ஓகே நீ சொல்ல வேண்டாம்..பாஸ்கர்" என்றதும் ஒருவன் தன் மடிக்கணினி சகிதம் வந்தான்.

இருவருக்கும் ஏதோ தவறாக தோன்ற அவன் என்ன செய்ய போகிறான் என்பதைக் கவனிக்க தொடங்கினர்.

சில நிமிடங்களில் "இங்க பாரு பிரதியுமன்.. நீ எதுக்காக வந்தேன்னு சொல்லிட்டா ஓகே.. இல்லன்னா ஆசை காதலியும், உன் ஆசை அத்தை பையனும் என்ன ஆவாங்கன்னு எனக்கே தெரியாது" நிதானமாக தான் சொன்னான் மான்ஸ்டர் ஆனால் அதிலிருந்த அழுத்தம் இவன் என்ன வேண்டுமானாலும் செய்வான் என்பதை பறைச்சாற்றியது.

" என்ன சொல்றீயா?"

" இங்க பாரு நீ நினைக்கிற மாதிரி என் அம்புவையோ இல்ல மைத்துவையோ எதுவும் செய்ய முடியாது.."

"ஓ அவ்வளவு திமிர்.." மறுபடியும் பாஸ்கர் என்றதும் அவன் யாருக்கோ அழைப்பு விடுக்க மறுமுனையில் அம்புத்ராவின் நான்கு புறங்களிலிருந்து ஆட்கள் சுற்றி வளைத்திருந்தது மடிக்கணினியில் தெள்ள தெளிவாக தெரிந்தது.

அவள் ஒரு நொடி தயங்கினாலும் வந்தவர்களை கதிரின் உதவியோடு துவம்சம் செய்துக் கொண்டிருக்க பிரதியுமன் முகத்தில் மட்டுமல்ல மைத்ரேயன் முகத்திலும் ஏளன சிரிப்பு ஒட்டிக் கொண்டது.

அதைக் கவனித்த மான்ஸ்டர் முகத்தில் கோபம் தெரிய "ஏய் இவனோட பக்கத்துல இருக்கானே அவன நம்மளோட ஸ்பெஷல் டிரிட்மெண்ட் கொடுங்கடா" என்றதும் நொடியும்

தாமதிக்காது அவன் தடுக்க தடுக்க மைத்ரேயனின் துணிகள் முழுமையாக உருவப்பட்டது..

பிரதியுமன் எவ்வளவு தடுத்தும் அவர்கள் கேட்பாதாயில்லை.. என்ன தான் ஆண் மகனாய் இருந்தாலும் அவர்களுக்கும் கற்பு உண்டு தானே.. அத்தனை பேர் எதிரில் தன் மேனி முழுவதும் தெரிய நிற்பது எவ்வளவு கொடுமையான ஒன்று? மைத்ரேயன் கூச்சத்திலும், அவமானத்திலும் துடித்தான்..

அவனின் நிலைக் கண்ட பிரதியுமனின் நிலை எப்படி இருக்கும்? மைத்ரேயன் தான் இப்பொழுது முக்கியம் என எண்ணியவன் "இந்தா இதை தான் எடுத்தேன்" என தன் சட்டைப் பையில் வைத்திருந்த பென்டிரைவை கொடுத்தான்.

அந்நிலையிலும் மைத்ரேயன் "பிரதி என்னைப் பற்றி கவலைப்படாத அதை கொடுக்காதடா ப்ளீஸ்"

"வாய மூடு மைத்து.. ஏய் மான்ஸ்டர் இந்தா இதுக்காக தான் நாங்க வந்தோம்.. என் மைத்துவ விடு"

"ஹூம் நண்பனோட நிலை பார்த்தும் கூட உன்னோட திமிர் குறையல.. எனிவே எனக்கு தேவையானது கிடைச்சாச்சு.. சாக போற நீங்க எப்படி செத்தா என்ன?" அவன் கையிலிருந்த பென்டிரைவை பிடிங்கி அதைச் சோதனை செய்ய சொன்னவன் அதில் தங்கள் இரகசியம் அனைத்தும் இருக்க, கோபமானவன் முதலில் செய்தது அதை உடைத்தெறிந்தே..

மைத்ரேயன் தன் உடைகளை அணிந்திருக்க, மான்ஸ்டரோ பிரதியுமனை அடித்து நொறுக்கினான்.

பிரதியுமன் அடி வாங்குவது தாங்காமல் "பிரதி பிரதி.." எனக் பதற ஆரம்பித்தான்.

ஒருகட்டத்தில் "டேய் அவன கட்டி வச்சிட்டு அடிக்கிறியே.. அவன் கட்ட அவிழ்த்து விடுடா.. அப்பறம் தெரியும்"

"ஓ கட்ட அவிழ்த்து விட்டா சார் எங்கள அடிச்சிடுவாரா?" அங்கிருந்தவர்களில் ஒருவன் ஏளனமாக.

"அத நீ செஞ்சா தானே தெரியும்"

"மான்ஸ்டர் இன்னைக்கு நமக்கு எண்டர்டெயின்மெண்ட் நிறைய இருக்கு.. இவன அடிச்சே கொன்னுடுவோம்.. பல வருஷமா இவன கொல்ல டிரைப் பண்ணி முடியாம போச்சு.. அதை இன்னைக்கு இங்கேயே முடிச்சிடுவோம்"

"டேய் அவன ஏன் கொல்ல பார்க்கறீங்க?அவன் உங்களுக்கு என்ன பாவம் செஞ்சான்?"ஆதங்கத்தில் மைத்ரேயன் கத்த..

" ஓ சொல்லனுமோ.. சரி சொல்றேன்" என்ற மான்ஸ்டர் பிரதி அருகே சென்று அவன் கட்டுகளை அவிழ்த்து விட்டு அவனது தலை முடியை கொத்தாக பற்றியவன்" இவன சின்ன வயசுல அழகா இருந்தான் பார்க்கவும் பொண்ணு மாதிரி இருக்கவும் இவன நல்லா யூஸ் பண்ணலாம்னு கூட்டிட்டு வந்தேன்.. இவன் என்ன செஞ்சான் தெரியுமா? நான் இவன தொட்டேன்னு என் வயித்துல பாட்டிலால குத்தினது மட்டுமல்லாமல் இவன் என் ஆணுறுப்பில் அடித்தினால் என்னால என் வாரிசை உருவாக்க முடியல.. என்கூட இருக்கவங்க எல்லாம் குடும்பம், குழந்தைகள்னு இருக்கும் எனக்கும் சில நேரம் எனக்கு மட்டும் இல்லையேன்னு தோணி இருக்கு.. அப்படி தோணும் பொழுது எல்லாம் இவன் தானே அதுக்கு காரணம்னு கோபம் வந்தது..

அந்த கோபம் வெறியா மாறிச்சு, நான் தீவரவாதி தான், பல பெண்களோட வாழ்க்கையை அழிச்சி இருக்கேன்.. ஆனா அதுல ஒருத்தி என்னால ஒரு குழந்தைய உருவாக்க முடியாது, நான் ஒரு ஆம்பளையே இல்லன்னு சொன்னா.. என் சாம்ராஜ்யத்தை கட்டி ஆள ஒருத்தன் கூட இல்ல இப்ப" கோப வெறியில் கத்தியவன் பிரதியுமனை கீழே தள்ளி இருந்தான்.. அவனைத் தாங்கிய மைத்து" பிரதி இவன அன்னைக்கே நீ கொன்னு இருக்கலாம், எத்தனை பேரோட வாழ்கைய அழிச்சிட்டு அவன் வாழ்க்கை போச்சுன்னு பீலிங் வேற.. கொல்லுடா மச்சான் இவன.. இனி இவன மாதிரி ஒருத்தன் உருவாகவே பயம் வரணும்" என்றதும்

"ஹா ஹா ஹா இவன் என்னை அழிக்க போறானா? சரி வாடா அதையும் பார்ப்போம்" என மல்யுத்தம் செய்ய அழைத்தான்.

" பிரதி" என்றதும் அவன் மைத்ரேயனைப் பார்த்து புன்னகை புரிய இவனும் சீக்கரம் வா பிரதி இவனுங்கள பார்த்தாலே வெறி ஆகுது.

" கொஞ்ச நேரம் தான் மைத்து"

மல்யுத்தம் செய்ய தயாரானான் பிரதி..

அதற்குள் அம்புத்ரா மற்றும் கதிரின் நிலையைப் பார்த்து விட்டு வருவோமா..

மான்ஸ்டர் அனுப்பி இருந்த ஆட்களை துவம்சம் செய்ததும் அவள் செய்த முதல் காரியம் பிரதியுமன் அனுப்பி இருந்த மான்ஸ்டரின் தகவல்களை கமிஷனர் வெற்றிமாறனுக்கு அனுப்பி வைத்ததே (இப்ப புரியுதா ஏன் பென்டிரைவை கொடுத்தான் என்று)

"கதிர் பாரஸ்ட் ஆபிசர கூப்பிடுங்க நாம அவங்க இரண்டு பேருக்கும் ஹெல்ப் பண்ணனும்"

"ஆமா மேடம், பிரதி சார் அவங்க கிட்ட மாட்டிட்டு இருக்கறது எனக்கு சரியா படல"

சிரித்தவள் "எனக்கும் கொஞ்சம் கவலையா தான் இருக்கு ஆனாலும் தன்னைக் காப்பாற்றிக்கிற அளவுக்கு அவங்களுக்கு திறமை இருக்குன்னு நான் நினைக்கிறேன்"

அவளை ஒருமாதிரியாக பார்த்தவன்" பாரஸ்ட் ஆபிசர்க்கு கால் பண்ணிட்டேன்.. வந்துட்டே இருக்காங்களாம்"

சரி என்றவள் பிரதி ஏற்கனவே என்ன செய்ய வேண்டும் என்பதைச் சொல்லி இருந்தான்.. அதனை எடுத்து ஒரு பெரிய பையில் போட்டுக் கொண்டவள், கதிரை அழைத்து அவனிடம்

சில பொருட்களை எடுத்து வைத்துக் கொள்ள சொல்லிவிட்டு வெளியே வரவும், வனத்துறை அதிகாரிகள் வரவும் சரியாக இருந்தது.

சில நிமிட பயணம் தான் ஆனாலும் அவர்கள் இருவரும் சென்று பல மணி நேரம் ஆகி இருந்தது.. தனக்கு தேவையான தகவல்களை கிடைத்த போதும், தன்னவனையும், அவரின் உடன்பிறவா சகோதரனையும் பிரிந்து இருப்பது முள் மேல் இருப்பது போன்று இருந்தது அம்புத்ராவிற்கு.

யோசனையில் இருந்தவளை கலைத்தது வெற்றிமாறனின் அழைப்பு "எஸ் சார்.. குட் அப்டநூண்"

"எஸ் அம்மு.. நீ அனுப்பி வச்ச டிடைல் எல்லாம் பார்த்தேன் பக்காவா இருக்கு.. ஆனா இதுக்கு மாப்பிள்ளைய அனுப்பி இருக்க வேண்டாம்.. பாவம் அவர்"

' அவரா பாவம்.. கொடுமைடா சாமி' மனதிற்குள் நினைத்துக் கொண்டவள் "இல்ல சார் (கதிர் மற்றும் மற்றவர்கள் இருக்கவும் அவள் அவரை அப்பா என அழைக்கவில்லை) அவங்க இரண்டு பேரும் சமாளிச்சிப்பாங்க"

" ஓகே ஓகே.. பீ கேர்புல்.. அவங்களையும் பத்திரமா கூட்டிட்டு வரணும்"

" ஓகே சார்.. நாங்க ரீச் ஆயிட்டோம்.. அப்பறம் கால் பண்றேன்"

அவரும் அழைப்பை துண்டித்து விட்டார்.. இவர்கள் மான்ஸ்டரின் இடத்துக்கு வரட்டும்.. அங்கே மல்யுத்தம் என்ன ஆனது எனப் பார்ப்போமா?

"மான்ஸ்டர், மான்ஸ்டர்" கரகோஷம் அந்த இடத்தையே அதிர செய்துக் கொண்டு இருந்தது.

மைத்ரேயனோ" பிரதி எழுந்து அவன அடிடா.. எழுந்திருடா, இவன் இருந்தா நாட்டுக்கே கேடு.. ப்ளீஸ்டா.. மாமா, மாமிக்கு

நான் என்ன பதில் சொல்லுவேன், உன் அம்முக்கு நான் என்ன பதில் சொல்லுவேன்.. எழுந்திருடா" கதறிக் கொண்டு இருந்தான் மைத்ரேயன்.

"அவன் வரமாட்டான்டா" என மான்ஸ்டர் மைத்ரேயன் அருகில் தன் கத்தியை நீட்டியபடி வந்துக் கொண்டிருந்தான்.

அம்புத நல்லாள் - 35

கதிரவனே அந்நிகழ்வை காணப் பொறுக்காமல் தான் அந்தி சாயும் முன்னரே மறைய தொடங்கி விட்டானோ!!

இருள் சூழ போகிறது என்பதைக் குறிக்கவே காரிருள் சூழுதோ?

பிரதியுமனை எழுப்ப தன்னாலான முயற்சிகளை செய்துக் கொண்டிருந்தான் மைத்ரேயன்..

மான்ஸ்டரை தனது அடியால் துவைத்து எடுத்துக் கொண்டிருந்தவனை பின்னாலிருந்து கத்தியால் குத்தவும் அவன் தரையில் சரிந்தான்.

அதைக் கண்ட மைத்ரேயன் உள்ளம் துடிக்க கதறினான், தனியொரு ஆளாக இந்த நரிக்கூட்டத்தினைச் சமாளிக்க முடியும் என அவனுக்கு தோன்றவில்லை.. எப்படியும் சிறிது நேரத்தில் அம்புத்ரா ஆட்களுடன் தங்களை மீட்க வந்து விடுவாள் என்பது திண்ணம்.. அதுவரை பிரதியுமனையும், தன்னையும் எவ்வாறு பாதுகாத்துக் கொள்வது என்பது அவனுக்கு பிடிபடவில்லை..

தன்னாலான முயற்சிகளை செய்தவன் ஒருகட்டத்தில் சோர்ந்து போக, அந்த நேரம் மைத்ரேயன் அருகில் பிரதியுமனின் உதிரமிருந்த கத்தியோடு வந்தான் மான்ஸ்டர்.

"பிரதி நான் சொல்றது உனக்கு கேட்குது தானே? எழுந்திருடா" சிறு குழந்தை தாயை இழந்து அழுவது போல் இருந்தது அவன் குரல்.

அதே நேரம்.. அம்புத்ராவின் மனதில் சங்கடம் தோன்ற, அப்பா எவ்வளவு சீக்கரம் அங்க போக முடியும்? எனி ஐடியா?"

" இன்னும் டென் மினிட்ஸ்ம்மா போயிடலாம்"

பிரதியுமனுக்கோ அல்லது மைத்ரேயனுக்கோ ஏதாவது ஆபத்து நேர்ந்தால் தன்னால் தாங்கிக் கொள்ள முடியுமா!! ஒருவன் தன்

உயிரினும் மேலானவன், மற்றொருவன் சில காலமே பழகினாலும் உற்றத் தோழனாகியவன்.. அவர்கள் இருவருக்கும் எந்த ஆபத்தும் நேரக் கூடாது என மனம் முழுதும் வேண்டுதலுடன் நடந்துக் கொண்டிருந்தாள்.

சுரங்கத்தில்,

மான்ஸ்டர் நெருங்கி வரவும் மைத்ரேயனின் இதயத் துடிப்பு அதிகரிக்கும் ஓசை அவனுக்கு மட்டுமின்றி அருகிலிருந்தவர்களுக்கும் கேட்டு இருக்கும்..

"டேய் பிரதி ஹார்ட் பீட் எக்கு தப்பா அடிக்குதுடா.. கண்ண முழிச்சிட்டு தானே இருக்க! இப்ப மட்டும் நீ எழுந்துக்கல நான் என்ன பண்ணுவேன்னு எனக்கே தெரியாது" அவன் கதற அவனுக்கு மட்டும் கேட்கும் சன்னமான குரலில் "அவன் கிட்ட வந்ததும் சொல்லுடா"

இவனுக்கு ஏன் எனப் புரியவில்லை, புரிந்து கொள்ளவும் விரும்பவில்லை.. மான்ஸ்டர் அருகில் நெருங்கவும்" பிரதி இன்னும் இரண்டு அடி தான் " என்றான்.

அவன் ஏன் அவ்வாறு சொல்கிறான் எனப் புலப்படாத போதிலும் மைத்ரேயனை நெருங்குவதை விடவில்லை.

பிரதி வந்துட்டான்டா என்றதும் தன் இடுப்பில் சொருகி வைத்திருந்த கத்தியை எடுத்து அவன் காலில் குத்திவிட நிலைத் தடுமாறி பின்னே நகர்ந்தான் அந்த கொடூரமானவன்.

" ஏய் சண்டையில நேருக்கு நேர் நின்னு மோதுடா" எனக் கூட்டத்திலிருந்தவன் கூறவும் மைத்ரேயன் "அப்ப இவன் பண்ணது என்ன? பின்னாடி முதுகுல குத்துறது தான் நேருக்கு நேர் மோதுறாதா? நாட்டுக்கு கேடு விளைக்கிற மரம் நீங்க.. அதை வெட்ட கூடாது வேரோட பிடிங்கி போடணும், அதை தான் செய்ய போறாம்"

இவன் இவ்வாறு பேசுவதைக் கேட்ட பிறகும் அவர்கள் அமைதியாக இருந்தால் தான் அதிசயம்.. கூட்டமாக கையில் கிடைத்த ஆயுதத்தைக் கொண்டு தாக்க தொடங்கினர்.. பிரதியுமனும், மைத்ரேயனும் தங்களால் முடிந்த அளவுக்கு சமாளிக்க தொடங்கினர்..

அதற்குள் மான்ஸ்டர், பிரதியுமனை தாக்க வர அவன் சுதாரித்துக் காலைத் தூக்கி ஓங்கி அடித்த வேகத்தில் நான்கடி தள்ளி விழுந்தான்.. ஏற்கனவே அடித்த அடியில் தடுமாறி தான் எழுந்து வந்திருந்தான்.. கொலை வெறியில் இருக்கும் மனிதனுக்கு மூளை செயல்படுவதை நிறுத்தி விடுமாம் அந்த நிலையில் தான் இருந்தான் மான்ஸ்டர்..

காலில் கொட்டிக் கொண்டிருக்கும் ரத்தத்தைப் பொருட்படுத்தாமல் இழுத்து இழுத்து அவன் நடந்து வருவதைப் பார்த்தவனுக்கு அப்பொழுது தான் தனது காயம் பற்றிய எண்ணம் தோன்ற உடனடியாக அணிந்திருந்த சட்டையை கழற்றியவன் அதனைக் காயம்பட்ட இடத்தில் அழுந்த சுற்றிக் கொண்டு அந்த ராட்சசனை எதிர்க்க தயாரானான்.

ஏய் உன்னை விடமாட்டேன்டா என்ற பெருக்கூவலோடு கத்தியபடி ஓடிவந்தவனை கழுத்தில் இறுக பிடித்து அதனை முறுக்கி தரையில் தள்ளி விட்டான்.. அதில் கழுத்து சுளுக்கிக் கொள்ள அவனின் வன்மம் அதிகரித்ததே அன்றி குறையவில்லை.. இதற்கிடையே மைத்ரேயனைத் தாக்கி கொண்டிருந்தவர்கள் அவனை வளைத்து பிடித்திருக்க தன் அத்தை மகனைக் காக்க தன்னால் முடிந்த அளவு வேக எட்டுகளில் நடந்து சென்றுப் பிடித்திருந்தவர்களைத் ஓங்கி மிதிக்க அவர்கள் அவனை விட்டு தள்ளி விழுந்தனர்..

எவ்வளவு நேரம் தான் காயத்துடன் சண்டையிட முடியும்! ஒவ்வொரு துளி உதிரம் சிந்த சிந்த இவனின் நிலைத் தடுமாறியது, அம்புத்ரா உடனிருந்தால் சமாளிக்கலாம் எனத் தோன்றிய எண்ணத்தை முழுதாக நினைக்க விடாமல் தலையில் அடித்திருந்தான் அந்த கொடூரன்.. இவன் உண்மையில் மயங்கி சரிய, அங்கே ஆரவாரம் தான்.

அந்த ஆரவாரம் மைத்ரேயனுக்கு அழுகையை கொடுத்தது.. அவனின் அருகில் கூடச் செல்ல விடாமல் இறுக்க கட்டி வைத்திருந்தனர்.

"பாஸ்கர் அந்த ரம்பத்தை எடுத்துட்டு வா இவன துண்டு துண்டாக இவன் கண் எதிர வெட்டி பெட்ரோல் ஊற்றி எரிச்சிடலாம்" என்றதும் தன்னையறியாமல் 'கடவுளே அம்மு இங்க சீக்கரம் வரணும்' என மனமாற வேண்டிக் கொண்டவனின் வேண்டுதல் உடனே பலித்தது..

குரூரமான புன்னகையுடன் சுற்றி இருந்தவர்களின் ஆரவாரத்துடன் அந்த மனித மிருகம் பிரதியுமனை கூறுப் போட ரம்பத்தை ஓங்கிய கைகள் அடுத்த நொடி துண்டாகியிருந்தது..

அவன் அலறிய அலறலில் நிமிர்ந்தவனுக்கு சந்தோஷம் தாங்கவில்லை.. மான்ஸ்டரின் எதிரே அசுரர்களை அழிக்க வந்த காளியாய் நின்றிருந்தாள் அம்புத்ரா.

"ஏய் யார் மேல கைவச்ச உன்னை உயிரோட பிடிக்க தான் இன்னும் அவர் கொல்லாம விட்டு இருக்கார்.. ஏன்னா உன்னை அனு அனுவா சித்தரவதை பண்ணணும்னு அவருக்கு ஆசை, ஆனா நான் அப்படி இல்லடா உன்னையெல்லாம் உயிரோட விட்டா இருக்கிற இடம் கூட விஷமா மாறிடும், நீ எப்படியாவது தப்பிச்சு வெளியே வந்து திரும்பவும் இதே வேலையை செய்ய ஆரம்பிப்ப!! இதெல்லாம் தேவையா? அவனிடம் இவள் அழுத்த நடைப் போட்டு அருகில் செல்ல செல்ல அவன் "ஏய் போலீஸ் நீ ஆள் தெரியாம பேசிட்டு இருக்க.. நீ அனுப்பி வச்ச உளவாளிகளைப் பார்த்தியா? இங்க எத்தனை பேர் இருக்காங்க பார்த்தியா? அத்தனை பேரும் அவங்க உயிர எனக்காக தருவாங்க" என்றதும் அப்படியா எனத் திரும்பிய நேரம் கதிரின் உதவியால் பிரதியுமனுக்கு மயக்கம் தெளிய "அம்மு என்னையும் அவிழ்த்து விடு, அவன நானே என் கையால கொன்னு போடுறேன்.. என் பிரதிய இப்படி பண்ணவனை நான் அழிக்கிறேன்"

அவனை அவிழ்த்து விட்டவள்" மைத்து பிரதி கையால தான் அவன் அழியணும்" அழுந்த சொன்னவள் பிரதியுமனிடம் திரும்பி "யுமன் ஆர் யூ ஓகே.. இன்னும் கொஞ்ச நேரம் தான் அதுக்குள்ள பர்ஸ்ட் எய்ட் பண்ணலாம்" என்றவள் கபீர் எனக் கத்தவும் அவர் அங்கு மருத்துவருடன் வந்தார்.. சுற்றி இருப்பவர்களால் எதுவும் செய்ய முடியவில்லை.. அனைத்து வழிகளும் முடக்கப்பட்டு இருக்க அங்கிருந்தவர்கள் தப்பிக்க வழியறியாது ஒதுங்கியே நின்றிருந்தனர்.

முதலுதவி செய்தவர், பின்" மேடம் பிளட் லாஸ் அதிகம் இன்னும் அரை மணி நேரம் இவரால தாக்கு பிடிக்க முடியும் அதுக்கு அப்பறம் கண்டிப்பா டிரிட்மெண்ட் எடுத்தே ஆகணும்"

"ஓகே டாக்டர்.. அதுக்குள்ள வந்துருவோம்"

"மேடம் நான் விட்டுட்டு வரேன்" என நகர்ந்த கபீரை "அம்மு இவர்..?"

"எஸ் மான்ஸ்டர் பிரண்ட் தான்.. பட் யுமன் இவர் கிட்ட பேச சொன்னார், பேசினேன் மான்ஸ்டர் பண்ணது எல்லாத்தையும் சொன்னார், கூடவே அவன் பணம் எங்க எல்லாம் இருக்கு, ஆட்கள் எங்க எல்லாம் இருக்காங்கனு தெளிவா சொல்லிட்டார்.. அதுவும் இல்லாம தான் பண்ண தப்புக்கு தண்டனை அனுபவிக்கவும் தயாரா இருக்கார்"

" ஓகே அம்மு.. சரி அங்க பாரு அவன என்ன செய்யலாம்?"

திரும்பியவள், ஏற்கனவே பிரதி ஏற்படுத்திய காயத்தால் தாங்கி தாங்கி நடந்தவன், இப்பொழுது அம்புத்ரா கத்தியை வீசியதில் கையும் துண்டாகி இருக்க சொன்னதையே சொல்லியபடி உளறிக் கொண்டிருந்தான் மான்ஸ்டர்.

பிரதியுமன் மெதுவாக எழுந்து அவனிடம் சென்றான்"இப்ப கூட எதுவும் இல்ல, உண்மைய ஒத்துக்கிட்டு சரண்டர் ஆயிடு"

"முடியாது, இந்த மான்ஸ்டர் உலகத்தையே கட்டுக்குள் கொண்டு வர போறவன்டா, நான் உன் பேச்சை கேட்பேன்னு எப்படி எதிர்பார்க்குற? ஒரு கை, ஒரு கால் தானே போச்சு, உயிர் இருக்கு அதுவும் இல்லாம நான் வளர்த்த என் சிங்க குட்டிங்க இருக்காங்க.. எனக்காக அவங்க உயிரக் கூட கொடுப்பாங்க" என்றதும் தன் இடுப்பிலிருந்து துப்பாக்கியை எடுத்தவன் நேராய் பாஸ்கரை பார்த்துக் குறி வைத்து சுட்டு விட்டான்.

அது அவன் நெஞ்சில் பாய சில நிமிடங்களில் அவன் உயிர் பிரிந்திருந்தது.

அதைப் பார்த்த மற்றவர்கள்" சார் சார் எங்கள எதுவும் பண்ணிடாதீங்க, இவருக்கு பயந்து தான் இங்க இருக்கோமே தவிர எங்களுக்கு ஆசையில்லை, ப்ளீஸ் எங்கள விட்டுடுங்க, நாங்க பண்ண தப்ப எல்லாம் ஒத்துக்குறோம், அதுக்கான தண்டனை கூட ஏத்துக்கிறோம்" என்றதும் மான்ஸ்டரிடம் திரும்பினான் உதட்டில் ஏளனம் தவழ.

அதைக் காண சகியாதவன் போல் தலைத்தாழ்த்திக் கொண்டான் கோபத்துடன்.

"ஹூம் அம்பு நீ என்ன சொல்ற?"

"இதுல கூட சில திருந்தாத ஜென்மங்கள் இருக்கும்"

" எஸ் சார் எனக்கும் மேடம் சொல்றது தான் சரின்னு தோணுது.. சிலரோட பார்வையே சரியில்ல" என்றது கதிர்.

" சரி ஒன்னு செய்யலாம்.. அவனுங்களோட ஹிஸ்டரிய கேட்டு முடிவு பண்ணலாம்" என்றவன்" மைத்து பாரஸ்ட் ஆபிசர் கூட வச்சிட்டு இவங்க கிட்ட பேசி வை.. இவனுக்கு ஒரு முடிவ கட்டிட்டு வரேன்"

இவ்வளவு நேரமும் மான்ஸ்டர் ரத்த வெள்ளத்தில் மிதந்து கொண்டிருக்க அவனைக் கண்டுக்கொள்வர் யாருமில்லை..

தனியாகவே தன்னிலை அறியாது முனங்கியவனை கபீர் தான் பாவமாக பார்த்தார்.

அவனருகில் சென்றவர்" மான்ஸ்டர் இத்தனை வருஷம் பழக்கம் அதனால சொல்றேன், அவங்களுக்கு எல்லாம் தெரியும், ஆனாலும் உன் வாயால கேட்டு தெரிஞ்சிக்க நினைக்கிறாங்க, உண்மை எல்லாத்தையும் சொல்லி சரண்டர் ஆயிடு அட்லீஸ்ட் உயிராவது மிஞ்சும்"

" டே..டேய் நான் எவனுக்கும் அடிமையா இருக்க மாட்டேன்.. இப்படியே உயிர விட்டாலும் விடுவேனே தவிர அவங்ககிட்ட சலாம் போட மாட்டேன்" வார்த்தைகள் தடுமாறியது அவனுக்கு.

அதைக் கேட்டதும் இவனைத் திருத்த முடியாது என்ற ரீதியில் பார்வையை பதித்து விட்டு நகர்ந்தார் கபீர்.

"என்ன மான்ஸ்டர்.. ரொம்ப வலிக்குதா?" கேள்வியுடன் பிரதியுமனும், அம்புத்ராவும் வந்தனர்..அந்த கேள்வியில் வருத்தமில்லை என்பதை அவனும் அறிவான்.

" ஏய்.. ஏய்.. உ... உன்னை.. சும்மா விட மாட்டேன், உன் சாவு என் கையில தான்"

"இந்த நிலைமையில கூட நீ திருந்த நினைக்கல, இனி நீ உயிரோட இருந்து என்ன செய்ய போற?இப்படியே கிடந்து சாவு" என நகர்ந்தவனின் கால்களை இழுத்து விட்டுவிட்டான்.

ஏற்கனவே காயத்தோடு பேசிக் கொண்டிருந்தவன் இவன் இழுத்ததும் நிலைத் தடுமாறி மான்ஸ்டர் மீதே சரிந்து விட்டான்.. அவ்வாய்ப்பை தவற விட நினைக்காதவன் பிரதியுமனின் கழுத்தைக் கெட்டியாக பிடித்துக் கொள்ள, காக்க வந்த அம்புதராவையும் தடுத்து விட்டான்.

தன் ஒரு கரத்தினால் பிரதியுமனின் காயம்பட்ட இடத்தில் குத்த அவனின் வலி பன்மடங்கானது.. அவன் அலறியதில்

அனைவருமே அங்கு வந்து நின்றனர் அதிர்ச்சியாக.. மைத்ரேயன் நிலையை சொல்ல வேண்டியதில்லை.

மான்ஸ்டரின் அருகில் சென்றவன் அவன் கையில் ஓங்கி மிதிக்க வலியில் பிரதியுமனை விட்டிருந்தான் அவன்.

"மைத்து நீ போ.. நா.. நான் பார்த்துக்கிறேன்" வலியையும் மீறி அவன் சொல்ல இவன் நான் உன் பேச்சைக் கேட்க மாட்டேன் என்பது அங்கேயே கண்களில் நீர் வழிய நிற்க "நான் சொல்றத கேட்க மாட்டியா மைத்து" இவன் வலியுடன் கேட்க மைத்ரேயனுக்கு வேறு வழி தெரியவில்லை அமைதியாக அம்புத்ரா அருகில் சென்று நின்றுக் கொண்டான்.

அவன் சென்றதும் "ஏய் இப்ப என்ன உனக்கு என்னைக் கொல்லனும் அவ்வளவு தானே..?அவன் ஆமாம் எனத் தலையசைக்க" எனக்கும் உன்னை மாதிரி உன்னை உயிரோட விட இஷ்டமில்லை.. வா இன்னைக்கு நம்ம இரண்டு பேர்ல ஒருத்தன் உயிரோட இருக்கணும்" தீர்க்கமாக வந்தது அவனின் வார்த்தைகள்.

தன்னுள் சிரித்துக் கொண்ட மான்ஸ்டர் "அதையும் பார்க்கலாம் இன்னைக்கு யார் ஆயுசு கெட்டின்னு"

தட்டுத்தடுமாறி எழுந்தனர் இருவரும்.. இரண்டு ஜோடி கண்களிலும் வேட்டையாடும் வெறி, சுற்றி அனைத்தும் நிசப்தமாய் இருக்க, மயான அமைதி நிலவியது அந்த சுரங்கத்தினுள்.

"யுமன் இன்னும் 10 நிமிஷத்துல நீங்க ஆம்புலன்ஸ்ல இருந்து ஆகணும் இல்லன்னா.." வார்த்தைகள் வரவில்லை அம்புத்ராவிற்கு.

கண்களில் காதலுடன், உதட்டில் ஒரு வெற்று புன்னகையை சிந்தியவன் மான்ஸ்டரை நோக்கினான்.. அவன் எழுந்த அடுத்த நொடி கையில் தடிமனான கட்டையுடன் இவனை அடிக்க ஓடி வந்தான்..

அவனை லாவகமாக தடுத்தவன் முகத்தில் கணக்கில்லாமல் குத்து விட்டான்.. அவனோ இவன் வயிற்றில் குத்த இருவருக்குமே வலி.. அலறினர்.. ஆனாலும் கொல்லும் வெறி அடங்கவில்லை..

முதலில் சுதாரித்த பிரதி ஓடி வந்து கால்களைச் சுழற்றி அவனை அடிக்கவும் வலியால் துடித்தான்.. மேலும் அவனை எழுந்திருக்க விடாமல் அவன் மேல் அமர்ந்து அவன் கழுத்தைப் பற்றியவன் "இந்த நாட்டுக்கு இன்னொரு மான்ஸ்டர் வேண்டாம்டா...."என்றவன் நெஞ்சில் கத்தியை பாய்ச்சினான்.

அதேநேரம் அவன் மூச்சு திணறி விழ, அதற்கு மேலும் தாமதிக்காமல் பிரதியுமனை மைத்ரேயனிடம் சொல்லி மருத்துவமனைக்கு அழைத்துச் சென்றாள்.

மூன்று ஆண்டுகளுக்கு பிறகு..

"அம்பு.. சீக்கரம் வா, டைம் ஆச்சு" பிரதியுமன் ஹாலிலிருந்து கத்திக் கொண்டிருந்தான்.

"வரேன் யுமன் ஏன் இவ்வளவு அவசரம்.?" தன் ஒன்பது மாத மேடேறிய வயிற்றைப் பிடித்துக் கொண்டு படிகளில் இறங்கி வந்தவளை கண் கொட்டாமல் பார்த்துக் கொண்டிருந்தான்.

அம்புத்ரா.. மேகம் எப்படி தன்னுள் பல முகங்களை காட்டுகிறதோ அப்படி தான் அவளும், தனக்கு நல்ல காதலியாய், மனைவியாய், பெற்றோர்களுக்கு நல்ல மகளாய், புகுந்த வீட்டினருக்கு நல்ல மருமகளாய் அது மட்டுமின்றி அவள் வேலையில் எப்பொழுதும் போல் சீறும் வேங்கையாய்!! எத்தனை முகங்கள் அவளிடம்! தான் மருத்துவ படுக்கையில் இருந்த போதும் சரி திருமணமான பின் தனக்கு ஏற்பட்ட விபத்தால் குழந்தை வரம் இப்பொழுது இல்லை எனக் கூறிய போதும் அத்தனை பேரின் தைரியமாய் அவள் தானே இருந்தால்! ஆனால் இன்று வரை புரியாத ஒன்று மான்ஸ்டர் என்ன ஆனான் என்பது தான்.. அதை அவளிடம் கேட்டால்

அவன் இறந்து விட்டான் என்கிறாள், மருத்தவ துறையும் அங்கே இருந்த பொருட்கள், உடல் அடையாளங்களை வைத்து அவன் தான் என்றது, இருந்தும் பிரதியுமனால் இன்று வரை அதை நம்ப முடியவில்லை.. தனக்காக வேலையை சென்னைக்கு மாற்றம் செய்து வந்ததாக அவள் கூறினாலும் அதில் உள்நோக்கம் ஏதோ ஒன்று இருப்பதாகவே தோன்றியது பிரதியுமனுக்கு, வருடங்கள் ஓடினாலும் அவளின் இந்த குணத்தைப் புரிந்துக் கொள்ள தான் இயலவில்லை.. அவனால் கண்டுபிடிக்க முடியாது என்பது இல்லை, அவளின் வேலைகளில் இவன் தலையிட விரும்பவில்லை, அவளாகவே சொல்லட்டும் என்பது இவன் எண்ணம்.. இதில் ஆச்சரியப்பட வைக்கும் விஷயம் யாதெனில் இதில் மைத்ரேயனின் பங்கும் உள்ளது என்பது தான்.. மூன்று வருடமாக இரண்டும் கூட்டுக் களவாணிகள்(?)

இவனின் எண்ண ஓட்டத்தை புரிந்து கொண்டாலோ என்னவோ "இந்த சிந்தனையை எப்ப தான் விட போறீங்க யுமன்"

"என் மனசு தெளியுற வரை" என சிரித்தான்.

"அப்ப ரொம்ப கஷ்டம் தான்.. ஆமா மைத்துவும், குணாவும் எங்க?"

"அட கடவுளே.. இவங்க இரண்டு பேரும் இன்னும் கிளம்பலையா?"

"எஸ் நம்ம கூட வரர்தா தானே பிளான், மத்தவங்க எல்லாரும் போயாச்சு"

" மைத்து.. டேய்"

" வரேன்டா.."

தன் இரண்டு வயது மகள் பூர்வஜாவைத் தூக்கி கொண்டு வந்தவனை" ஏய் எவ்வளவு நேரம்டா.. நாமலே லேட்டா போனா நல்லா இருக்குமா?"

" அதெல்லாம் எனக்கு புரியுது.. இதோ என் குட்டி செல்லத்துக்கு புரியலையே" என்றான் தன் மகளைக் கொஞ்சியவாறு.

" உனக்கு என் மருமகள சொல்லன்னா தூக்கம் வராதே.. அவங்க ரொம்ப சமத்து.. அப்படி தானே தங்கம்" எனப் பிரதி வா என கை நீட்ட தந்தையிடமிருந்து மாமன் கைகளில் தாவினாள் அந்த குட்டி தேவதை.

" குணா எங்க மைத்து?"

" அவள போகும் போது பிக்அப் பண்ணிக்கலாம் அம்மு"

"சரி சரி டைம் ஆச்சு கிளம்புங்க"

அவசரமாக அவர்கள் கிளம்பிக் கொண்டிருப்பது அம்புத்ராவின் தாய், தந்தையின் அறுபதாம் கல்யாணத்திற்கு தான்..

அம்புத்ரா பணி மாற்றம் செய்து வந்த பிறகு தனது செய்தி சேனலின் தலைமை அலுவலகத்தை சென்னைக்கே மாற்றம் செய்து வந்திருந்தார், மைத்ரேயனும் அங்கேயே வேலைச் செய்துக் கொண்டிருக்க, நிர்குணாவிற்கு இங்கே தனி மருத்துவமனை ஏற்படுத்தி கொடுத்தனர் குருசாமி தம்பதியினர்.

திருமண மண்டபத்திற்கு அனைவரும் வந்தபடி இருக்க அனன்யா வரவேற்றுக் கொண்டிருந்தாள், அனன்யா தற்போது முதுகலை பட்டம் படித்துக் கொண்டிருந்தாள்.

"வாங்க வாங்க.. என்ன எல்லாரும் சீக்கரம் வந்துட்டீங்க போலையே" கேள்வியில் கேலி இருக்க "ஏய் எருமை அங்க இவங்க கிட்ட எங்கள தனியா சிக்க வச்சிட்டு நீ இங்க ஜாலியா இருக்கல இப்படி தான் பேசுவ" மைத்ரேயன் தான் சொன்னான்.

"என்னைத் திட்டுறது இருக்கட்டும்.. உங்க பின்னாடி பாரு அண்ணா"

" என்ன பின்னாடி?" என்றவன் மூன்று பெண்களும் முறைத்ததில் (பூர்வஜா உட்பட)'இந்த வாய் மட்டும் உனக்கு குறைய மாட்டேன்து மைத்து' என நினைத்தவன் " ஹான் என்னையா இதோ வரேன்" சமாளித்து அங்கிருந்து ஓடி விட்டான்.

" எஸ்கேப் ஆயிட்டார்.. வரட்டும் கவனிச்சிக்கிறேன்" நிர்குணா கடிந்துக் கொள்ள "அவன் இப்படி இருந்தா தான் நல்லது குணா" என்ற பிரதியுமனின் குரலில் "நீங்க அவர விட்டுக் கொடுப்பீங்களா!"

சிரித்தவன் "நீங்க உள்ள போங்க நான் உள்ள போய் எல்லாம் கரெக்டா இருக்கான்னு பார்த்துட்டு வரேன்"

அவர்களும் சென்றுவிட.. ஸ்டோர் ரூம் அருகே மைத்ரேயன் அலைபேசியில் பேசிக் கொண்டு இருப்பது தெரிய அருகே சென்றவன் அவன் பேசுவதைக் கூர்மையாய் கவனிக்கத் தொடங்கினான்.

" ஹான்.. இப்ப எப்படி இருக்கான்?"

"......"

" இன்னும் கொஞ்ச நேரத்துல வரேன்"

"....."

'பல வருடங்களாக இருந்த புதிருக்கு இன்று விடைக் கிடைக்கப் போகிறது' என்ற எண்ணம் பிரதியுமனின் மனதில் தோன்றியது.

சத்தமில்லாமல் மைத்ரேயனை பின் தொடர்ந்தான்.. அவனைப் பின் தொடர்வது இவனுக்கு சுலபமாக இல்லை, அவ்வளவு ஜாக்கிரதையாக சென்றான்.

அவனின் முன்னெச்சரிக்கை உணர்வை மெச்சியவன் தன் முகத்தை மறைத்துக் கொண்டு அவனின் பின்னால் நடந்தான்..

சற்றுத் தொலைவு சென்றதும் அவன் நின்ற இடத்தைக் கண்டு அதிர்ந்தான், அது மைத்ரேயனின் பழைய வீடு, புதிய வீடு கட்டி அனைவரும் ஒன்றாய் இருக்க இந்த வீட்டில் யாருமில்லை, வாடகை விடலாம் எனச் சொன்னப் பொழுதுக் கூட அதுக்கு இப்ப என்ன அவசியம் என மறுத்து விட்டான், பராமரிப்பு மட்டுமே செய்துக் கொண்டிருந்தனர் மூன்று வருடமாக.

'இப்ப இங்க எதுக்கு வந்து இருக்கான்.?'

பின்புறம் சென்ற மைத்ரேயன் சுற்றும் முற்றும் பார்த்துவிட்டு "விமல்" என்றான்.

பிரதியுமனுக்கு விமலின் பெயரைக் கேட்டதும் அதிர்ச்சி தான்.. அவன் இந்த மூன்று ஆண்டுகளில் தன் சாப்ட்வேர் பணியை தவிர வேறு எந்த தப்பான காரியத்திலும் ஈடுபடவில்லை என்பது அவனைக் கண்காணித்த வரை தெரிந்த ஒன்று, அதிலும் அவன் கேரளாவில் இருக்க இங்கே எப்பொழுது வந்தான்.?கேள்விகள் வண்டாக குடைந்தாலும் அவர்கள் பேசுவதைக் கவனிக்க தொடங்கினான்.

"மைத்ரேயன் சார்"

உள்ளே சென்றவன் கதவை தாளிட மறந்து விட்டான்..

"என்ன விமல் எதுக்காக இவ்வளவு அவசரமா வரச் சொன்னீங்க?"

"சார் அந்த மான்ஸ்டர் உடம்பு ரொம்ப மோசமா இருக்கு, பல்ஸ் ஏறி இறங்குது, ஆனாலும் உங்க எல்லார் மேலையும் இருக்க வெறி அடங்கல.. ரூம் உள்ள அடைஞ்சு இருக்கறதுனால அவன் மிருகமாவே மாறிட்டான்" விமல் சொன்னதைக் கேட்டதும் அவன் சந்தேகம் உண்மை தான் என விளங்க ஆனால் ஏன் என்ற கேள்வி எழ, இதற்கு மேலும் தாமதிக்க கூடாது என உள்ளே சென்று விட்டான் பிரதியுமன்.

பிரதியுமனை அங்கே அவர்கள் எதிர்பார்க்கவில்லை என்பது இருவரின் முக மாறுதல்களை வைத்தே சொல்லலாம்.

" பிரதி.. நீ இங்க?"

"உன்னைப் பாலோ பண்ணிட்டு வந்தேன் மைத்து"

"விமல பார்க்க வந்தேன்டா"

"மூனு வருஷத்துல நல்லா பொய் சொல்ல கத்துக்கிட்ட மைத்து.. நீங்க பேசினத கேட்டேன், எனக்கு இருந்த சந்தேகம் இன்னைக்கு தீர்ந்து போச்சு.. மான்ஸ்டர் இறக்கலன்னு எனக்கு தெரியும் ஆனா எங்க இருக்கான்னு இவ்வளவு நாள் கேள்விக் குறியா இருந்தது.. அதுவும் தெரிஞ்சி போச்சு"

"பைன் அதான் தெரிஞ்சு போச்சே இப்ப என்ன செய்ய போற?"

" தீவரவாதிய மறைச்சி வச்ச குற்றத்துக்கு உன் மேல கம்பிளைண்ட் கொடுக்கலாம் மைத்து"

" ஹா ஹா.. யார் யார் மேல கம்பிளைண்ட் கொடுப்ப? உன் பிரண்ட் என் மேலையா? இல்ல இந்த சிட்டி டெபுட்டி கமிஷனர் அம்புத்ரா ஐபிஎஸ் மேலையா?"

" இரண்டு பேரையும் மேலையும் தான்"

" அப்ப அவன் பண்ண தப்புக்கு தண்டனை? எத்தனை குடும்பத்தை அழிச்சி இருக்கான்? ஏன் உனக்கும் அம்முக்கும் குழந்தை பிறக்க லேட் ஆனதே இவன் உன்னைக் கத்தியால குத்தினதுனால தானே" ஆவேசமாய் கத்தினான் மைத்ரேயன்.

" மைத்து அது முடிஞ்சி போன கதை.. இவன அங்கேயே கொன்னு இருந்தா பிரச்சனை இல்ல, இப்ப இவன் உயிரோட இருக்கறது வெளியே தெரிஞ்சா பெரிய ப்ராப்ளமாயிடும்"

" அதைப் பற்றி நீ கவலைப்பட வேண்டாம், இன்னும் கொஞ்ச நேரத்துல அவன் சாக போறான், பிகாஸ் அவன் பல்ஸ் குறைய ஆரம்பிச்சிடுச்சு" சந்தோஷமாய் கூறினான்.

" நீ எப்ப இப்படி கொடூரமா யோசிக்க ஆரம்பிச்ச மைத்து?" வார்த்தைகள் தடுமாறியது பிரதியுமனுக்கு.

" உன்னை ரத்த வெள்ளத்துல பார்த்தப்பொழுது ,டாக்டர் நீ பிழைக்க 48 மணி நேரம் கெடு சொன்னாரே அப்பதிலிருந்து தான்" அவன் முகம் பார்க்காமல் சொன்னான்.

" டேய் நானும் தான் அவன அடிச்சேன், கத்தியால குத்தினேன்"

"இவன் என் பிரதி மாதிரி நல்லவன் இல்லையே.?"

"இப்ப முடிவா என்ன சொல்ற?"

"நீ இங்கிருந்து போ"

" முடியாதுன்னு சொன்னா?" கேள்வியில் அத்தனை அழுத்தம்.

" உன் இஷ்டம்" தோளைக் குலுக்கியவாறு சென்று அமர்ந்துக் கொண்டான்.

அங்கே மயான அமைதி குடிக் கொண்டிருந்தது..

"விமல் அந்த கதவ திற அவன் எப்படி இருக்கான்னு பார்க்கணும்"

அவன் மைத்ரேயனைப் பார்க்க" அதான் சொல்றான்ல்ல திற"

உள்ளே, அவன் மான்ஸ்டர் தானா என எண்ணும் அளவிற்கு இருந்தான் அவன்.. ஆஜானுபாகுவான உடல் மெலிந்த நிலையில், ஒரு கால் தன்னால் செயலிழந்து இருந்தது மற்றொரு கை அம்புத்ராவால் துண்டிக்கப்பட்டு இருந்தது.. இவன்

அவனைக் காண உள்ளே சென்றான், விமல் தடுக்க நினைக்க மைத்ரேயன் வேண்டாம் எனத் தடுத்து விட்டான்.

ஆள் வரும் அரவம் கேட்டதும் தலையை நிமிர்ந்த மான்ஸ்டர், கண்களைச் சுருக்கி, நன்றாக துடைத்து பார்த்து வந்திருப்பவனை அடையாளம் கண்டுக் கொண்டான்.

"ஏய்..ஏ..பிரதி..யுமன்.. உன்னால தான் நான் இப்படி இருக்கேன், உன்னைக் குத்தினேன்னு இங்க அடைச்சு வச்சி இருக்கானுங்க, உன்னால என் கை, கால் போய் என் சாப்பாட்ட எந்த கையில சாப்பிடுறேன்னு தெரியுமா? இதோ என இடதுக் கையை காண்பித்தான், உன்னை என்னைக்கு பார்க்கிறேனோ அன்னைக்கே கொல்லனும்னு மனசுல நிறுத்தி வச்சி இருக்கேன்" ஆங்காரமாய் கத்தியவன் மறைத்து வைத்திருந்த துப்பாக்கியால் பிரதியுமனை நோக்கி சுட அவன் சுதாரித்து நகர்ந்து விட்டான்..

துப்பாக்கி சத்தம் கேட்டதும் அலறியபடி உள்ளே வந்த மைத்ரேயனும், விமலும் அவன் கையிலிருந்த துப்பாக்கியைப் பிடிங்கி எரிய முயல அதன் விசை அழுத்தப்பட்டு வெளியே இருந்த பூ ஜாடியில் பட்டுத் தெரித்த நொடி "அம்மா" என்ற சத்தத்தில் மூவரும் வெளியே விரைந்தனர்.

அங்கே அம்புத்ரா, வயிற்றைப் பிடித்தபடி கதறிக் கொண்டிருந்தாள்.

"ஓ சிட் பிரதி அம்மு எங்க இங்க வந்தா?"

"தெரியல.. நீ கார் எடுத்துட்டு வா" அவனைத் துரிதப்படுத்த மைத்ரேயன் விரைந்தான் காரை எடுத்து வர..

"அம்பு நீ ஏன் இங்க வந்த? உனக்கு எதுவும் ஆகாதுடா கொஞ்சம் பொருத்துக்கோம்மா" கண்களில் நீர் வழிய அவளிடம் பேசிக் கொண்டிருந்தான்.

" யுமன் நீ கிளப்பினதப் பார்த்துட்டு தான்.. எனக்கு எதுவும் ஆகாது நம்ம குழந்தைக்கும் தான்.. ஒரு சூரன வயித்துல இருக்கும் போதே அழிக்க போறாங்க யுமன்"

அவள் சொல்வது புரிய" நோ இப்ப அவன் அவசியமில்லை அம்பு, அவனே செத்து போயிடுவான்.. ப்ளீஸ் எழுந்துரு ஹாஸ்பிடல் போகலாம்"

"நோ.. என்னை உள்ள கூட்டிட்டு போக முடியுமா? முடியாதா?" என எழுந்தவளை" இரு நானே கூட்டிட்டு போறேன் "கைத்தாங்காளாக உள்ளே அழைத்துச் சென்றான்.

" வா வா போலீஸ்.. எனக்கு எப்படி வம்சமே இல்லாம போச்சோ.. உனக்கும் அப்படியே ஆகப் போறத நினைச்சா சாகுற நிலைமையில கூட சந்தோஷமா இருக்கு.. இப்ப செத்தா நிம்மதியா சாவேன்"

" அப்ப செத்துப் போ" என்றவள் ஆவேசமாய் தன் கள்ள துப்பாக்கி கொண்டு அவனை சரமாரியாக சூட்டு விட்டாள்.. அவனைக் கொன்ற பிறகும் அவளின் ஆத்திரம் அடங்கவில்லை, தன் வலியை மீறி" என் யுமன கொல்ல பார்த்தல்ல..." கை நீட்டி உயிரில்லா உடம்பிடம் பேசியவளை" அம்பு வாடா..நீ இங்க இருக்க வேண்டாம்"

அதற்குள் மைத்ரேயன் காரை எடுத்து வந்துவிட அடுத்த பத்தாவது நிமிடத்தில் மருத்துவமனையில் அறுவை சிகிச்சை பிரிவில் அனுமதிக்கப்பட்டு இருந்தாள்.

மருத்தவமனை வந்தவுடன் அவள் மயங்கி சரிய பிரதியுமன் மட்டுமின்றி மைத்ரேயனும் தடுமாறி தான் போனான்.

மான்ஸ்டரின் உடலை கதிர் மூலம் யாரும் அறியாமல், மின்சார இடுகாட்டில் அனாதை சடலம் எனக் கூறி சில ஆயிரங்களைக் கொடுத்ததும் அது காவல்துறை அதிகாரியாக வேறு இருக்க வேறேதும் பேசாமல் அவனைச் சாம்பலாக்கினர்.

இங்கே.. திருமணம் முடிந்து விஷயம் கேள்விப்பட்டு அனைவரும் வந்திருக்க.. அவர்களை ஏமாற்றாமல் தனது பூலோக வாழ்வில் அடியெடுத்து வைத்தாள் குட்டி அம்புத்ரா.

தெய்வானையிடம் குழந்தையைக் கொடுக்க சிறிய ரோஜா பூவைப் போல் ரோஸ் நிறத்தில் தன் சிறிய கண்களை சுழற்றிப் பார்த்த குழந்தையை ஆர்வமாகப் பார்த்தனர் அனைவரும்.. பிரதிக்கு அவன் குழந்தையைப் பார்த்தது ஆனந்தமே என்றாலும் தன்னவள் இன்னும் வெளியே வரவில்லை என்பதே கவலையாக இருந்தது.

அவனின் ஏக்கத்தைப் புரிந்துக் கொண்டவளாய் ஸ்ட்ரெச்சரில் அமைதியாய் வருபவளைப் பார்த்தவன் உடனடியாக அவளிடம் விரைந்தான்.. அவனின் எண்ண ஓட்டத்தை புரிந்துக் கொண்டவர்கள் சற்று விலகி இருக்க "அம்பு ரொம்ப வலிக்குதா? நம்ம பாப்பா பார்த்தியா?"

அனைத்திற்கும் அவள் புன்னகையை மட்டுமே சிந்தினாள்.. நிமிர்ந்து மருத்துவரைப் பார்த்தவன் அவன் என்ன கேட்க போகிறான் என்பதைப் புரிந்துக் கொண்டவர் "ஆபரேஷன் ஆகி இருக்கு மிஸ்டர். பிரதியுமன் இப்ப பேசினா வலி அதிகமாகும்.. உங்க வொயிப் பெர்பெக்ட்லி ஆல்ரைட்" என்றதும் அவள் நெற்றியில் மெதுவாக முத்தமிட்டவன்" கூட்டிட்டு போங்க" என வழியை விட்டு விலகினான்.

மற்றவர்கள் அவளுடன் அறைக்குச் செல்ல மைத்ரேயனைப் பிடித்தான் பிரதியுமன்.

" கான்கிராட்ஸ் பிரதி" எனச் சிரித்தவனை" தாங்க்ஸ் மைத்து.. நீ என்கூட வா, உன்கிட்ட பேசணும்" என அவனின் கையை இறுக்கமாக பற்றியவன் வேறு எங்கும் நில்லாமல் காரின் அருகே சென்று "உள்ளே ஏறு"

"எங்க போக போறோம்? குழந்தைக்கு ஏதாவது வாங்க போறீயா?"

"இல்ல.. எனக்கு தெரிஞ்ச சில விஷயங்கள் உண்மையானு கன்பார்ம் பண்ணணும்" பூடகமாக பேசினான்.

" உனக்கு என்ன தெரியும்? எது உண்மை"

"நேரடியாகவே கேட்கிறேன்.. மான்ஸ்டர் இங்க ஏன் வந்தான்? நான் தான் அவன குத்துனேனே அதுவுமில்லாமல் அந்தக் கூட்டத்தோட அந்த சுரங்கத்த மூட சொல்லி இருந்தேனே!(?)

"எல்லாரையும் புதைக்க சொல்லையே?" இவனும் அவனுக்கு சளைத்தவன் இல்லை என்பது போல் கேள்வியைக் கேட்டான்.

"எஸ் தப்பு கொஞ்சமா அதுவும் சந்தர்ப்ப சூழ்நிலை காரணமா பண்ணி வாய்ப்பு கிடைச்சா திருந்தி வாழ நினைக்கிறவங்கள எதுவும் செய்ய வேண்டாம், அவங்களுக்கான தண்டனை முடிஞ்சதும் வாழட்டும்னு சொன்னேன்"

" ஆமா சொன்ன.. நீ அவன அடிச்சிட்டு மயங்கி விழுந்த அப்பறம் என்ன ஆச்சுன்னு உனக்கு தெரியுமா?"

" என்ன ஆச்சு?" கூர்மையாய் வந்தது வார்த்தைகள்.

" எனக்கு அம்முவ தனியா விட்டுட்டு வர தோணல அதனால அந்த பாரட்ஸ்ட் ஆபிசர்ஸ் கூட உன்னை ஹாஸ்பிடல் அனுப்பி வச்சிட்டு நானும் கதிரும் மறுபடியும் உள்ள போனோம்.. அப்ப

அம்மு அவனுக்கு உயிர் இருக்கான்னு பார்க்க அவன் மூக்கு கிட்ட தன் விரல கொண்டு போய் இருக்கா அப்ப அவன் திடீரென்று கண்ண முழிச்சி இருக்கான்.. நாங்களும் அப்ப தான் அங்க போனோம்..

"ஏய் போலீஸ் அவன காப்பாத்திட்டன்னு நினைக்காத அவனக் கொல்ல இந்த நாடு முழுக்க ஆள் இருக்காங்க.. அவனை மட்டும் இல்ல உங்க இரண்டு பேரையும் உயிரோட விட மாட்டேன்.. நான் செத்தா நீங்களும் சாவீங்க.. என்கிட்ட இருந்து மெசேஜ்

போனா தான் உங்க உயிருக்கும், உங்கள சார்ந்தவங்க உயிருக்கும் நல்லது" என்று மயங்கி சரிந்தான்.

" மேடம் என்ன இது? இப்ப என்ன பண்றது?"

" இவன நம்ம கஸ்டடில எடுத்துட்டு போகணும்.. வெளி உலகத்துக்கு இவன் செத்தாத பைல் கிளோஸ் ஆகணும்"

" புரியுது மேடம்" என்றவன் அந்த கூட்டத்தில் இவர்களால் சுடப்பட்டு இறந்தவர்களின் உடலைப் பார்வையிட்டவன் மான்ஸ்டரின் உயரம், பருமனுடன் ஒத்துப்போனவனைத் மான்ஸ்டரின் உடலிலிருந்த சில பொருட்களை கழற்றி அவனுக்கு அணிவித்து விட்டு சுரங்கத்தின் முன் பகுதியில் இழுத்துச் சென்று போட்டான்.

"இவன இங்க இருந்து தூக்கிட்டு போய் என்ன செய்ய போற அம்மு?"

"இவன் என்ன சொன்னான்னு உங்களுக்கு புரியலையா? நம்ம குடும்ப ஆளுங்க மட்டுமில்லாமல் நம்ம பிரண்ட்ஸ், ரிலேட்டிவ்ஸ் எல்லாரையும் இவன் அழிக்க சொல்லி இருப்பான் போல.. சோ இவனோட லாப்டாப்ல இருந்து யார் யாருக்கு மெசேஜ் போய் இருக்குன்னு பார்த்து அதை சரி பண்ணணும்.."

"பட் அதெல்லாம் பிரதியால தானே முடியும்?"

" இல்ல அவர இதுல சம்மந்தப்படுத்தக் கூடாது..அவரைப் பொருத்தவரை மான்ஸ்டர் செத்துட்டான், இதுல விமல் நமக்கு ஹெல்ப் பண்ணுவான்"

அதுக்கு அப்பறம் யாருக்கும் தெரியாம அவன இங்க கூட்டிட்டு வந்து கொஞ்ச நாள் அம்மு வீட்ல வச்சி இருந்தோம்.. அப்பறம் அங்க சரிவராம போகவே என் வீட்டுல இருந்தான்.
அதுக்கு அப்பறம் இடம் மாற்றல"

"விமல் எப்ப வந்தான்?"

"இரண்டு மாசம் அப்பறம்.. ஆனா அதுக்குள்ள நிறைய நடந்தது.. நடுவுல மாமி ஹாஸ்பிடல்ல இருந்தாங்க இல்லையா அது ஏதேச்சையா நடந்தது இல்ல"

" தெரியும்.. அவங்களுக்கு ஸ்லோ பயிசன் கொடுத்து இருந்தாங்க.. அதை யார்னு கண்டுபிடிச்சி நான் கொன்னுடடேன்.. மான்ஸ்டர் ஆளுங்க தான்"

இது அவனுக்கு புதிது என்பது மைத்ரேயன் முகம் போன போக்கை வைத்தே தெரிந்துக் கொண்டான் பிரதியுமன்.

" அது மட்டுமில்ல அதுக்கு அப்பறம் அப்பா, மாமா, அத்தை, அம்பு, உனக்கு, குணா, கதிர்ன்னு யாரையும் அவங்க விட்டு வைக்கல.. இதை நீங்க எப்படி மிஸ் பண்ணீங்கனு எனக்கு தெரியாது.. பட் அங்க அம்மாக்கு ஏற்பட்ட பிரச்சனைக்கு அப்பறம் எனக்கு ஏதோ தப்பா நடக்குற மாதிரி இருந்தது.
சோ உங்கள கிளோஸா வாட்ச் பண்ணேன்.. ஒவ்வொரு முறையும் மான்ஸ்டர் ஆளுங்க மாட்டும் போது அவன் உயிரோட இல்லன்னு என்னால நம்ப முடியல, நான் மிஸ் பண்ண விஷயம் உன் வீட்ல பார்க்காதது தான்" என சிரித்தான்.

" அதான் எல்லாம் தெரிஞ்சி வச்சி இருக்கியே அப்பறம் ஏன் எதுவும் கேட்கல?"

" நீங்களா சொல்லுவீங்கனு எதிர்பார்த்தேன்.."

அவன்" சாரி பிரதி.. அவன் அப்படி சொன்னதும் எங்களுக்கு கோபம்டா அதான்.. அதுக்கு அப்பறம் கூட அடங்கல.. ரொம்ப தொல்லை பண்ணான்.. அதான் மூனு வருஷத்துல அம்மு அவன் உயிர மட்டும் தான் விட்டு வச்சி இருந்தா"

" லேடி மான்ஸ்டரோ" சிரித்தான் பிரதி.

" ரொம்ப தான்.. அவளுக்கு நீ தான்டா உலகம், ஏன்னு தெரியல அவளுக்கு உன் மேல அப்படி ஒரு காதல், பைத்தியம்ன்னே சொல்லலாம்.."

"தெரியும்.."

"சரி போகலாம் நம்மள தேடுவாங்க"

இரண்டு மாதங்களுக்கு பின்..

" அம்பு டைம் ஆச்சு.. பாப்பாவ ரெடி பண்ணிட்டியா?" தன் அறைக்கு வந்தவன் ஸ்தம்பித்துப் நின்றான்.

இளம் மயில்கழுத்து வண்ணத்தில் பட்டுப் புடவை உடுத்தி, கழுத்திலும் காதிலும் அதற்கேற்ற நகைகள், மை தீட்டிய நயனங்கள் தலையை பின்னலிட்டு மல்லிகை பூவை தவழ விட்டு அவளைப் பார்க்கவே தேவலோக மங்கை என இருந்தாள்.

" என்ன யுமன் ரொம்ப நேரமா என்னை சைட் அடிக்கிறீங்க போல இருக்கே!"

"என் பொண்டாட்டி நான் சைட் அடிப்பேன் உனக்கு என்ன?"

"அது சரி.."

அவளைப் பின்னோடு அணைத்தவன் "அழகா இருக்க அம்பு.. ஐ லவ் யூ"

"பார்ரா உங்க பொண்ணு வந்ததிலிருந்து என்னைக் கண்டுக்கவே இல்லையே" நொடித்துக் கொண்டாள் அவள்.

" என் செல்லத்துக்கு பொறாமையோ?" கேலியாக அவன் கேட்கவும் இவள் ஓடத் தயாராக அவளை இழுத்து அணைத்தவன்" எனக்கு என் அம்பு தான் பர்ஸ்ட் எப்பவுமே" என்றவன் அவள் இதழோடு இதழ் பொருத்தியிருந்தான்.. நீண்ட

நேரம் நீடித்த அந்த முத்தம்" அடக்கண்றாவியே கதவ சாத்திட்டு ரொமான்ஸ் பண்ணி தொலையறது தானே?"மைத்ரேயன் வந்து நின்றான்.

அவன் குரல் கேட்டு சுதாரித்தவர்கள் விலக, அம்புத்ரா வெட்கத்தில் கீழே ஓடி விட்டாள்.

" ஏன்டா குழந்தை என்கிட்ட இருக்குன்னு தெரிஞ்சே நீ ஏன் ரூம்க்கு வந்தேன்னு இப்ப புரியுது"

" ஈஈஈஈ"

" அடச்சீ சிரிக்காத கேவலாம இருக்கு"

" சரி வா மைத்து.. டைம் ஆச்சு"

"ஓ இப்ப தான் டைம் ஆகுறது தெரியுதோ?"

"வாடா வாடா.. ரொம்ப பண்ற"

"இதுங்களுக்கு மட்டும் ரொமான்ஸ் அமையுது எனக்கு எப்பயாவது தான் அமையுது அதையும் கெடுத்து விட யாராவது வந்துருவாங்க" அவன் புலம்பட்டும், நாம் இன்று பிரதியுமன் - அம்புத்ராவின் குழந்தைக்கு பெயர் வைக்கும் வைபவத்தில் கலந்துக் கொள்வோம் வாருங்கள்.

அதற்கு முன் கதிருக்கும் விஷாலிக்கு திருமணம் முடிந்து ஒரு வயதில் மகன் இருக்கிறான்.. பெயர் வேதாந்த்.

சுற்றமும் நட்பும் கூடியிருக்க அங்கே தொட்டிலில் அரக்கு நிற பாவடையில் அனைவரையும் தன் வசம் இழுத்துக் கொண்டு இருந்தாள் குட்டி தேவதை.

"குழந்தை காதுல பெயர் சொல்லுங்க பிரதி, அம்மு" தெய்வானை சொல்லவும் "சாகிர்தியா" என மூன்று முறைச்

சொல்லியதும் அது தன் பொக்கை வாயைத் திறந்து சிரிக்க அந்த இடமே சிரிப்பில் நிரம்பியது..

அவர்களின் சிரிப்பு என்றும் நிலைத்திருக்க இருக்க நாமும் வாழ்த்தி விடைபெறுவோம்.

முற்றும்.

www.ingramcontent.com/pod-product-compliance
Lightning Source LLC
LaVergne TN
LVHW101355051026
849519LV00005BC/1536
* 9 7 8 9 3 5 5 3 3 4 2 9 9 *